મારા અનુભવે મને એવી પ્રતીતિ કરાવી કે આપણા જીવન ઉપર આપણા દૃષ્ટિકોણનો અત્યંત પ્રભાવ પડતો હોય છે. મારો દૃષ્ટિકોણ તથ્યો કરતાં વધારે મહત્ત્વપૂર્ણ છે. આ ભૂતકાળ, શિક્ષણ, ધન-દોલત, પરિસ્થિતિઓ, નિષ્ફળતાઓ, દેખાવ, પ્રતિભા કે યોગ્યતા કરતાં પણ વધારે મહત્ત્વપૂર્ણ છે. આ કોઈ કંપની, ચર્ચ અથવા ઘર બનાવી શકે છે કે નાશ કરી શકે છે. મહત્ત્વપૂર્ણ એ છે કે આપણી પાસે પ્રત્યેક દિવસે વિકલ્પ હોય છે કે આપણે કેવો દૃષ્ટિકોણ પસંદ કરીશું. આપણે થનારી ઘટનાઓને બદલી શકતા નથી. આપણે માત્ર એક કામ કરી શકીએ છીએ કે આપણી પોતાની પાસે રહેલા એક તારના વાદ્યને વગાડતા રહીએ અને એ એક તાર આપણે સ્વયં છીએ. હવે મને વિશ્વાસ થઈ ગયો છે કે જીવનમાં મારી સાથે ઘટિત થનારી ઘટનાઓ ૧૦ ટકા મહત્ત્વ ધરાવે છે અને તેના ઉપર મારી પ્રતિક્રિયાઓ ૯૦ ટકા મહત્ત્વ ધરાવે છે. આ દરેક માટે આ વાસ્તવિક છે. આપણે પ્રત્યેક આપણાં દૃષ્ટિકોણના માલિક છીએ.

- ડેલ કારનેગી

સમૃદ્ધિમય જીવન કેવી રીતે જીવશો

ડેલ કારનેગી

ડાયમંડ બુક્સ
www.diamondbook.in

પ્રકાશક : ડાયમંડ પૉકેટ બુક્સ પ્રા. લિ.
X-30, ઓખલા ઈંડસ્ટ્રિયલ એરિયા, ફેઝ-II,
નવી દિલ્હી-110020

ફોન : 011- 40712200

ઈ-મેઈલ : sales@dpb.in

વેબસાઈટ : www.diamondbook.in

સંસ્કરણ : 2022

સમૃદ્ધિમય જીવન કેવી રીતે જીવશો (ડેલ કારનેગી)

(Samriddhimay Jivan Kevi Rite Jivsho)

(Gujarati translation of How To Enjoy Your Life and Your Job)

By - Dale Carnegie (Translated by Aarti Gandh)

અનુક્રમણિકા

૧. સ્વપ્નઃ મહાનતાની સીડી

સ્વપ્ન અંગેની શક્તિ વિશે આપણે વારંવાર સાંભળતા આવ્યા છીએ. ટોચના પ્રેરક વક્તાઓ દરેક સમયે આનો ઉલ્લેખ કરે છે. એવા પુસ્તકની શોધ અઘરી છે જે સ્વ- વિકાસ અથવા સંગઠનાત્મક વિકાસને લગતી હોય, જે વ્યક્તિગત સ્વપ્ન જોવાના મહત્ત્વને સમર્થન ન આપતા હોય. સેમિનારોમાં આવનારા લોકોને ડેલ કારનેગી પૂછતા હતા કે શું તેમની પાસે પોતાના ભાવિ સ્વપ્ન વિશેનું નિષ્કર્ષ દર્શાવતું લેખિત કથન છે, ત્યારે તેઓમાંના દશ ટકા કરતાં પણ ઓછા લોકો જ ઉત્તર આપી શકતા હતા.

કદાચ આ દુનિયાનો સૌથી અઘરો પ્રશ્ન છે. મારા જીવનનો શો અર્થ હોવો જોઈએ? મારો ઉદ્દેશ્ય શો છે? આ એવા પ્રશ્નો છે, જેની સાથે સૈકાંઓથી સ્ત્રી અને પુરુષ ઝઝૂમતાં રહ્યાં છે. જો કે, આ સૌથી મહત્ત્વપૂર્ણ સ્વપ્નને શોધવા તથા તેને પરિભાષિત કરવા માટે સમય, ઊર્જા અને પ્રયત્ન કરવાનું મહત્ત્વ હજુ સુધી યથાવત છે.

મહત્ત્વપૂર્ણ વાત એ છે કે આ પ્રયત્નથી આપણે શું પ્રાપ્ત કરી શકીએ છીએ, જે આપણે આના સિવાય કરી શકવાના નથી? ઉત્તર આ છે કે સ્થાયી ઉપલબ્ધિ અને વાસ્તવિક ઉત્કૃષ્ટતા ઊંચી આકાંક્ષાઓ છે, જેને અત્યંત મહત્ત્વપૂર્ણ માનવામાં આવે છે. જેને પ્રાપ્ત કરવું સરળ નથી. આ દુર્લભ વસ્તુઓને પ્રાપ્ત કરવા માટે મનુષ્યને ભારે હતાશાઓ, મુશ્કેલીઓ અને નિરાશાઓની સામે ઝઝૂમવા તૈયાર રહેવાનું હોય છે. આ વિપત્તિઓ સાથે સંઘર્ષ કરવા માટે મનુષ્ય પાસે એક પ્રબળ, ચુંબકીય ભવિષ્યનું ચિત્ર હોવું જોઈએ, જે મનગમતાં પરિણામોથી ભરેલું હોય.

સ્વપ્ન દ્વારા મહત્ત્વપૂર્ણ જીવનનો આરંભ

સુસ્પષ્ટ સ્વપ્નથી આપણી રોજિંદી પ્રવૃત્તિઓમાં ઉત્સાહ અને રોમાંચ આવી શકે છે. સ્વપ્ન કાર્યોને અર્થપૂર્ણ બનાવે છે. આપણે જે છીએ અને આપણે જે બનવા ઇચ્છા ધરાવીએ છીએ, તે બાબતે આપણે જે કરી રહ્યા છીએ, તેને કંઈ જ લાગતું વળગતું નથી એવું અનેક વાર આપણને એવું પ્રતીત થાય છે.

દીર્ઘકાલીન સ્વપ્ન આપણને પાછળ ધકેલનારી પ્રવૃત્તિઓનો ત્યાગ કરવામાં મદદરૂપ થાય છે.

એ સ્વપ્ન આપણી શક્તિઓ, મૂલ્યો, સૌથી પ્રગાઢ વિશ્વાસ અને તેના અજોડ ગુણને પ્રાપ્ત કરી, જેવા આપણે છીએ તેવા આપણને જે બનાવે છે. જે સંપૂર્ણપણે વ્યક્તિગત હોય છે. એ સૌથી ઊંડાણપૂર્ણ સ્તરે આપણને સ્પર્શે છે. આ મર્મસ્પર્શી છે !

સ્વપ્નોના મુખ્ય પગથિયાં :-

ઉદ્દેશ્ય / મિશન / સ્વપ્નની પરિભાષા

- માર્ગમાં આવનારા ચોક્કસ અને માપી શકાય તેવા લક્ષ્ય
- લક્ષ્યોને સુદૃઢ બનાવનારી અને પ્રાપ્ત કરાવનારી ટેવો
- આ ટેવોને કેળવવા અને સુદૃઢ બનાવનારી પ્રવૃત્તિઓ

જૂજ પ્રયત્નથી એ શક્ય બની જાય છે કે આપણે પ્રત્યેક દિવસે પોતાના ચરમ ઉદ્દેશ્ય તરફ આગળ વધીએ અને અનાવશ્યક પ્રવૃત્તિઓને બહાર ફેંકી દઈએ. જે આપણને વધારે સંતુષ્ટિ અને પરિતૃપ્તિ તરફ લઈ જશે.

પોતાના જીવનની અભિલાષા

એક વ્યક્તિએ પોતાના જીવનમાં શું કરવું જોઈએ? આ અંગે લાખો લોકો વિશે વાત કરી શકાય છે. ઉદ્દેશ્ય, મિશન અને સ્વપ્નના પારસ્પરિક તફાવત ઉપર ઢગલાબંધ પુસ્તકો અને સામગ્રી લખાઈ ચૂકી છે. આ ત્રણેય એકી સાથે આપણાં જીવનના સંચાલકશક્તિ હોય છે. તેમને એક નિષ્કર્ષ રૂપે કથનમાં મેળવી શકાય છે અને મેળવાવા જોઈએ. આપણાં દૃષ્ટિકોણથી આપણે તેને વ્યક્તિગત મિશન સ્ટેટમૅન્ટ નામ આપવા ચાહીશું.

દિશા નક્કી કરવાની પ્રક્રિયા પ્રભાવશાળી લક્ષ્યને ઘડવામાં આપણને મદદ કરશે. એકમાત્ર, સ્પષ્ટ અને ચોક્કસ લક્ષ્ય હોવાને કારણે આપણે ઉત્તમ નિર્ણય લઈએ છીએ. અંતતઃ આપણાં નિર્ણય જ એવા માર્ગો ઘડે છે, જેના ઉપર આપણે જીવનમાં ચાલીએ છીએ. આપણે સૌથી વધુ શું ઈચ્છીએ છીએ, જ્યારે આપણે તેને પારખી લઈએ છીએ અને સ્વયંને તેના પ્રત્યે સમર્પિત કરી દઈએ છીએ, ત્યારે તે આપણી સમક્ષ વધારે સ્પષ્ટ બની જાય છે કે કયા નિર્ણયો આપણને તેની તરફ દોરી જાય છે અને કયા દોરી જતા નથી. કાગળ ઉપર તેને ઉતારી લેવાની પ્રક્રિયાથી તેને સ્પષ્ટ કરવામાં સહાયતા મળે છે. આ આપણને સૌથી મહત્ત્વપૂર્ણ પ્રશ્નનો ખરો ઉત્તર આપવા માટે વિવશ કરે છે - હું

જીવન પાસે શું ઇચ્છું છું?

જીવનમાં વધારે ઉત્કૃષ્ટતા લાવવાનો પ્રયત્ન કરવો મહત્ત્વપૂર્ણ છે, આપણે આ અત્યંત મહત્ત્વપૂર્ણ ડગલું ભરવું જ જોઈએ. પ્રગતિશીલ મિશન સ્વયંને પ્રાપ્ત કરાવવા માટે આવશ્યક પરિવર્તન કરવામાં આપણી સહાયતા કરે છે. એમાં ચુંબકીય આકર્ષણ હોવું જોઈએ, જે આપણને બીજે લઈ જનારી પ્રવૃત્તિઓને સમાપ્ત કરવામાં આપણી સહાયતા કરે. જીવનમાં રોમાંચક ઉદ્દેશ્ય હોવાને કારણે પ્રેરણા પ્રાપ્ત થાય છે. આ આપણે શક્તિ, દૃઢતા, ધૈર્ય આપે છે. આ આપણને વધારે વિશાળ લક્ષ્યોની ઉપલબ્ધિઓ અને અંતતઃ ઉત્કૃષ્ટતાની શોધમાં અલ્પકાલીન ત્યાગ અને વિપત્તિ સહન કરવાની ઇચ્છા પ્રદાન કરે છે.

સ્વપ્નને એક સાથે લાવો?

ઉદ્દેશ્યને શોધવાની કોઈ ચોક્કસ ફૉર્મ્યૂલા નથી, પરંતુ સફળ લોકોની શોધમાં નિમ્ન વાતોની માહિતી મેળવવી જોઈએ :

- દરેક મહત્ત્વપૂર્ણ ઉપલબ્ધિઓ અને સફળતાઓની યાદી બનાવો.
- ભવિષ્યની કલ્પના કરો કે તમે શું કરવાનું પસંદ કરશો? શા માટે?
- દીર્ઘકાલીન ભવિષ્યમાં સાધારણ દિવસ કેવો દેખાશે? તેનું સમયપત્રક બનાવો.
- ભવિષ્ય વર્તમાન કરતાં કેવા અર્થમાં ભિન્ન હશે?
- પોતાના જીવનમાં કઈ ત્રણ મુખ્ય ઉપલબ્ધિઓ ઇચ્છો છો?
- પોતાની શ્રદ્ધાંજલિ લખો. તમે કેવી રીતે યાદ કરાવવા ઇચ્છશો? આ યાદીઓ બનાવવા અને તે વિશે વિચારવાથી પોતાના મનગમતા ભવિષ્યને વધારે સ્પષ્ટ અને વિસ્તારપૂર્વક નિહાળવામાં સહાયતા પ્રાપ્ત થશે. આપણે કેટલીક પેટર્નોને વિકાસ પામતી જોઈ શકીશું.

વ્યક્તિગત મિશન સ્ટેટમૅન્ટ હંમેશાં અંગત હોય છે. તેના વિશે બીજા શું વિચારે છે, એ તેટલું અગત્યનું નથી, જેટલું કે આપણે તેના વિશે શું વિચારીએ છીએ ! આપણે આ સમજી લેવું જોઈએ કે જીવનમાં દરેક વ્યક્તિનું મિશન આપણી જેમ જ અજોડ હોય છે.

વ્યક્તિગત મિશન સ્ટેટમૅન્ટના માપદંડ

- આપણાં અજોડ ગુણો પર આધારિત હોવા જોઈએ.
- ચુંબકીય અને રોમાંચક હોવા જોઈએ.

- હૃદય અને મસ્તિષ્કને જકડી લેનાર હોવા જોઈએ.
- એક એવા ભવિષ્યનું ચિત્ર બનાવવું જોઈએ, જે આજની વાસ્તવિકતા કરતાં શ્રેષ્ઠ હોય.
- આપણાં સૌથી પ્રગાઢ મૂલ્યો અને વિશ્વાસોને પ્રદર્શિત કરવા જોઈએ.

વ્યક્તિગત સ્ટેટમૅન્ટને સાવચેતીથી વાંચો. શું તે રોમાંચક છે? શું તે દર્શાવે છે કે આપણે ક્યાં જઈ રહ્યા છીએ? શું તે આપણને સંભવિત ભાવિ સંઘર્ષ, ત્યાગ અને અઘરી પસંદગીઓમાંથી બહાર આવવામાં આપણી અવશ્ય સહાયતા કરશે? જો તેને યથાયોગ્ય બનાવવામાં સમય લાગે, નો નવાઈ ન પામશો. જ્યારે આ આદર્શ બની જશે, ત્યારે આપણને ખબર પડી જશે. જ્યારે આપણે સહાયતા માટે પોતાના અંતર્જ્ઞાની સ્વરૂપનું આહ્‌વાન કરીશું, ત્યારે એ યથાયોગ્ય જણાશે.

લક્ષ્ય / ઉદ્દેશ્ય અને પ્રાથમિકતાઓ

જે મનુષ્યનું લક્ષ્ય જેવું લક્ષ્ય હશે તેની કાર્યવાહી તે જ પ્રમાણે દેખાશે. આપણાં વ્યક્તિગત મિશન સાથે પ્રવાહિત થાય છે. આ ઉત્કૃષ્ટતાના માર્ગના દિશાસૂચક છે. આ એવા પડાવો છે, જેના સુધી આપણે મિશન તરફ આગળ વધતા સમયે પહોંચીએ છીએ અને પાર કરીએ છીએ. આ મહત્ત્વપૂર્ણ ડગલાંઓની સીડીઓ છે, જે મિશન ઉપર નિર્ભર ભવિષ્યની રચના કરે છે. તેના વિશે સાવધાનીપૂર્વક વિચાર કરવો જોઈએ. જ્યારે આપણે વ્યક્તિગત મિશનને સ્પષ્ટ કરી લઈએ છીએ, ત્યારે તેને વિભિન્ન ક્ષેત્રોમાં વિભાજિત કરવા અત્યંત મહત્ત્વપૂર્ણ હોય છે, જેના ઉપર આપણે આપણું ધ્યાન કેન્દ્રિત કરી શકીએ.

કોઈ પણ વ્યક્તિના જીવનની સફળતાનો પ્રથમ આધાર લક્ષ્ય જ હોય છે. લક્ષ્યને નક્કી કરવામાં સૌ પ્રથમ એ નક્કી કરવું અત્યંત મહત્ત્વપૂર્ણ હોય છે કે આપણે કેવા મનુષ્ય બનવું જોઈએ, જેથી આપણે વ્યક્તિગત મિશનના માર્ગ ઉપર સફળતાપૂર્વક ચાલી શકીએ. આપણે શું શીખવાની જરૂર છે? આપણે હંમેશાં લક્ષ્યને નિર્ધારિત કરતી વખતે એ બાબત ઉપર વધારે ધ્યાન કેન્દ્રિત કરીએ છીએ કે આપણે શું ઇચ્છીએ છીએ અને એ બાબતની આપણે અવગણના કરીએ છીએ કે આપણે શું બની રહ્યા છીએ. આપણે જેવા છીએ, તેનાથી જ એ નિર્ધારિત થાય છે કે આપણને જીવનમાં શું પ્રાપ્ત થાય છે. સ્વસુધારણાના નિશ્ચિત લક્ષ્ય નક્કી કરવા ઉપર વિશેષ ધ્યાન આપો, કારણ કે તેની સહાયતાથી આપણે આપણાં લક્ષ્ય વધારે ઝડપથી અને સાહજિકતાથી હાંસલ કરી શકીશું.

આપણાં લક્ષ્યો દીર્ઘકાલીન તથા અલ્પકાલીન હોવા જોઈએ. પ્રથમ દીર્ઘકાલીન લક્ષ્યો સાથે શરૂઆત કરો. પોતાના વ્યક્તિગત સ્ટેટમૅન્ટ ઉપર દૃષ્ટિપાત કરો. કલ્પના કરો કે આપણે ત્યાં પહોંચી ગયા છીએ. આ મહત્ત્વપૂર્ણ સફળતાઓ કઈ છે, જેને આધારે આપણે ત્યાં સુધી પહોંચી શક્યા છીએ? દરેક ક્ષેત્રોના લક્ષ્યો ઉપર વિચારણા કરો. આ રોમાંચક ભવિષ્ય સુધી પહોંચવા માટે આપણે શું પ્રાપ્ત કરવાનું છે? આ પ્રશ્નોના સાવચેતીપૂર્વક ઉત્તરો આપો. ત્યારે તમારી પાસે દીર્ઘકાલીન લક્ષ્યોનો એક નક્કર સમૂહ હશે.

ટેવનો જાદુ : ચાર્લ્સ ડિકન્સે કહ્યું હતું કે "આપણે પોતે જ એવી સાંકળો બનાવીએ છીએ, જેને આપણે જીવનમાં પહેરીએ છીએ." પ્રશ્ન એ છે કે શું આપણે એવી સાંકળો બનાવી રહ્યા છીએ, જે આપણને અટકાવી રહી છે અથવા તો પછી આપણે પ્રગતિશીલ ભવિષ્ય સુધી પહોંચાડનારી સાંકળો બનાવી રહ્યા છીએ? એરિસ્ટોટલે કહ્યું હતું, "પહેલાં આપણે ટેવો કેળવીએ છીએ, ત્યાર પછી એ ટેવો આપણને કેળવે છે." જે કોઈ વ્યક્તિ ઉત્કૃષ્ટતા પ્રાપ્ત કરવા માટે ગંભીર હોય છે, તેને માટે તદ્દન અનિવાર્ય છે કે તે ખરાબ ટેવોનો ત્યાગ કરે અને સારી ટેવો પાડવા ઉપર અત્યંત બારીકાઈથી ધ્યાન આપે.

ટેવ આપણી સૌથી ખરાબ શત્રુ હોઈ શકે છે. તે આપણી સૌથી શ્રેષ્ઠ મિત્ર પણ હોઈ શકે છે. તે વ્યક્તિગત છે, તેને કેળવવા માટે અનુશાસનની જરૂર છે.

અને તે એવાં પરિણામો આપે છે, જેનું પૂર્વાનુમાન સંભવ છે. આ વાસ્તવિકતા છે, ભલે ટેવ વાંછનીય હોય કે અવાંછનીય હોય. માનો કે ન માનો, ખરાબ ટેવોને આત્મસાત્ કરવામાં પણ એટલો જ સમય લાગે છે જેટલો સારી ટેવોને આત્મસાત્ કરવામાં. સારી અને ખરાબ બન્ને ટેવોને કાલ્પનિક વાસ્તવિકતા બનાવવાને બદલે જીવંત પસંદગી બનાવો.

પ્રાથમિકતાના રૂપમાં આપણી ટેવો એવી હોવી જોઈએ, જે આપણાં લક્ષ્યો સુધી પહોંચવામાં આપણી સહાયતા કરે. ઉદાહરણ રૂપે, જો આપણે પોતાના સ્વાસ્થ્ય અને ફિટનેસને બહેતર બનાવવાનું લક્ષ્ય નિર્ધારિત કરીએ છીએ, તો એ લક્ષ્યને પુષ્ટ કરનારી ટેવો કેળવવી જોઈએ. સારું ભોજન લેવાની ટેવ પાડવી જોઈએ, જેમાં દરરોજ તાજાં ફળોના ઓછામાં ઓછા બે ટુકડા હોય. તેને માટે વ્યાયામની ટેવ પાડવી પડશે, દિવસમાં ઓછામાં ઓછું વીસ મિનિટ પગપાળા ચાલવું સામેલ હોય. કેન્ડીબાર ખાવાની ટેવ પણ અટકાવવી જરૂરી બની જાય છે. જ્યારે આપણે આપણાં લક્ષ્યોના સામંજસ્યવાળી ટેવો કેળવી લઈએ છીએ, ત્યારે આપણે સફળતાની અત્યંત લગોલગ પહોંચી જઈએ છીએ. નવી ટેવો પ્રમાણે ચાલવું વધારે ગમવા લાગે છે, કારણ કે તે આરામદાયક બની જતી

હોય છે અને આપણને સંતુષ્ટિનો પુરસ્કાર આપે છે કે આપણે આપણાં રોમાંચક ભવિષ્યથી વધારે દૂર નથી, પરંતુ તેના તરફ આગળ ધસી રહ્યા છીએ. આપણે ઉત્કૃષ્ટ ત્યારે બનીએ છીએ, જ્યારે આપણે એ ટેવો માટે ગૌરવ અનુભવીએ છીએ તથા તે પ્રક્રિયાનો આનંદ માણીએ છીએ !

માત્ર બે ટેવને મહત્ત્વપૂર્ણ બનાવો

આપણે આપણાં દીર્ઘકાલીન લક્ષ્યો ઉપર દૃષ્ટિપાત કરવો જોઈએ. તમે કેવા મનુષ્ય બનવાનો પ્રયાસ કરી રહ્યા છો, તમારામાં કઈ ટેવો છે? વધારે લાંબામાં લાંબી યાદી બનાવો. તત્પશ્ચાત્ એ ખરાબ ટેવોની યાદી બનાવો, જે અત્યારે તમારામાં રહેલી છે, તેને દૂર કર્યા પછી તમે એવા વ્યક્તિ બની શકશો, તે પોતાના દીર્ઘકાલીન લક્ષ્યોને સાકાર કરી શકશે. સુનિશ્ચિત કરો કે આ યાદીઓ આરંભથી અંત સુધીની હોય.

આપણે આપણી પ્રાથમિકતાઓને ક્રમબદ્ધ કરવાની છે. કઈ નવી ટેવ પહેલાં કેળવવાની છે અને કઈ અણગમતી ટેવોને પહેલા દૂર કરવાની છે? આ અત્યંત મહત્ત્વપૂર્ણ ડગલું છે. અનુભવ જણાવે છે કે એકી સમયે માત્ર બે ટેવોને લેવી વધારે સર્વશ્રેષ્ઠ હોય છે. એક સાથે બધાની સાથે ઝઝૂમવા માટેના ત્વરિત પ્રયાસો કરવાથી એટલો બધો ક્રાંતિકારી પરિવર્તન અને અને આઘાત અનુભવાય છે કે આપણે પ્રયાસો ચાલુ રાખી શકતા નથી.

ટેવોને કેળવવા અને ત્યજવામાં પોતાની પ્રગતિનું અવલોકન કરવાની રીતને નક્કી કરો. સંભવતઃ તમારા જર્નલમાં તપાસ-યાદીથી સહાયતા મળશે. અથવા તો તમારા દૈનિક કેલેન્ડરમાં એક પ્રવિષ્ટ રિમાઇન્ડરના રૂપમાં મૂકી રાખવાથી તમારું કામ થઈ જશે.

ટેવોને વાસ્તવિક બનાવો

ટેવોની પ્રક્રિયાનું અંતિમ પગલું તેને વાસ્તવિક બનાવવી તે છે. આજે આપણે કઈ પ્રવૃત્તિઓ કરવાની છે, જે આપણને આ ટેવો, લક્ષ્યો અને અંતતઃ આપણાં ઉદ્દેશ્ય તરફ લઈ જશે? આ આપણી દૈનિક કાર્યયાદીમાં સામેલ હોય છે.

આપણે આપણાં માસિક ઉદ્દેશ્યો ઉપર દૃષ્ટિ રાખવી જોઈએ. જો કે પહેલાં તો આ એક બોજા સમાન લાગી શકે છે, પરંતુ દરરોજ માસિક ઉદ્દેશ્યને ચકાસવા અત્યંત આવશ્યક છે, તત્પશ્ચાત્ જ પોતાની કાર્યયાદીમાં એ દૈનિક પ્રવૃત્તિઓ નક્કી કરો, જેના ઉપર આપણે ધ્યાન આપવાની આવશ્યકતા છે. મનુષ્યમાં જે કાર્ય દેખાય છે, તેજ કાર્ય કરવાની પ્રવૃત્તિ હોય છે. પરંતુ દુર્ભાગ્યવશ, જે

તત્કાળ દષ્ટિગોચર થાય છે, એ મહત્ત્વપૂર્ણ હોય તેવું કાયમ બનતું નથી, જેનાથી દીર્ઘકાલીન લક્ષ્યોને પ્રાપ્ત કરવામાં સહાયતા મળે. આપણાં જીવનમાં મહત્ત્વપૂર્ણ ઘટક દેખાતા રહેવા જોઈએ, જેથી તેના ઉપર પણ આપણે આપણું ધ્યાન કેન્દ્રિત કરી શકીએ.

આપણે અન્યના આગ્રહવશ પોતાની દૈનિક કાર્યયાદી તૈયાર કરવાની પ્રવૃત્તિથી બચવું જોઈએ. તેને પહેલાં પોતાના માસિક ઉદ્દેશ્યોના આધારે ભરો. બાકીનો સમયે બીજાં મહત્ત્વપૂર્ણ કાર્યોથી ભરી લો. પ્રત્યેક દિવસે પોતાના માસિક ઉદ્દેશ્યોની સમીક્ષા કરવાની ટેવ કેળવી લો અને આપણે ઉત્કૃષ્ટતાના માર્ગે આગળ વધવા લાગીશું.

૨. આત્મવિશ્વાસ ઉત્પન્ન કરો

જ્યારે લેરીની કંપનીએ એક નવા વિભાગના સુપરવાઈઝરના પદ માટે જાહેરાત આપી, ત્યારે લેરીના મનમાં અરજી કરવાની લાલચ ઉત્પન્ન થઈ, પરંતુ તત્કાળ તેના મનમાં એવો વિચાર આવ્યો "હું બઢતી તો પસંદ કરું છું, પરંતુ હું ભાગ્યે જ ત્યાંની જવાબદારીઓ સંભાળી શકીશ."

સૂઝને પોતાના બૉસને સૂચન કર્યું, જે તેના વિચાર પ્રમાણે ઉત્પાદકતાને બહેતર બનાવી શકતું હતું, પરંતુ બૉસે તેમાં કેટલીક ત્રુટિઓ જણાવી. સૂઝનની પ્રતિક્રિયા આવી હતી, "હું નિષ્ફળ છું. હું કોઈ પણ વિષય ઉપર સંપૂર્ણપણે વિચારી શકતી નથી. હું ફરીથી ક્યારેય સૂચનો આપીશ નહિ."

ક્લેયરને પોતાના ચર્ચની કમિટીના ચૅરમૅન બનવા માટે આગ્રહ કરવામાં આવ્યો. તેણે પોતાના પતિને કહ્યું, "મારે આ પ્રોજેક્ટ અંગે ચર્ચના સભ્યો સમક્ષ બોલવું પડશે. હું આ કામ કોઈ પણ રીતે કરી શકતી નથી."

એલિયટ આરંભિક ત્રણ માસ સુધી પોતાની કંપનીનો ટોચનો સેલ્સમૅન હતો, પરંતુ ચોથા માસમાં તેનું પ્રદર્શન સારું નહોતું. તે ખૂબ પાછળ હતો. તેણે પોતાના મનમાં કહ્યું કે એ પ્રથમ ત્રિમાસિકમાં હું ભાગ્યશાળી હતો, પરંતુ પછી મારા નસીબે મને સાથ આપ્યો નહિ, અને હવે હું ત્યાં જ છું, જ્યાં મારે હોવું જોઈએ. મહાપરાણે હું મારો ક્વૉટા પૂરો કરી રહ્યો છું. હું એ પણ જાણું છું કે આ લાંબા સમય સુધી ચાલી શકશે નહિ.

તમે ધ્યાનપૂર્વક વિચાર કરો તેઓની સમસ્યા શું છે? તેઓમાં આત્મવિશ્વાસનો અભાવ છે. તેઓ પોતાને નિષ્ફળ માને છે અને વિચારે છે કે તેઓ આજીવન નિમ્ન સ્તરે રહેવા માટે અભિશપ્ત છે.

> **સ્વયં ઉપર વિશ્વાસ કરો ! પોતાની યોગ્યતાઓ ઉપર ભરોસો રાખો ! પોતાની શક્તિઓમાં વિનમ્ર પરંતુ તાર્કિક વિશ્વાસ સિવાય તમે સફળ કે ખુશ રહી શકતા નથી**
> **- ડેલ કારનેગી**

જ્યારે આપણે પોતાની યોગ્યતા અને ઉપલબ્ધિઓ ઉપર સંદેહ કરીએ છીએ અને આપણો વિશ્વાસ ધરાતળ સુધી પહોંચી જતો હોય છે, આવું ઘણી વાર

બનતું હોય છે. આપણે યોગ્યતાઓ અને પોતાનું આકલન એ આધાર પર કરીએ છીએ કે બીજા લોકો આપણાં વિશે શું વિચારે છે. આવી માનસિકતા નિષ્ફળતાનો ભય ઉત્પન્ન કરે છે અને આપણે જોખમ ઉઠાવતા ખચકાઈએ છીએ. જો આવી માનસિકતા ઘર કરી જાય તો આપણે સ્વયંને નીચે રાખીશું, બીજાના સકારાત્મક અભિપ્રાયોને મહત્ત્વ નહિ આપીએ પરંતુ તેમના નકારાત્મક અભિપ્રાયોને માની લઈશું. આવી સ્થિતિ સ્વયંને પરાજિત કરી દેનારી વૈચારિક પદ્ધતિ અને નકારાત્મક દૃષ્ટિકોણનો કાયમ પીછો કર્યા કરે છે.

કોઈ પણ વ્યક્તિના જીવનમાં આત્મવિશ્વાસ, આત્મગૌરવ મહત્ત્વપૂર્ણ હિસ્સો છે. આપણે જે નિર્ણય લઈએ છીએ, તેના ઉપર આપણે ત્યારેજ વિશ્વાસ કરી શકીએ છીએ, જ્યારે આપણને પોતાનામાં વિશ્વાસ હોય. આપણે સ્વયંને ખરેખર મૂલ્યવાન અને મહત્ત્વપૂર્ણ અનુભવવા જોઈએ. જો આપણામાં આત્મગૌરવ નથી, તો આપણાં નિર્ણયોના પણ યથાયોગ્ય હોવા ઉપર કઈ રીતે વિશ્વાસ કરી શકીશું ?

આપણે પોતાના વિશે જે વિચારીએ છીએ, તે આપણને મહત્ત્વપૂર્ણ લાગતું નથી. પરંતુ આપણાં વિશે લોકો શું વિચારે છે, તેના વિશે આપણે વધારે વિચાર્યા કરીએ છીએ. વિલિયમ બૅકરે કહ્યું હતું, “એ વાતની પરવા ન કરો કે લોકો તમારા માટે શું વિચારે છે. તેઓ તમારી અતિ અથવા ન્યૂન આકારણી કરી શકે છે. જ્યાં સુધી તેઓ તમારું ખરું મૂલ્ય સમજશે, ત્યાં સુધી તમારી સફળતા મુખ્યત્વે એ વાત ઉપર આધારિત રહે છે કે તમે પોતાના અંગે શું વિચારો છો અને તમને તમારા પોતાના ઉપર વિશ્વાસ છે કે નહિ. જો કોઈ તમારા ઉપર વિશ્વાસ ન કરે, તેમ છતાં તમે સફળ બની શકો છો. પરંતુ જો તમે તમારા પોતાના ઉપર જ વિશ્વાસ નથી ધરાવતા, તો તમે ક્દાપિ સફળ બની શકતા નથી.”

ઍપિક્ટેટસે કહ્યું હતું, “જે પોતાનો સ્વામી નથી, એ મનુષ્ય સ્વતંત્ર નથી.” જ્યાં સુધી આપણે આપણી યોગ્યતાઓ ઉપર વિશ્વાસ નહિ ધરાવીએ અને જ્યાં સુધી સફળ બનવા માટેના પોતાના સંકલ્પ ઉપર ભરોસો નહિ રાખીએ, ત્યાં સુધી આપણે એ માર્ગ ઉપર ચાલવાનો આરંભ નહિ કરી શકીએ, જે આપણને લક્ષ્યોની દિશા તરફ દોરી જાય છે. આપણે સ્વયં પાસે વિશાળ બાબતોની અપેક્ષા રાખવી જોઈએ. આ વિશ્વાસ આપણી અંદરના સર્વશ્રેષ્ઠ ગુણોને બહાર લઈ આવે છે. જેમ પ્રાચીન કહેવત છે : “ યુદ્ધ હંમેશાં સૌથી શક્તિશાળી અથવા સૌથી ઝડપી મનુષ્ય જીતતો નથી; વહેલો મોડો એ જ મનુષ્ય જીતે છે જે વિચારે છે કે તે જીતી શકે છે. ”

આપણે પોતાને શું માનીએ છીએ?

જેઓમાં આત્મવિશ્વાસ હોતો નથી, તેઓ એ બાબત ઉપર બહુ ભાર મૂકે છે કે બીજા શું વિચારે છે અને તે દ્વારા જ તેઓ નક્કી કરે છે કે પોતાના માટે શું અનુભવવું જોઈએ. ભયને કારણે તેઓ જોખમ ખેડતાં ખચકાય છે અને સામાન્ય રીતે સફળ થવાની આશા રાખતા નથી. તેઓ હંમેશાં પોતાને નીચે રાખે છે, સકારાત્મક અભિપ્રાયને મહત્ત્વ આપતા નથી અને નકારાત્મક સૂચનોને સાચાં માની લે છે. પરિણામસ્વરૂપે સ્વયંને પરાજિત કરનારી વૈચારિક પદ્ધતિઓ અને નકારાત્મક દૃષ્ટિકોણ હંમેશાં ચાલ્યા કરે છે. આવી વિચારસરણીને પરાજિત કરનારા કેટલાક વૈચારિક ઉપાયો નીચે દર્શાવ્યા મુજબ છે :-

- જ્યારે બૉસે સૂઝનના સૂચનની આલોચના કરી, ત્યારે તેની પ્રતિક્રિયા અતિવાદી વિચારધારાથી પ્રેરિત હતી. આ એક નિષ્ફળતાને કારણે જ તેણી એવું અનુભવવા લાગી હતી, " જો મારું પ્રદર્શન આદર્શ નથી, તો સંપૂર્ણપણે નિષ્ફળ છું."
- જોખમો જીવનના પ્રત્યેક વળાંકો ઉપર ઝઝૂમતા હોય છે અને સહસા આપણી સમક્ષ આવી પડે છે. ઉદાહરણ રૂપે, એક નાનકડી નકારાત્મક ઝલક, એક નાનકડી આલોચના અથવા તો હળવી ફૂલ ટકોર સંપૂર્ણ વાસ્તવિકતાને સંતાડી દે છે. "હું એ પ્રસ્તુતિકરણ યોગ્ય રીતે કરી શક્યો નહિ, એ માટે હવે મને ક્યારેય પ્રમોશન મળશે નહિ."
- સારું પ્રદર્શન ખરાબ પ્રદર્શન જેટલું મહત્ત્વપૂર્ણ માનવામાં આવતું નથી. આ એલિયેટની પ્રતિક્રિયા હતી. "હું જાણું છું કે પાછલા ત્રિમાસિકમાં મારો વેચાણનો રેકૉર્ડ સર્વશ્રેષ્ઠ હતો, પરંતુ આ તો માત્ર નસીબની વાત હતી. હવે હું મારા અસલ સ્વરૂપમાં પાછો આવી ગયો છું. આ ત્રિમાસિકમાં તો હું માત્ર મારો ક્વૉટા જ પૂરો કરી શકીશ."
- "જોઈએ" કથન આપણને આદર્શ પરિદૃશ્ય તરફ દોરી જાય છે, પરંતુ તત્પશ્ચાત્ એક યથાર્થવાદી વિચાર પ્રક્રિયા આવવી જોઈએ, જે "વર્તમાન સ્થિતિ" નક્કી કરે. વર્તમાન સ્થિતિ નક્કી કરવાથી જ આપણે એ યોજના ઘડી શકીએ છીએ કે આપણે જ્યાં છીએ, ત્યાંથી "જોઈએ" સુધી કેવી રીતે પહોંચીએ. હંમેશાં આપણે આપણી વર્તમાન સ્થિતિને જોઈને ભયથી પંગુ બની જઈએ છીએ, કારણ કે આપણને એ ખબર હોય છે કે આપણે જ્યાં હોવું જોઈએ,

એ આપણાં અત્યંત દૂર છે. અહીંયા થોભીને અવલોકન કરવાનો અને પુનઃ પાટા ઉપર પરત ફરવાનો સમય છે.

- બાળપણ પછી આપણે એક આરામદાયક પરિવેશ બનાવી લઈએ છીએ. સેલીના પરિવારમાં પ્રત્યેક નિર્ણયો તેના પિતા કરતા હતા. બાળકોને સમજાવી દેવામાં આવ્યાં હતાં કે તેમણે દેખાવું જોઈએ, તેમનો અવાજ ન આવવો જોઈએ. આજે સેલી પુખ્ત બની ગઈ છે. પરંતુ પત્ની, માતા અને કર્મચારીના રૂપમાં જ્યારે તેને નિર્ણય લેવા માટે જણાવવામાં આવે છે, ત્યારે તે અસહજ બની જાય છે.

  ચાર્લી ઘણાં વર્ષો સુધી અમેરિકન સૈન્યમાં પ્રશાસનીય બિન-કમિશન્ડ અફસર હતો. તેણે નિષ્ઠાપૂર્વક સૈન્યના નિયમોનું અધ્યયન અને અનુસરણ કર્યું. રિટાયરમેન્ટ પશ્ચાત તે પોતાની બિન-લશ્કરી નોકરીમાં એટલા કૌશલ્યથી કામ કરી શક્યો નહિ, કારણ કે તે કંપનીમાં સૈન્ય જેવા લેખિત નિયમો નહોતા, જે તેનું માર્ગદર્શન કરી શકે.

  સાન્દ્રા એલ. એક સ્થાનિક બુટીકમાં કિશોરવય માટેના પોશાકોનું વેચાણ કરતી હતી. તેના બૉસે તેને કહ્યું, ‘‘એ દર્શકોની સમક્ષ એક ફેશન શૉનું વર્ણન કરે.’’ આ સાંભળીને તે ભયભીત બની ગઈ. એક -એક ગ્રાહક સાથે વાત કરવી તેના માટે સામાન્ય તથા આરામદાયક હતું, પરંતુ કોઈ સમૂહની સમક્ષ બોલવું તેના આરામદાયક વર્તુળની બહાર હતું. તેના બૉસે તેને સલાહ આપી, ‘‘આ સમસ્યા નિવારવા તે ડેલ કારનેગી કોર્સ કરે.’’

ડેલ કારનેગી દ્વારા આવિષ્કાર કરાયેલા કોર્સમાં પ્રતિભાગીઓનો ખચકાટ દૂર થશે, કારણ કે એમાં દરેક સદસ્યએ ઓછામાં ઓછું એક વાર બોલવું જરૂરી હોય છે. આ અસરકારક હોય છે, કારણ કે દર્શક પ્રશંસા કરે છે અને હિમ્મત વધારે છે. નેવું વર્ષ કરતાં વધારે સમયથી ડેલ કારનેગી પ્રશિક્ષણ કાર્યક્રમે હજારો - લાખો પ્રતિભાગીઓની મદદ કરી છે. સાન્દ્રાની પણ સહાયતા તેણે કરી, જે હવે વર્ષમાં એનક વાર ફેશન શૉનું વર્ણન કરે છે. પોતાના બૉસ અને ગ્રાહકો પાસેથી પ્રાપ્ત પ્રશંસાથી તેના આત્મગૌરવમાં વૃદ્ધિ થઈ છે.

આત્મવિશ્વાસ કેવી રીતે વધારશો?

નીચે દર્શાવેલ રણનીતિઓ સ્વયંને પરાજિત કરનારી વૈચારિક પદ્ધતિઓને તોડી શકે છે.

આત્મસ્વીકૃતિ : આત્મસ્વીકૃતિ મનુષ્યના રૂપમાં સ્વયંને સ્વીકાર કરવાની યોગ્યતા છે. એટલે કે - પોતાના સકારાત્મક પાસાંઓ - આપણાં ગુણો, શક્તિઓ અને યોગ્યતાઓ ઉપર ધ્યાન કેન્દ્રિત કરવું, જે બધું મળીને આપણું અજોડ વ્યક્તિત્વ રચાયેલું છે. આત્મછબિ ઉપર ધ્યાન કેન્દ્રિત કરવાથી આત્મવિશ્વાસ અને આત્મગૌરવ બન્ને ઉપર સકારાત્મક પ્રભાવ ઉદ્‌ભવે છે. પરંતુ સામાન્ય રીતે જોવા મળે છે કે લોકો પોતાની શક્તિઓને બદલે પોતાની નબળાઈઓ પર વધારે ધ્યાન કેન્દ્રિત કરે છે અને પોતાનું નુકસાન વહોરી લે છે. આપણે સકારાત્મક ચિત્રો ઉપર ધ્યાન કરીને પોતાની અને બીજાની મદદ કરવી જોઈએ.

સફળતાઓ ઉપર ધ્યાન : આપણે આપણી ભૂતકાળની સફળતાઓ અને ઉપલબ્ધિઓ ઉપર ધ્યાન કેન્દ્રિત કરીએ. આપણે ભૂતકાળમાં જે સારાં કાર્યો કર્યાં છે, તેને માટે સ્વયંની પ્રશંસા કરો. નિષ્ફળતાઓ ઉપર ધ્યાન કેન્દ્રિત કરવું વધારે સરળ હોય છે, કારણ કે આપણે બીજાઓને હંમેશાં તેના વિશે જણાવતાં રહીએ છીએ. પરંતુ જ્યારે આપણે જીવનની સફળતાઓ વિશે વિચારવામાં સમય વ્યતીત કરીએ છીએ, ત્યારે દૃષ્ટિકોણ ઝડપથી પરિવર્તિત થઈ જાય છે.

જીવનમાં પ્રાપ્ત સફળતાઓની તથા ઉપલબ્ધિઓની યાદી તૈયાર કરવી અત્યંત મહત્ત્વપૂર્ણ કાર્ય છે. પહેલાં તો સંપૂર્ણ યાદી તૈયાર કરવી અઘરું લાગી શકે છે, પરંતુ ખંતથી કામ કરવાથી આપણી યાદીમાં વૃદ્ધિ થતી જાય છે અને તેની સાથોસાથ આપણા આત્મવિશ્વાસમાં પણ વૃદ્ધિ થતી જાય છે.

હેનરીટા એક સેલ્સ રિપ્રેઝન્ટેટિવ હતી, જે ઑરલેન્ડો, ફ્લોરિડાના એક રિયલ એસ્ટેટમાં કામ કરતી હતી. તેને એક ગ્રાહકનો પત્ર પ્રાપ્ત થયો, જેમાં તેણે હેનરીટાની પ્રશંસા કરતાં જણાવ્યું હતું કે તેને કારણે જ તેને "આદર્શ ઘર" પ્રાપ્ત થયું. હેનરીટાએ એ પત્ર ઑફિસમાં દરેકને દેખાડ્યો. તેના બૉસે તેને સલાહ આપી કે તેને સફળતાની ફાઈલમાં રાખી દે અને આગળ પ્રાપ્ત થનારા પત્રો પણ એ જ ફાઈલમાં રાખે. તેમણે જણાવ્યું, "આ તારી 'સફળતાની ફાઈલ' છે. જ્યારે પરિસ્થિતિઓ અનુકૂળ નહિ હોય, ત્યારે આ પત્રો વાંચીને તને ખુશી પ્રાપ્ત થશે. આ પત્રો એ વાતનું પ્રમાણ છે કે તું પહેલાં આ કાર્ય કરી ચૂકી છે, એટલા માટે ફરીથી પણ કરી શકે છે. "

હેનરીટાએ આ સલાહનો અમલ કર્યો. જ્યારે તેણે જોયું કે પ્રત્યેક સફળતા માટે પત્ર પ્રાપ્ત થતા નથી, ત્યારે તેણે 'સફળતાનો લૉગ' બનાવી લીધો. આ લૉગમાં તે પોતાની મહત્ત્વપૂર્ણ ઉપલબ્ધિઓની નોંધ કરતી હતી - કોઈ અઘરું વેચાણ કરવું, કોઈ મહત્ત્વપૂર્ણ ભવનનિર્માતા કંપની પાસેથી નવાં ઘરો માટે

પ્રથમ વેચાણ કરવાના અધિકારો પ્રાપ્ત કરવા, કોઈ મહિનામાં ઑફિસમાં અધિકતમ વેચાણ કરવું ઇત્યાદિ.

આપણાં દરેકના જીવનમાં પડતી અને મંદીના તબક્કા આવે છે. હેનરીટા પણ આમાં અપવાદ નહોતી. જ્યારે કોઈ વેચાણ આગળ વધ્યા પછી પણ પૂર્ણ થઈ શકતું નહોતું, જ્યારે મંદીનો દોર આવતો હતો ને તેનામાં નિરાશા વ્યાપી જતી હતી, ત્યારે તે પોતાની 'સફળતાની ફાઇલ' ખોલીને એ પત્રોનું પુનઃ વાંચન કરતી અને પોતાના લૉગમાં નોંધેલી સફળતાઓની સમીક્ષા કરતી હતી. તેનાથી તેનો આત્મવિશ્વાસ પુનઃ જાગ્રત થઈ જતો હતો અને એ ફરીથી પૂર્ણ ઉત્સાહપૂર્વક કામ કરવા લાગતી હતી.

પોતાના કોચ આપણે સ્વયં છીએ

અહીંયા દર્શાવવામાં આવેલ બન્ને શ્રેણીઓને એક સાથે રાખીને સપ્રમાણ આત્મ-ચર્ચા તૈયાર કરીશું તો આપણે તેના ઉપર વિશ્વાસ કરવા લાગીશું. કોઈ રમતની ટીમના પાછળ પડી જવા માટે તેના કોચ, ટીમને પ્રેરણા આપે છે. આપણે આપણાં પોતાના કોચ છીએ, એ માટે આપણે પણ સ્વયંને તેવા જ પ્રમાણની પ્રેરક ચર્ચા આપવી જોઈએ. આપણે પોતાને શું કહેવું જોઈએ? એવા તર્ક આપો, જેમાં પ્રમાણનું વજન હોય અને જે ચકાસણીમાં ખરા ઊતરે. પ્રમાણ જેટલું વધારે શક્તિશાળી અને મજબૂત હોય છે, સંદેશ પણ એટલો જ વિશ્વસનીય અને શક્તિશાળી હોય છે. આ આંતરિક ચર્ચા આપણે સમયાંતરે કરતા રહેવી જોઈએ. આ તે એક બાબત ઉપર પુનઃ નિયંત્રણ હાંસલ કરવા માટેનું અચૂક હથિયાર છે, જેના ઉપર સમગ્ર સમયે આપણું ચરમ નિયંત્રણ હોય છે. બીજા શબ્દોમાં, આપણે આપણોં આત્મવિશ્વાસ વધારવા માટે સ્વયંને મનોવૈજ્ઞાનિક પ્રેરણા આપવી જોઈએ.

> **દરેક સમયે સ્વયં સાથે વાત કરીને તમે પોતાના મનને આદેશ આપી શકો છો કે તે સાહસ અને ખુશીના વિચારો કરે. જે બાબતો માટે તમે કૃતજ્ઞ છો, તે વિશે વાત કરીને તમે તમારા મનને એવા વિચારોથી ભરી શકો છો, જે આસમાનમાં વિહરે છે અને ગાયન કરે છે.**
> **- ડેલ કારનેગી**

પોતાની સફળતાની સમીક્ષા કર્યા પશ્ચાત હેનરીટાએ પ્રમાણોના આધારે આત્મચર્ચા તૈયાર કરી. તેણે તેને વારંવાર દોહરાવી જે પ્રમાણે કોચ પોતાની ટીમને પ્રેરિત કરે છે, તેજ પ્રમાણે તેણે પણ સ્વયંને નવીન સફળતાઓ માટે પ્રેરિત કરી.

આપણે શું ઇચ્છીએ છીએ?

- પોતાના ઉદ્દેશ્યના સ્પષ્ટ, સારગર્ભિત કથન લખો. એ પણ લખો કે તેને પ્રાપ્ત કરવા આપણે શું કરીશું.
- આ લેખિત કથનને દિવસમાં બે વાર મોટે મોટેથી વાંચો, એક વાર રાત્રે સૂતાં પહેલાં અને એક વાર સવારમાં ઊઠ્યા પછી. આને વાંચતી વખતે આપણે તેને એ રીતે નિહાળવા, અનુભવવા અને વિશ્વાસ કરવા જોઈએ, જાણે આપણે લક્ષ્યને પ્રાપ્ત કરી લીધું છે.
- એ લક્ષ્ય ઉપર ધ્યાન કેન્દ્રિત કરો, જેને આપણે પ્રાપ્ત કરવા ઇચ્છીએ છીએ. માત્ર એટલું જ કહેવું પૂરતું નથી, "મારે સારી એવી નોકરી જોઈએ છે." નિશ્ચિત કરો કે તમે શું ઇચ્છો છો. "હું માર્કેટિંગ શોધકર્તાની નોકરી ચાહું છું, જેથી મારી પાસે એ પુરવાર કરવાનો અવસર રહે કે હું વહીવટમાં જઈ શકું છું."
- પોતાની ઇચ્છાને પૂર્ણ કરવા માટે એક ચોક્કસ યોજના બનાવો અને આ યોજના ઉપર તત્કાળ અમલ શરૂ કરી દો, ભલે આપણે તૈયાર હોઈએ કે ન હોઈએ.

નવા અનુભવોને પોતાની જીત કે હાર ના માનો

અમુક લોકો ક્યારેય જોખમ ખેડતા નથી. તેઓ હંમેશાં સુરક્ષિત રમત રમે છે. આ વાતની બહુ મોટી શક્યતા છે કે તેઓ હંમેશાં સરેરાશ પ્રદર્શન જ કરતા રહેશે. તેમને જીવનમાં સાચી સફળતા ક્યારેય નહિ મળે. જો તેઓ કોઈ બાબતના પક્ષધર છે, તો પણ તેઓ તેનું સમર્થન કરવાનું જોખમ લેતા નથી, કારણ કે તેમને એ બીક રહ્યા કરે છે કે જો તેમને સફળતા નહિ મળે, તો શું થશે. આ રીતે તેઓ "પરાજયની પીડા"માંથી તો બચી જાય છે, પરંતુ ક્યારેય "વિજયનો રામાંચ"નો અનુભવ નથી લઈ શકતા.

નવા અનુભવોને પોતાનો વિજય કે પરાજય ન માનો, પરંતુ તેને શીખવાનો અવસર ગણો. આમ કરવાથી આપણું મગજ નવી શક્યતાઓ પ્રત્યે ખુલ્લું થાય છે અને આત્મસ્વીકૃતિની આપણી અનુભૂતિમાં વૃદ્ધિ જાય છે. આમ ન કરવાથી પ્રત્યેક શક્યતાઓ નિષ્ફળતાનો અવસર બની જાય છે અને વ્યક્તિગત વિકાસમાં અવરોધ રૂપ બની જાય છે.

જોખમ ખેડવાનો અર્થ એવો નથી કે મનુષ્ય દુઃસાહસી બની જાય. તાર્કિક

લોકો તાર્કિક જોખમ ખેડે છે, પરંતુ જોખમની પ્રકૃતિમાં જ નિષ્ફળતાની આશંકા સમાયેલી હોય છે. સફળ બિઝનેસ એક્ઝિક્યુટિવ્ઝના પ્રત્યેક નિર્ણયમાં જોખમ સમાયેલું હોય છે. કાચબો જીવતોજાગતો કિલ્લો છે. તેનું અભેદ્ય કવચ દરેક પ્રકારના નુકસાનથી તેનું રક્ષણ કરે છે. પરંતુ ધ્યાનમાં રાખો, જ્યારે કાચબાને ચાલવાનું હોય છે, ત્યારે તેણે પોતાનું માથું અને પગ કવચમાંથી બહાર કાઢવા પડે છે અને પરિવેશમાં સમાયેલાં જોખમોનો સામનો કરવો પડે છે. જો આપણે આગળ વધવા ઇચ્છીએ છીએ તો કાચબાની જેમ આપણે પણ પૂર્ણ સુરક્ષાની અપેક્ષા ન રાખવી જોઈએ. આપણે પ્રગતિ મેળવવા માટે, પોતાની ગરદન બહાર કાઢવી પડશે.

જો કે, નિર્ણય લેતાં પહેલાં તેઓ સાવધાનીપૂર્વક વિશ્લેષણ અને સંશોધન કરીને પોતાની સફળતાની શક્યતાઓને અધિકતર કરી લે છે. પરંતુ નિર્ણય લીધા પછી મૅનેજર ધન, સમય, ઊર્જા અને ભાવનાની સંભવિત ક્ષતિનું જોખમ લેવા તૈયાર રહે છે. જોખમ વગર લાભની કોઈ જ શક્યતાઓ નથી.

ધી રેડ સૉક્સની ટીમ, યાંકીઝ કરતાં ૨ - ૧ થી આગળ હતી. પ્રથમ બે હિટર આઉટ થઈ ગયા. યાંકીના ખ્યાતનામ હિટર ડેવ વિનફિલ્ડ બેટિંગ કરવા ઊતર્યા. દડો સીધો પ્લેટની પાર આવે છે. ફટાક ! ભવ્ય હિટ. વિનફિલ્ડ પ્રથમ બેઝ ચોરી લેવા માટે દોડે છે. અને તેઓ સરળતાથી તેને પૂર્ણ કરી લે છે. શું તેમણે બીજા માટે પ્રયત્ન કરવો જોઈએ ? એક સેકન્ડ કરતાં પણ ઓછા સમયમાં ડેવે આ નિર્ણય લેવાનો હતો કે તેમણે સુરક્ષિત રમત રમવી જોઈએ, અથવા તો અતિરિક્ત બેઝ ચોરી લેવાનું જોખમ ખેડી નાંખવું જોઈએ, જેથી તેઓ સ્કોરિંગની સ્થિતિમાં આવી જાય. જો નિષ્ફળ રહ્યા, તો મેચ સમાપ્ત થઈ જશે, પરંતુ જોખમ લેવાથી પરાજયને વિજયમાં પરિવર્તિત કરવાની શક્યતાઓ વધી જશે. જોખમ ખેડવું એ વિનફિલ્ડના સ્વભાવમાં છે, એટલા માટે જો સફળતાની ૫૦ ટકા વધારે શક્યતા છે, તો એ બીજો બેઝ ચોરી લેવાનો પ્રયાસ કરશે. રમતની માફક જ જીવનમાં પણ ચેમ્પિયન લોકો જોખમ ખેડે છે, જેને કારણે તેઓ ચેમ્પિયન બને છે.

ડેલ કારનેગી સલાહ આપે છે, "જ્યારે સમસ્યા સામે આવે, ત્યારે સ્વયંને પૂછો, સૌથી ખરાબ એવું શું છે, જે થઈ શકે છે? સૌથી ખરાબનો સ્વીકાર કરવાની તૈયારી કરો; સૌથી ખરાબને બહેતર બનાવવાનો પ્રયાસ કરો."

આ સિદ્ધાંતોથી કોઈ સમસ્યા પ્રત્યે નવાચારી, ક્રાંતિકારી અથવા ભિન્ન નીતિ અપનાવવાનું જોખમ લેવામાં આવે કે નહિ. જિલ બૅંકર સંભવિત ગ્રાહકના પરચેજિંગ મૅનેજર, સ્ટેન ગ્રીનની ઍપૉઇન્ટમૅન્ટ લઈ શકતા નહોતા. તેમણે

ફોન કર્યો હતો, પત્રો લખ્યા હતા અને "તેમના દરવાજે ધરણાં પણ ધર્યાં હતાં." - પરંતુ કોઈ જ લાભ થયો નહિ. તેમના સહકર્મીઓએ સલાહ આપી કે તેઓ ગ્રીનને ભૂલી જાય અને પોતાની ઊર્જા અને સમય બીજા સંભવિત ગ્રાહકોને સામાન વેચવામાં ખર્ચે. પરંતુ જિલે હઠ પકડી લીધી હતી. ગ્રીનનું ધ્યાન આકર્ષિત કરવા માટે કોઈ ને કોઈ તો ઉપાય હશે. તેમને ખબર પડી કે ગ્રીન એક ઔદ્યોગિક કાર્યશાળામાં વ્યાખ્યાન આપનાર હતા. જિલે વિચાર્યું, "જો હું એ કાર્યશાળામાં જઉં છું, તો તેમના વ્યાખ્યાન પશ્ચાત્ હું તેમની પાસે જઈને પ્રશ્ન પૂછી શકું છું અને પોતાનો પરિચય આપી શકું છું, જેથી ઓછામાં ઓછું એ તો જાણી લે કે હું કોણ છું."

તેમના સેલ્સ મૅનેજરો અને સહકર્મીઓએ તેમને હતોત્સાહિત કર્યા, "તેઓ એટલા નારાજ થઈ જશે કે ફરીથી ક્યારેય આ કંપનીના કોઈ પણ માણસ સાથે વાત નહિ કરે."

જિલે કારનેગીના સિદ્ધાંતોના આધારે વાત કરી. "સૌથી ખરાબ શું છે, કે જે થઈ શકે છે? તેઓ આપણને કારોબાર નહિ આપે. આ વધારે ખરાબ નથી, કારણ કે આ સમયે પણ આપણને કોઈ કારોબાર આપી રહ્યા નથી, એટલા માટે આપણી પાસે ગુમાવવાનું કશું નથી." સૌથી ખરાબનો સ્વીકાર કરવાની તૈયારી કરો : જો હું મિટિંગમાં તેમના ઉપર કોઈ પ્રભાવ પાડી નહિ શકું, તો હું આ પ્રયત્ન છોડી દઈશ." સૌથી ખરાબને બહેતર બનાવવાનો પ્રયત્ન કરો. પૂછવામાં આવતા પ્રશ્નોની સુવિચારિત યોજના બનાવીને હું એ દર્શાવી શકું છું કે મને તેમના વ્યવસાયનું ખરું જ્ઞાન છે. બની શકે છે કે આ વાતને કારણે તેઓ મને મળવા માટે તૈયાર થઈ જાય."

જો આપણે આપણી નોકરી અને જીવનમાં પ્રગતિ સાધવા ઇચ્છીએ છીએ, તો આપણે દરેક જોખમ ખેડવું પડશે. સાવચેતીપૂર્વક વિશ્લેષણ કરીને નિષ્ફળતાની આશંકાને ઓછી તો કરી શકીએ છીએ, પરંતુ તેને ક્યારેય સંપૂર્ણપણે નષ્ટ કરી શકતાં નથી. કષ્ટ સિવાય કોઈ લાભ થતા નથી. રમતને હંમેશાં સુરક્ષિત રીતે રમીને પરાજયની પીડામાંથી તો આપણે બચી જઈ શકીએ છીએ, પરંતુ આપણને એ અત્યાધિક ખુશી અને સંતુષ્ટિ ક્યારેય પ્રાપ્ત થઈ શકતી નથી, જે અવરોધોને પાર કરવા અને લક્ષ્યોને આંબવા દ્વારા પ્રાપ્ત થાય છે.

દઢતા અને આક્રમકતાનો મૂળ તફાવત

દઢતા અને આક્રમકતાનો મૂળ તફાવત હંમેશાં આત્મગૌરવમાં નિહિત હોય છે. ડેલ કારનેગીના માનવ સંબંધિત સિદ્ધાંત, સંતુલનને સ્થાપિત કરે છે. તેઓ "તેઓ લોકોને હરાવવા" અથવા "લોકો દ્વારા હરાવવામાં આવતા" ને બદલે સફળતાને હાંસલ કરવા માટે "લોકોની સાથે મળીને કાર્ય કરવા"ની પદ્ધતિ જણાવે છે. દઢ સંપ્રેષણ માનવસંબંધની એવી પદ્ધતિ છે, જેમાં શક્તિ અને સંવેદનશીલતાની સંમિશ્રણ હોય છે.

આત્મવિશ્વાસી મનુષ્ય અને આક્રામક મનુષ્યમાં તફાવત હોય છે. દઢ મનુષ્ય અને સ્વેચ્છાચારી મનુષ્યમાં તફાવત હોય છે. આપણામાંથી મોટાભાગના લોકો કંપનીઓની સફળતાની કથાઓ જાણીએ છીએ, તેમની સફળતાનું કારણ આજ હતું કે કોઈ મનુષ્ય કે સમૂહ દઢતાથી મંડ્યા રહ્યા. પરંતુ આ વિશે ઘણી બધી ખોટી માન્યતાઓ દષ્ટિગોચર થાય છે. દઢ વ્યવહારને આ પ્રમાણે પરિભાષિત કરવામાં આવે છે, "... સ્વયં માટે એવી રીતે ઊભા રહેવું, જેનાથી સામેની વ્યક્તિના મૂળભૂત અધિકારોનું ઉલ્લંઘન ન થાય."

આગળ આપવામાં આવેલ ચાર્ટ નિશ્ચયાત્મક આત્મવિશ્વાસી નીતિ અને આક્રામક નીતિ વચ્ચેનો તફાવત દર્શાવે છે.

ચાર્ટ : ૧

આક્રામક વિરુદ્ધ નિશ્ચયાત્મક વિરુદ્ધ નિષ્ક્રિય

આક્રામક	નિશ્ચયાત્મક	નિષ્ક્રિય
આત્મ-કેન્દ્રિત	પોતાના અધિકારોની રક્ષા કરે છે, જ્યારે બીજાઓ પ્રતિ સંવેદનશીલ પણ રહે છે.	બીજાઓની પરવાહ કરે છે, ભલે ખુદનું નુકસાન થઈ જાય
હંમેશાં તણાવમાં રહે છે અને બીજાઓને તણાવ આપે છે.	તણાવપૂર્ણ સ્થિતિઓનો સામનો કરે છે અને આગળ વધી જાય છે.	અંદરથી તણાવગ્રસ્ત, જો કે, બની શકે છે કે તણાવ બતાવે નહીં.
હંમેશાં કમજોર આત્મગૌરવના પરિણામ	દઢ આત્મછબિની જરૂર	હંમેશાં કમજોર આત્મગૌરવના પરિણામ

પ્રત્યક્ષ અને અનુચિત સંપ્રેષણ	પ્રત્યક્ષ, પ્રામાણિક યોગ્ય સંપ્રેષણ	અપ્રત્યક્ષ અને હંમેશાં ખુદ પ્રતિ પ્રામાણિક નહીં
શક્ય છે કે એમને પસંદ ન કરવામાં આવે અને સન્માન ન અપાય.	લોકો હંમેશાં સન્માન કરે છે.	હંમેશાં પસંદ કરવામાં આવે છે, પરંતુ શક્ય છે સન્માન ના મળે
બીજાઓને નીચા બતાવે છે.	બીજાઓને પણ સફળતા મેળવવામાં મદદ કરે છે.	ખુદની કિંમત પર બીજાઓને ઉપર ઉઠાવે છે.
દરેક વસ્તુ અને દરેક વ્યક્તિને નિયંત્રિત કરવાની જરૂર રહે છે, બીજાઓને જવાબદાર ઠેરવે છે પરંતુ ખુદને નહીં.	પોતાના કાર્યોની વ્યક્તિગત જવાબદારી લેવા ઇચ્છુક હોય છે.	ખુદને જવાબદાર ઠેરવે છે, પરંતુ બીજાઓને નહીં.
સંઘર્ષ કરનારા- બીજાઓને અનુસરણ કરવા માટે વિવશ કરે છે.	ઉદાહરણ રજૂ કરીને નેતૃત્વ કરે છે; ના તો સંઘર્ષ ઇચ્છે છે, ના તો એનાથી બચે છે.	સંઘર્ષથી બચે છે, હંમેશાં અતિ ક્ષમાયાચના કરે છે.
પ્રતિબંધાત્મક	દિશાનિર્દેશોનું અનુસરણ કરીને વિનમ્ર રહે છે.	ખુદ માટે કઠોર દિશાનિર્દેશ, પરંતુ બીજાઓ માટે નહીં.
શાબ્દિક દૃષ્ટિથી કર્કશ	સ્પષ્ટ સંવેદનશીલ વિનમ્ર	સંકોચી, અપ્રત્યક્ષ, સંયત
વધારે હદ સુધી પ્રત્યક્ષતઃ - વિચારોને જબરદસ્તી બીજાઓના ગળે ઉતારે છે.	સાચા, પરંતુ પરવાહ કરનારા	ભાવનાઓ અને વિચારોને વ્યક્ત કરવાથી બચે છે.
રોફ જમાવનારા	નિવેદનાત્મક ઇચ્છા રાખનારા	ઇચ્છા રાખનારા

આત્મગૌરવ પ્રાપ્ત કરો

આપણે આપણાં બાળકોમાં આત્મવિશ્વાસ અને આત્મગૌરવ ભરી શકીએ છીએ. આપણે આપણાં સ્ટાફમાં આત્મવિશ્વાસ અને આત્મગૌરવ ભરી શકીએ છીએ. આપણે આપણાં વર્ગોમાં અથવા ટીમોમાં આત્મવિશ્વાસ અને આત્મગૌરવ ભરી શકીએ છીએ. તેમને સ્વયં ઉપર વિશ્વાસ કરતાં શીખવો તેમને આત્મઅભિવ્યક્તિના અવસર પૂરા પાડો.

હાર્વે મૅકીએ કહ્યું હતું, "અંતમાં, પ્રત્યેકને મહત્ત્વપૂર્ણ હોવાની અનુભૂતિ કરાવવી મહત્ત્વપૂર્ણ છે. ખરાબ વાતાવરણમાં દરેક વ્યક્તિ શિકાર જેવું અનુભવે છે. સારા વાતાવરણમાં લોકો એવી અનુભૂતિ કરે છે, જાણે તેમનું મહત્ત્વ સમાન હોય - કદાચ સમાન શક્તિ નહિ, પરંતુ સમાન મહત્ત્વ. એસેમ્બલી લાઈનનો મજૂર પોતાની ઈચ્છાને બળજબરીએ થોપી શકતો નથી, જે પ્રમાણે મૅનેજર કરી શકે છે, પરંતુ એસેમ્બલી લાઇનના કર્મચારીને પણ પોતાની વાત જણાવવાની એટલી જ તક હોય છે, જેટલી કે પરિવારના સૌથી નાના બાળકને ડિનર ટેબલ ઉપર હોય છે. "

"આ બધું મળીને એક શક્તિશાળી સંદેશ બની જાય છે. તમે ખાસ છો અને અમે તમારી દરકાર કરીએ છીએ. તમારા બાળક અને કર્મચારી વ્યગક્તિગત રીતે સફળ બને તથા સમગ્ર પરિવાર અથવા સંગઠન પણ પ્રગતિ કરે, જેને માટે દરેકે એક બીજાની દરકાર કરવાની હોય છે."

નિષ્કર્ષ

- આ દૃઢ કથન કહો કે સંસારમાં અમારા માટે એક જગ્યા છે અને અમે તેને ભરવા માટે જઈ રહ્યા છીએ.
- સ્વયં પાસે મોટી બાબતોની અપેક્ષા ન રાખો. ક્યારેય એવું ન માનો કે અમારા નસીબમાં આજીવન નાનાં કામો કરવાનું જ લખાયેલું છે. જો આપણે અભ્યાસ કરીએ છીએ, તો આ માનસિક દૃષ્ટિકોણ કોઈ પણ દિવસે આપણાં માટે એક ખાસ જગ્યા બનાવી દેશે અને આપણી મનગમતી વસ્તુનું સર્જન કરી દેશે. ક્યારેય પોતાના વિશે હીનતાપૂર્વક, સંકીર્ણતાપૂર્વક, કૃપણતાપૂર્વક ન વિચારો. સ્વયંને નિર્બળ, બિનકાર્યક્ષમ કે બીમાર ન સમજો. સ્વયંને હંમેશાં આદર્શ, પૂર્ણ અને સંપૂર્ણ માનો.
- ક્યારેય નિષ્ફળ કે આંશિક નિષ્ફળ બનીને જીવન વ્યતીત કરવાની સંભાવનાઓ વિશે વિચારો સુદ્ધાં પણ નહિ.

- આત્મગૌરવ નશ્વર છે. તેને નિરંતર પોષણ આપી બળવાન બનાવવું જોઈએ. આને શબ્દોથી, કાર્યોથી, દષ્ટિકોણથી, અનુભવથી અને આપણી વચનબદ્ધતાથી પોષણ પ્રાપ્ત થાય છે. આનાથી જ એ કાયમ રહે છે. પોતાના વિશે જે નકારાત્મક શબ્દ ઉચ્ચારીએ છીએ, તેને બદલે સકારાત્મક શબ્દ મૂકીને બોલવાનો અભ્યાસ કરીએ. નિરાશાના શબ્દોને બદલે આશાના શબ્દો. નિષ્ફળતાના શબ્દોને બદલે સફળતાના શબ્દો. પરાજયને સ્થાને વિજયના શબ્દો. ચિંતાને સ્થાને પ્રોત્સાહનના શબ્દો. ઉદાસીનતાને સ્થાને ઉત્સાહના શબ્દો. ઘૃણાને સ્થાને પ્રેમના શબ્દો, આત્મગૌરવના શબ્દો.
- વિના કારણ કોઈ પણ વસ્તુ આપણી પાસે ક્યારેય આવતી નથી. કારણ માનસિક હોય છે. વિચાર જ શક્તિ છે. વિચારોથી જ આપણે આપણી સ્થિતિઓનું નિર્માણ કરીએ છીએ, સ્વયંનું નિર્માણ કરીએ છીએ. આ શક્તિઓ આપણાં ચરિત્રનું નિરંતર ઘડતર કરી રહી છે, આપણાં જીવનને નિરંતર ઓપ આપી રહી છે. આપણે આપણાં વિચારોથી દૂર જઈ શકતા નથી. આપણે તેને અનુરૂપ બનવું જ પડશે.

૩. ઉત્સાહી બનો

ઉત્સાહી દૃષ્ટિકોણ આત્મસંતુષ્ટિનો પાયો છે. આ આપણને સકારાત્મક વિચારો અને કાર્યો માટે માર્ગદર્શન આપે છે. આ સકારાત્મક ઊર્જા ઉત્પન્ન કરે છે, જેનાથી અન્ય સાથે આપણાં સંબંધો દૃઢ બને છે, આપણે નવીન વિચારો પ્રત્યે ખુલ્લા બનીએ છીએ અને આપણું સ્વાસ્થ્ય પણ બહેતર બને છે. આનું વિરુદ્ધ પણ વાસ્તવિક છે. ડેલ કારનેગીએ લખ્યું હતું કે આપણે કામના કારણે નહિ, પરંતુ હંમેશાં ચિંતા, હતાશા અને દ્વેષને કારણે થાકી જઈએ છીએ.

ઉત્સાહ સફળતાનું ઘટક છે, જેનું સ્થાન બાકીના દરેક ઘટકો કરતાં સૌથી ઊંચું છે. ઉત્સાહનો અર્થ છે સમસ્ત અસ્તિત્વમાં વ્યાપ્ત આંતરિક રોમાંચ. 'ઍન્થુજિયાઝ્મ' શબ્દ બે ગ્રીક શબ્દોથી બનેલો છે, 'એન'નો અર્થ છે "અંદર" અને 'થિયોઝ'નો અર્થ થાય છે "ઈશ્વર". શાબ્દિક અર્થ પ્રમાણે જોવા જઈએ, તો ઉત્સાહિત વ્યક્તિની અંદર ઈશ્વર હોય છે. ઉત્સાહ આંતરિક ચમક છે -એક ઉત્કટ, આધ્યાત્મિક ગુણ છે -જે કોઈ પણ વ્યક્તિના ઊંડાણમાં સમાયેલ હોય છે.

ઉત્સાહ આપણાં જીવનને પરિવર્તિત કરવાની એવી શક્તિ છે, જે આપણી અંદર હયાત હોય છે. આ શક્તિને પોષણ આપવા માટે વર્તમાન ઉપર ધ્યાનને કેન્દ્રિત કરો. જીવન પ્રત્યે ઉત્સાહ હોય, તો આપણે ભૂતકાળના પસ્તાવા અને ભવિષ્યની ચિંતાઓથી સરળતાથી દૂર રહી શકીએ છીએ. આપણે ભૂતકાળ તો બદલી શકતા નથી, પરંતુ પોતાના વર્તમાન અવસરો પ્રત્યે સકારાત્મક, ઉત્સાહી નીતિ અપનાવીને ભાવિ પરિણામોને ચોક્કસ પરિવર્તિત કરી શકીએ છીએ.

આપણાં વિચારોની પાછળ જીવન પ્રત્યે ઉત્સાહની પ્રેરણા હોય છે, ત્યારે આપણામાં પોતાની અજોડ ક્ષમતાને વિકસિત કરવાની અસીમિત શક્તિ હોય છે, ભલે તે વ્યવસાય, રમત, સામાજિક જીવનમાં હોય કે પારિવારિક જીવનમાં હોય. સમયની સાથે અપરાધબોધ, ભય અને ચિંતા ચાલ્યા જાય છે. અને તેને સ્થાને આત્મવિશ્વાસ અને આશાવાદ આવી જાય છે.

ડેલ કારનેગીએ લખ્યું હતું, "તમારી ખુશીઓ એ બાબત ઉપર નિર્ભર

નથી હોતી કે તમે કોણ છો અથવા તમારી પાસે શું છે; એ સંપૂર્ણપણે એ બાબત ઉપર નિર્ભર હોય છે કે તમે શું વિચારો છો."

એ માટે પ્રત્યેક દિવસ આરંભ કરતી વખતે એ પ્રત્યેક બાબતો વિશે વિચાર કરો, જેને માટે તમે કૃતજ્ઞ છો, આજે તમે જે વિચાર વિચારો છો, તમારું ભવિષ્ય મહદ્ અંશે તેના દ્વારા જ નક્કી થશે. એ માટે આશા અને વિશ્વાસના વિચાર કરો, પ્રેમ અને સફળતાના વિચાર કરો.

આઈક્યૂ ટેસ્ટ "ભાવનાત્મક પ્રેરણા" એટલે કે ઉત્સાહને માપી શકતો નથી. આઈક્યૂ પરીક્ષણોમાં જેનો સ્કોર ઓછો હોય છે, સામાન્યતઃ તેને માત્ર નાના કામો માટે ઉપયુક્ત ગણવામાં આવે છે, જ્યારે ઉચ્ચ સ્કોર સફળતાની બાંહેધરી ગણવામાં આવે છે.આપણે હવે જાણી ગયા છીએ કે આ ભ્રામક માહિતી છે. અમે અનેક નિમ્ન આઈક્યૂ ધરાવનારા લોકોને કોઈ નવીન વિચાર અથવા તો કોઈ નવીન કાર્યક્ષેત્ર દ્વારા અચાનક "પ્રજ્વલિત" બનતા નિહાળ્યા છે. જેનાથી તેમનામાં પ્રબળ ઉત્સાહ જાગ્રત થઈ જાય છે, જે તેમને ભારે સફળતા તરફ દોરી જાય છે અમે તેનાથી વિરુદ્ધ પણ જોયું છે; અત્યંત બુદ્ધિમાન સ્ત્રી - પુરુષ ઉત્સાહની ઊણપને કારણે પોતાના જીવનમાં ક્યારેય સફળ બની શકતા નથી.

જ્યારે માર્કટ્વેનને તેમની સફળતાના રહસ્યનું કારણ પૂછવામાં આવ્યું, ત્યારે તેમણે ઉત્તર આપ્યો, "હું તો રોમાંચિત જ જનમ્યો હતો."

વિલિયમ ફિલિપ ફેલ્પ્સએ લખ્યું હતું, "મારું ભણાવવું એ કળા કે વ્યવસાય કરતાં વિશેષ છે. આ તો એક જુસ્સો છે. હું ભણાવવાને એટલો પ્રેમ કરું છું, જેટલો કોઈ ચિત્રકાર ચિત્ર બનાવવાને પ્રેમ કરે છે, જેટલો કોઈ ગાયક ગાવાને પ્રેમ કરે છે, જેટલો કોઈ કવિ પોતાના કાવ્યલેખનને પ્રેમ કરે છે. હું સવારમાં બિછાનું છોડું તે પહેલાં જ મારા વિદ્યાર્થીઓના પ્રથમ સમૂહ વિશે જુસ્સાભર્યા આનંદ સહિત વિચાર કરું છું."

જીવનમાં સફળતાનું મુખ્ય એક કારણ આ છે કે તમે દરરોજ પોતાના કામમાં તમારી અભિરુચિને જાળવી રાખો, દીર્ઘકાલીન ઉત્સાહ રાખો અને પ્રત્યેક દિવસને મહત્ત્વપૂર્ણ માનો.

ઉત્સાહના કાર્ય

વ્યક્તિઓ, સમૂહો, રમતની ટીમો, કંપનીઓ અને સમગ્ર સમુદાયોમાં ઉત્સાહમાં વૃદ્ધિ થવાથી સકારાત્મક કાર્ય, સફળતા અને ખુશીનાં પરિણામો પ્રાપ્ત થાય છે. આને રમત પ્રતિયોગિતાઓમાં જોઈ શકાય છે. ડેલ કારનેગીના

મિત્ર અને સહકર્મી નૉર્મન વિન્સેન્ટ પીલ સાર્વકાલિક મહાન ફૂટબૉલ કોચોમાંના એક વિન્સ લૉમ્બાર્ડીની કથા જણાવે છે. જ્યારે લૉમ્બાર્ડીને અમેરિકન ફૂટબૉલ ટીમ ગ્રીન બે પૅકર્સના કોચ બનાવવામાં આવ્યા, ત્યારે તેમનો સામનો એક પરાજિત, ઉદાસીન ટીમ સાથે થયો. તેઓ તેમની સામે ઊભા રહીને, મૌનસહિત લાંબા સમય સુધી નિહાળતા રહ્યા અને તત્પશ્ચાત્ એક શાંત, પરંતુ ઘેરા સ્વરે તેઓ બોલ્યા, "સજ્જનો, આપણે એક સર્વશ્રેષ્ઠ ટીમ બનવા જઈ રહ્યા છીએ. આપણે મૅચ જીતવા જઈ રહ્યા છીએ, તેને સારી રીતે સમજી લો. તમે ઘેરાબંધી શીખવા જઈ રહ્યા છો. તમે દોડવાનું શીખવા જઈ રહ્યા છો. તમે બૉલને છીનવી લેવાનું શીખવા જઈ રહ્યા છો. તમે એ ટીમો કરતાં સૌથી સારું રમવા જઈ રહ્યા છો, જેની સાથે તમારી પ્રતિસ્પર્ધા થવા જઈ રહી છે. તેને બરાબર સમજી લો."

તમે પોતાને કેવી રીતે ઉત્સાહી બનાવી શકો છો? પોતાને એ દર્શાવીને કે તમે જે કરી રહ્યા છો, તે વિશે તમને શું પસંદ છે. તમે અણગમતી બાબતના મનગમતા ભાગ તરફ આગળ વધીને પણ ઉત્સાહી બની શકો છો. પછી ઉત્સાહનો અભિનય કરો; એ વિશે બીજાને જણાવો; તેને જણાવો કે આમાં તમારી રુચિ શા માટે છે.

- ડેલ કારનેગી

"અને એ કેવી બનશે? તમારે મારામાં વિશ્વાસ કરવો પડશે અને મારી પદ્ધતિઓ પ્રત્યે ઉત્સાહ રાખવો પડશે. સમગ્ર મામલાનું રહસ્ય અહીંયા ઉપર છે (તેમણે પોતાનાં લમણાંને થપથપાવ્યાં) હું ઇચ્છું છું કે આજે તમે ત્રણ બાબતો અંગે વિચાર કરો : તમારો પરિવાર, તમારો ધર્મ અને ધી ગ્રીન બે પૅકર્સ આજ ક્રમમાં. પોતાના ઉત્સાહને તમારા ઉપર છવાઈ જવા દો."

ખેલાડીઓ પોતાની ખુરશીઓમાં ટટ્ટાર થઈને બેસી ગયા. ક્વાટર બૅકે લખ્યું, "હું જ્યારે એ મિટિંગમાંથી બહાર આવ્યો, ત્યારે પોતાને દશ ફૂટ લાંબો અનુભવી રહ્યો હતો."

એ વર્ષે પૅકર્સે સાત મેચ જીતી - લગભગ એ જ ખેલાડીઓ સાથે જે અગાઉ દશમેચ હારી ગયા હતા. આગલા વર્ષે તેઓએ ડિવિઝન ખિતાબ જીતી લીધો અને તેના આગલા વર્ષે તેમણે વિશ્વ ચેમ્પિયનશિપ જીતી લીધી. શા માટે? કારણ કે કઠોર પરિશ્રમ, યોગ્યતા અને રમત પ્રત્યેના પ્રેમની સાથે ઉત્સાહે કિલ્લા જીતી લીધા.

ડેલ કારનેગી હંમેશાં ન્યૂયૉર્ક સેન્ટ્રલ રેલરોડના અધ્યક્ષ ફ્રેડરિક વિલિયમસનનું ઉદાહરણ આપતા હતા. “મારી વય જેટલી વધતી જઈ રહી છે, એટલો મને વધારે વિશ્વાસ થતો જઈ રહ્યો છે કે ઉત્સાહ સફળતાનું એવું રહસ્ય છે, જેને બહુ જૂજ લોકો જાણે છે. સફળ અને નિષ્ફળ લોકોની વચ્ચે સામાન્ય રીતે સાચી ક્ષમતા, યોગ્યતા અનુ બુદ્ધિનો વધારે પડતો તફાવત હોતો નથી. પરંતુ જો બે લોકો એક સમાન હોય, તો ઉત્સાહી મનુષ્ય સામાન્ય રીતે એ અત્યંત લાયક વ્યક્તિ જેનામાં કોઈ પણ પ્રકારનો ઉત્સાહ નથી, તેના કરતાં આગળ નીકળી જશે.”

જ્યારે ભૌતિકશાસ્ત્રના નૉબલ પારિતોષક વિજેતા, સર એડવર્ડ વિક્ટર એપલટનને એડિનબરો યુનિવર્સિટીના ચાન્સેલર બનાવવામાં આવ્યા, ત્યારે ટાઈમ મેગેઝિને તેમને તાર મોકલીને પૂછ્યું કે શું તેઓ સફળતાનો કીમિયો જણાવી શકે છે? તેમણે ઉત્તર આપ્યો, “હા, ઉત્સાહ. મારા અભિપ્રાય પ્રમાણે આ વ્યાવસાયિક યોગ્યતા કરતાં પણ ઊંચું સ્થાન ધરાવે છે.”

થૉમસ એ. ઍડિસને કહ્યું હતું : “જો મનુષ્ય મૃત્યુ સમયે પોતાનાં બાળકો માટે ઉત્સાહ છોડીને જઈ શકે, તો તે તેઓ માટે એક બહુમૂલ્ય મિલકત છોડી જશે. ” અનુભવના પ્રકાશમાં આ ખરું છે. આ મિલકત કરતાં પણ અધિક છે, કારણ કે ઉત્સાહ ન તો માત્ર મિલકત, પરંતુ જીવન પ્રત્યે પણ જુસ્સો પણ ભરી દેશે.

અંદરથી આવે છે ઉત્સાહ

ઉત્સાહ માત્ર ઉપરછલ્લો હોતો નથી. તે મનુષ્યની અંદરથી ઉત્પન્ન થવો જોઈએ. લાંબા સમય માટે તેનું નાટક થઈ શકતું નથી. ઉત્સાહને સાતત્યપૂર્ણ રીતે ઉત્પન્ન કરવા માટે એક ઉપાય આ છે કે એક લક્ષ્યને નક્કી કરવામાં આવે અને તે દિશામાં કાર્ય કરવામાં આવે. જ્યારે એ લક્ષ્યને હાંસલ કરી લેવામાં આવે, ત્યારે બીજું લક્ષ્ય નક્કી કરવામાં આવે અને તે દિશામાં કાર્ય કરવામાં આવે. તે દ્વારા જે રોમાંચ અને પડકાર પ્રાપ્ત થાય છે, એ મનુષ્યને ઉત્સાહિત કરી દે છે.

પોતાના દુઃખમાંથી બહાર આવવા માટે કેટલાક નિરાશ લોકો એકાંતમાં ગાવા લાગે છે. ખુશીનો અભિનય કરીને તેઓ ખુશી પ્રાપ્ત કરી લેતા હોય છે. આજ સિદ્ધાંત ઉત્સાહ માટે પણ લાગૂ કરી શકાય છે. જો આપણે આપણાં કાર્ય અને જીવનના અન્ય પાસાંઓ પ્રત્યે પ્રફુલ્લતા અને રોમાંચ જાગ્રત કરી લઈએ,

તો સામાન્ય રીતે આપણે જોઈ શકીશું કે આપણે મનગમતી ભાવનાત્મક પ્રેરણા ઉત્પન્ન કરી લીધી છે.

ઉત્સાહને કેવી રીતે શોધવો

કોઈ પણ બાબત વિશે વાસ્તવમાં રોમાંચિત થવા માટે આપણે હૃદયના ઊંડાણમાંથી જુસ્સો અનુભવવો જોઈએ. જો કે, હંમેશાં આપણે એવાં કાર્યો કરવાનાં હોય છે, જેના પ્રત્યે આપણે સમર્પિત હોતા નથી. ઉત્સાહ જાગ્રત કરવાનો એક ઉપાય પોતાના કાર્યમાં એવી બાબતને શોધવાની છે, જે વિશે આપણે રોમાંચિત બની શકીએ. આના ઉપર આપણે ધ્યાન કેન્દ્રિત કરીશું, તો વાસ્તવિક ઉત્સાહ જાગ્રત થઈ જશે.

ઉત્સાહ એટલે ઘોંઘાટ કરવો અથવા મોટે મોટેથી ચીસો પાડવી એવું સમજવાની ભૂલ કરશો નહિ. ડેલ કારનેગી પ્રમાણે ઉત્સાહ ઊંડાણમાં ધરબાયેલો ઉત્કટ ગુણ છે - પ્રજ્વલિત થયેલ રોમાંચ. તેઓ કહે છે, "જો તમારું હૃદય બીજાને સહાયતા કરવાની ઇચ્છાથી સંચાલિત બને છે, ત્યારે તમે રોમાંચિત બનશો. તમારા રોમાંચની ચમક તમારી આંખો, તમારા મુખ, તમારા આત્મા અને તમારા સમગ્ર વ્યક્તિત્વમાંથી પ્રગટ થશે. તમે સ્વયં તો પ્રેરિત બનશો અને બીજાને પણ પ્રેરિત કરશો."

લૉ સ્કૂલનો અભ્યાસ પૂર્ણ કર્યા પશ્ચાત કેરૉલ જુનિયર એસોસિયેટની નોકરી કરવા લાગી. તેણે લૉ લાઈબ્રેરીમાં પ્રકરણો ઉપર સંશોધનનું કાર્ય તેણે લાંબા સમય સુધી કરવું પડતું હતું. તેને આ કામની દહેશત લાગતી હતી, પરંતુ આ કાર્ય પણ અત્યંત અગત્યનું હતું. કેરૉલના સંશોધન વગર કંપની મુકદ્દમા અંગેના પ્રકરણો વ્યવસ્થિત રીતે તૈયાર કરી શકે તેમ નહોતી. કેરૉલે વિચાર્યું, આ અગત્યનું પણ નીરસ કાર્ય કરવાથી તેને શો લાભ થશે? કેરૉલને અનુભૂતિ થઈ કે આ કંપનીમાં નવા વકીલના રૂપમાં તેની ક્ષમતાની પરીક્ષા હતી. જ્યારે આ તેને સમજાઈ ગયું કે મુકદ્દમાના વિવરણ શોધવા તેની કારકિર્દી માટે કેટલું મહત્ત્વનું છે, ત્યારે તે વિવરણના સંશોધન પ્રત્યે ઉત્સાહિત થઈ ગઈ. કાર્ય હજી પણ કષ્ટદાયક હતું, છતાં હવે તે ખરેખર તેના પ્રત્યે ઉત્સાહિત બની ગઈ.

વિશેષજ્ઞ બનો

પોતાના વિષયમાં વધુમાં વધુ માહિતી પ્રાપ્ત કરો. શીખવાથી જ્ઞાનમાં વૃદ્ધિ થાય છે અને બહુધા તે વિષય વિશે રોમાંચ જાગ્રત થાય છે.

જ્યારે ઍન્ડી ટાઉન સુપરવાઈઝરનો આસિસ્ટન્ટ બન્યો, ત્યારે તેની અપેક્ષા હતી કે તે શહેરની અનેક રાજનૈતિક સમસ્યાને ઉકેલવાનું કાર્ય કરશે. પરંતુ તેના બૉસે તેને અત્યંત સામાન્ય કાર્ય સોંપી દીધું, જેમ કે એ ચકાસવું કે ફૉર્મ યોગ્ય રીતે ભરાયા છે કે કેમ, દસ્તાવેજ યોગ્ય રીતે તૈયાર થયા છે નહિ, ઈત્યાદિ.

થોડા મહિના બાદ તેણે પોતાના બૉસને ફરિયાદ કરી, "આપે અત્યાર સુધી મને જે કામ સોંપ્યાં છે, તેને તો હાઈસ્કૂલનું ભણતર છોડી દેનાર પણ કરી શકે છે. હું તો કૉલેજનો સ્નાતક છું, એ માટે, જો આપ મને વધારે ઉચ્ચ સ્તરના કાર્યો સોંપશો, તો હું કાર્યાલય માટે અધિક મૂલ્યવાન સાબિત થઈ શકું છું." સુપરવાઈઝરે પ્રતિક્રિયા આપી, "ઍન્ડી, મેં તને એટલા માટે નિયુક્ત કર્યો છે, કારણ કે હું જાણું છું કે તું મને મહત્ત્વપૂર્ણ મુદ્દાઓમાં મારી ઘણી બધી સહાયતા કરી શકે છે. પરંતુ આપણે અહીંયા જે કરીએ છીએ, તેની પાયાની બાબતો પણ તારે સમજવી આવશ્યક છે, ત્યારે જ તું અતિરિક્ત જવાબદારીઓ કુનેહપૂર્વક અદા કરી શકીશ. આ નીરસ ગણીશ નહિ. તેના બદલે એ શીખવાનો પ્રયત્ન કર કે તેને કારણે આપણાં કાર્યાલયનું કાર્ય વ્યવસ્થિતપણે કેવી રીતે સંચાલિત થાય છે."

ઍન્ડીએ સલાહ માની લીધી. હવે તેણે યંત્રવત્ મન વગર કામ કરવાનું બંધ કરી દીધું. તેણે પ્રત્યેક બાબતને વાંચી, તેને લગતાં પ્રશ્નો પૂછ્યા અને પ્રત્યેક મુદ્દાઓને ઉકેલવાની પ્રક્રિયા વિશે મહત્તમ માહિત પ્રાપ્ત કરી. થોડા જ સમયમાં તે પ્રત્યેક દિવસે નવીન બાબતો શીખવા માટેની અધીરાઈ અનુભવવા લાગ્યો.

અલગ નીતિ અપનાવો

આલ્ફ્રેડ એમ. એક કંપનીના પ્રતિનિધિ છે, જે દક્ષિણ આફ્રિકામાં કોન્ટ્રાક્ટરોને ક્રેન લીઝ ઉપર આપે છે. તેમણે જણાવ્યું કે તેમણે પોતાના ઉદ્યોગમાં એક અત્યંત મુશ્કેલ ગ્રાહકને સમજાવવા માટે ઉત્સાહને કેવી રીતે અજમાવ્યો.

તેમના ગ્રાહક જેને તેઓ મિસ્ટર સ્મિથ કહેતા હતા, તેમની સાથે હંમેશાં ઉદ્ધતાઈથી વર્તતા હતા અને સામાન્ય રીતે તેઓ હિંસક મનોદશામાં રહેતા હતા. વેચાણના બે પ્રયાસોમાં સ્મિથે તેમની પ્રસ્તુતિને સાંભળવાની પણ મનાઈ ફરમાવી દીધી. આલ્ફ્રેડ હાર માની લેવાની તૈયારીમાં હતા, પરંતુ પછી તેમણે સંકલ્પ કર્યો કે તેઓ પોતાના ઉત્સાહને ગુમાવશે નહિ અને એક વધારે વખત પ્રયાસ કરશે.

જ્યારે આલ્ફ્રેડ, સ્મિથની ઑફિસમાં પ્રતીક્ષાખંડમાં બેઠા હતા, ત્યારે તેમણે

સ્મિથની કેબિન તરફ જોયું. ખુલ્લા દરવાજામાંથી આલ્ફ્રેડ જોઈ શકતા હતા કે સ્મિથ એક સેલ્સમૅન ઉપર ક્રોધિત થઈ રહ્યા હતા. સ્મિથે તેને લગભગ ધક્કો મારીને ઑફિસમાંથી બહાર કાઢી મૂક્યો અને બુલંદ સ્વરે પોકાર્યું, "નેક્સ્ટ !"

> ઉત્સાહ પ્રાપ્ત કરવાનો ઉપાય આ છે કે તમે પોતાના કાર્યમાં વિશ્વાસ રાખો અને કોઈ નિશ્ચિત બાબતને હાંસલ કરવાની ઈચ્છા રાખો. ત્યાર બાદ ઉત્સાહ એ જ પ્રમાણે પાછળ - પાછળ ચાલ્યો આવશે, જે પ્રમાણે રાત્રિ પછી દિવસ આવે છે.
> - ડેલ કારનેગી

આલ્ફ્રેડના શબ્દોમાં, "હું તેમની ઑફિસમાં પહોંચી ગયો. તેમણે ઘાંટો પાડ્યો, 'તું ફરીથી પાછો ટપકી પડ્યો - મેં પહેલાંજ તને 'ના' પાડી દીધી હતી. શા માટે તું મને હેરાન કરી રહ્યો છે? આગળ તેઓ કશું બોલે હું સ્મિત કરવા લાગ્યો. મારો સ્વર તેમની સાથે વાત કરનારા સેલ્સમૅનોની જેમ ધ્રૂજી રહ્યો નહોતો. મેં મારા ઉત્સાહી અંદાજમાં તેમને જણાવ્યું કે "હું આપનો સમગ્ર ક્રેન હાયર કારોબાર ઈચ્છું છું."

તેઓ આશરે પંદર સેકન્ડ સુધી પોતાના ડેસ્કની પાછળ અવાક્ ઊભા રહ્યા. તેમણે એક વિચિત્ર અંદાજથી મને નિહાળ્યો અને પછી કહ્યું, "અહીંયા બેસીને મારી રાહ જો." ત્યાર પછી તેઓ ખંડની બહાર ચાલ્યા ગયા. જ્યારે તેઓ અર્ધા કલાક પછી પરત આવ્યા, તેમણે મારી તરફ પુનઃ વિચિત્ર દૃષ્ટિએ જોયું અને ગર્જ્યા, "તું હજી પણ અહીંયા કેમ છે?" મેં તેમને જણાવ્યું કે "મારી પાસે તેમના માટે એટલો સારો પ્રસ્તાવ છે કે જ્યાં સુધી હું તેમને જણાવી નહિ દઉં, ત્યાં સુધી હું અહીંથી ચસકવાનો નથી." પરિણામસ્વરૂપ ૭૫,૦૦૦ રેન્ડ પ્રતિ વર્ષનો એક ઑર્ડર, જેમાં અધિક કારોબારની સારી એવી સંભાવનાઓ હતી.

આત્મચર્ચા

સ્વયંને પ્રેરક ચર્ચા આપવી આત્મચર્ચા પ્રાપ્ત કરવાનો પ્રભાવશાળી ઉપાય છે. પોતાના કાર્ય પ્રત્યે ઉત્સાહ ઉત્પન્ન કરનારા મામલામાં પણ આ અત્યંત અસરકારક છે. લીસાનું લક્ષ્ય મેડિકલ સેક્રેટરી બનવાનું હતું. તેણે આવશ્યક કોર્સ પૂર્ણ કરી લીધો અને નોકરીની શોધમાં લાગી ગઈ. અનુભવની ઊણપને કારણ તેને અનેક નિષ્ફળતાઓ મળી, જેને કારણે તે હતાશ થઈ ગઈ. જ્યારે તે પોતાના આગલા ઈન્ટરવ્યૂમાં ગઈ, ત્યારે ઈમારતમાં પ્રવેશ કરતી વખતે

> **ઉત્સાહ માત્ર બાહ્ય અભિવ્યક્તિ જ નથી. આ અંદરથી શરૂ થાય છે. જે તમે કરી રહ્યા છો, તેના કોઈ પણ પાસાંને ખરેખર પસંદ કરવાથી ઉત્સાહ ઉત્પન્ન થાય છે.**
> **- ડેલ કારનેગી**

તેના મનમાં વિચાર ઉદ્ભવ્યો, "શું લાભ થશે ? મારી સાથે પુનઃ એ જ બાબત બનશે."

પરાજય સ્વીકારી લેવાને બદલે લીસાએ સ્વયં સાથે પ્રેરક ચર્ચા કરી, "હું નોકરી ઇચ્છું છું અને મારી પાસે આવશ્યક તકનિકી જ્ઞાન છે. હું કૉલેજમાં પણ પ્રથમ રહી હતી. હું મહેનત અને પ્રામાણિકતાથી કામ કરું છું. હું આ નોકરી કરી શકું છું અને ડૉક્ટર માટે ખરેખર ઉપયોગી બની શકું છું." જ્યારે તે ડૉક્ટરને મળવા માટે પ્રતીક્ષા કરી રહી હતી, ત્યારે તેણે પોતાના મગજમાં વારંવાર તેજ વાતોનું પુનરાવર્તન કર્યું. ડૉક્ટરના પ્રશ્નોના ઉત્તરમાં તેનો ઉત્સાહ સ્પષ્ટપણે છલકાઈ રહ્યો હતો અને તેને તે નોકરી મળી ગઈ. થોડા મહિનાઓ બાદ ડૉક્ટરે તેને જણાવ્યું કે જ્યારે તેમણે તેની અરજીમાં એ જોયું હતું કે તેની પાસે કોઈ અનુભવ નથી, ત્યારે તેમણે નિર્ણય કર્યો હતો કે માત્ર શિષ્ટાચાર માટે તેઓ તેનું ઇન્ટરવ્યૂ લેશે, પરંતુ તેને નોકરી ઉપર નહિ રાખે. પરંતુ તેઓ તેના ઉત્સાહથી એટલા પ્રભાવિત થયા કે તેમણે તેને એક તક આપવાનો નિર્ણય કર્યો. લીસાનો ઉત્સાહ નોકરી મળ્યા પછી પણ જળવાઈ રહ્યો અને તેજ કારણે તે અત્યંત સફળ મેડિકલ સેક્રેટરી સાબિત થઈ.

ઉત્સાહ દ્વારા વિપત્તિ ઉપર વિજય

ઍન્ડ્ર્યૂ ગ્રોવે પ્રબળ ઉત્સાહને પરિણામે વિપત્તિઓ ઉપર વિજય પ્રાપ્ત કર્યો. હંગેરીના મૂળ નિવાસી ગ્રોવને દ્વિતીય વિશ્વયુદ્ધ દરમિયાન નાઝીઓએ યાતનાઓ આપી. ત્યાર પછી રશિયાએ જ્યારે ૧૯૫૬માં હંગેરી ઉપર આક્રમણ કર્યું, ત્યારે પણ તેમણે યાતનાઓ સહન કરવી પડી. જ્યારે તેઓ વીસ વર્ષના હતા, ત્યારે પોતાના ખિસ્સામાં થોડાંક ડૉલર અને ભાંગ્યુ-તૂટ્યું અંગ્રેજી લઈને અમેરિકા પહોંચી ગયા. અનેક મુશ્કેલીઓ છતાં તેમણે જ્ઞાન પ્રાપ્ત કરવાનો અને જીવનમાં સફળ બનવાનો ઉત્સાહ ક્યારેય ગુમાવ્યો નહિ. તેમને જે નોકરી મળી, તે તેમણે કરી. આ પ્રમાણે તેમણે ન્યૂયૉર્કના સીટી કૉલેજનો અભ્યાસ પૂર્ણ કર્યો અને કૉમ્પ્યુટર એન્જિનિયરિંગમાં બી.એસ.ની ડિગ્રી પ્રાપ્ત કરી. ત્યાર પછી આ જ પ્રમાણે તેમણે બર્કલેમાં કેલિફોર્નિયા યુનિવર્સિટીમાં માસ્ટર અને પી.એચ.ડી.ની ઉપાધિ પણ હાંસલ કરી.

ઍન્ડ્રયૂ ગ્રોવે વીસમી સદીના સૌથી ઉલ્લેખનીય નવાચાર પર્સનલ કૉમ્પ્યુટરનું સર્જન કરવા અને લોકપ્રિય બનાવવામાં પણ મુખ્ય ભૂમિકા અદા કરી. ઍન્ડ્રુ ગ્રોવ અને તેમના સહયોગીઓએ પહેલાં ફેયર ચાઇલ્ડ સેમિકન્ડક્ટરમાં, તત્પશ્ચાત્ ઇન્ટેલમાં (જેની સ્થાપના તેમણે ૧૯૬૮માં કરી હતી) જે પ્રૌદ્યોગિકીઓના આવિષ્કાર કર્યા, તેમને કારણે પર્સનલ કૉમ્પ્યુટરની ક્રાંતિ શક્ય બની.

સંસારમાં આ ક્રાંતિથી પ્રાપ્ત થનારા પ્રૌદ્યોગિકીગત અને આર્થિક લાભોને ઉપરછલ્લા જ જોઈ રહેલ છે.

તેમના જીવનમાં સમસ્યાઓ અને આકસ્મિક આંચકાઓની ઊણપ નહોતી, પરંતુ તેઓ હંમેશાં પોતાના ઉત્સાહને જાળવી રાખતા હતા. તેઓ સૌથી મુખ્ય મુદ્દા ઉપર પોતાનું લક્ષ્ય કેન્દ્રિત કરતા હતા, જેને તેઓ સૌથી શ્રેષ્ઠ રીતે કરતા હતા : અધિક ઝડપી, અધિક સસ્તી અને અધિક શક્તિશાળી પ્રૌદ્યોગિકીને વિકસિત કરવી.

આજે કરોડો લોકો અત્યંત સરળતાથી માહિતી અને મનોરંજન પ્રાપ્ત કરી શકે છે, જે અંગે પાછલી પેઢીએ સ્વપ્ન નિહાળ્યું હતું અને આનું મહત્તમ શ્રેય ઍન્ડ્રયૂ ગ્રોવની પ્રતિભા અને સ્વપ્નને આપવું જ રહ્યું. આજ કારણે ટાઇમ સામયિક પત્રિકાએ ૧૯૯૭માં ઍન્ડ્રયૂ ગ્રોવનું 'પર્સન ઑફ ધી યર' તરીકે ચયન કર્યું હતું.

સફળતા અને દોલતના અવસરો ઉપર વિપત્તિ, યાતના કે ગરીબીથી કોઈ તફાવત પડતો નથી. સ્વપ્ન, ઉત્સાહ અને કઠોર પરિશ્રમથી મનુષ્ય પોતાના સ્વપ્નને વાસ્તવિકતામાં પરિવર્તિત કરી શકે છે અને મહાન બાબતોની પ્રાપ્તિ કરી શકે છે. ભલે ગમે એવી કારોબારી સમસ્યાઓ હોય અથવા તો ગંભીર માંદગી, મનુષ્ય પ્રત્યેક વિપત્તિઓ ઉપર વિજય હાંસલ કરી શકે છે, માત્ર એ શરતે કે તેનામાં ઉત્સાહ હોય.

ડેલ કારનેગી ઓગણીસમી શતાબ્દીના અમેરિકન દાર્શનિક સેમ્યુઅલ ઉલ્મૅનના કાવ્યથી એટલા પ્રભાવિત બન્યા હતા કે તેમણે તેને મઢાવીને પોતાની ડેસ્ક ઉપર મૂકી દીધું હતું.

તમે એટલા જ યુવાન છો જેટલી તમારી આસ્થા,
તમે એટલા જ વૃદ્ધ છો જેટલી તમારી શંકાઓ;
તમે એટલા જ યુવાન છો જેટલો તમારો આત્મવિશ્વાસ,
તમે એટલા જ વૃદ્ધ છો જેટલી તમારી નિરાશા.
સમય ત્વચા ઉપર કરચલીઓ લાવી શકે છે,
પરંતુ ઉત્સાહના અભાવે આત્મા ઉપર કરચલીઓ પડી જાય છે.

દૃષ્ટિકોણ

સફળ કે નિષ્ફળ, કોઈ પણ મનુષ્ય આ જ સુધી કોઈ બીજા જેવા બનવાના પ્રયાસોમાં ક્યારેય સફળ બની શક્યો નથી. સફળતાની નકલ થઈ શકતી નથી. તેનું સફળતાપૂર્વક અનુકરણ પણ કરી શકાતું નથી. આ એક મૌલિક શક્તિ અને વ્યક્તિગત સર્જન છે. ઉત્સાહી અને સ્વ-પ્રેરિત વ્યક્તિ વિશ્વાસ કરે છે કે બાબતો ખરાબ રીતે નહિ, પરંતુ સારી રીતે બનશે. આપણે નિષ્ફળ નહિ, પરંતુ સફળ બનીશું; ભલે કોઈ પણ વસ્તુ હોય કે ન હોય, આપણે હંમેશાં આનંદિત રહીશું. આશાવાદી, અપેક્ષાવાદી દૃષ્ટિકોણથી વધારે સહાયતા બીજી કોઈ બાબતથી મળી શકતી નથી.

આશાવાદી દૃષ્ટિકોણ હંમેશાં સર્વશ્રેષ્ઠ, સર્વોચ્ચ, સૌથી સુખી પરિસ્થિતિઓની શોધ અને અપેક્ષા રાખે છે. આવો દૃષ્ટિકોણ સ્વયંને કદાપિ નિરાશાવાદી, હતાશ મનોદશામાં આવવા દેતો નથી. આપણે એ વિશ્વાસ કરવો જોઈએ કે આપણે એ કામ કરી દઈશું, જેને કરવા માટે આપણને બનાવવામાં આવ્યા હતા. ક્ષણભર પુરતું પણ આપણાં મનમાં આ વિશે લેશમાત્ર શંકા રહેવી જોઈએ નહિ. એનાથી કોઈ જ તફાવત પડતો નથી કે આપણે શું કરવાના અને બનવાના પ્રયાસ કરી રહ્યા છીએ, આપણે હંમેશાં તેના વિશે એક આશાવાદ રાખવો જોઈએ. આપણે પોતાની સમગ્ર શક્તિઓને વિકસિત કરી શકીશું. સફળ લોકો ઉત્સાહિત બનીને અને પોતાના મનને સકારાત્મક બનાવીને સમૃદ્ધિ અને સફળતાને આકર્ષિત કરે છે. તેઓ તમામ પ્રકારના નકારાત્મક, હતાશાભર્યા વિચારોથી મુક્ત રહે છે. સંસાર વિશે આપણે ત્યારે જ જાણી શકીશું અથવા તો એ ક્ષણ આપણાં માટે વાસ્તવિક છે, એ સંસાર એ જ છે જેને આપણે માનસિક રૂપે બનાવીએ છીએ - સંસાર જે વિશે આપણે ચેતન છીએ. આપણે હંમેશાં આપણાં વિચારો, વિશ્વાસ, આદર્શો અને દર્શનથી બનેલા પરિવેશમાં જ રહીએ છીએ. કાલે નવી પ્રેરણા અને નવા વિચારો આવશે. આજે આપણે આજની પ્રેરણા ઉપર કાર્ય કરવું જોઈએ.

ઉત્સાહ ક્યાંય બીજેથી નહિ, પરંતુ અંદરથી જ આવે છે. આપણે પોતાના જેવા બનવું જોઈએ. આપણે આપણાં હૃદયની વાત સાંભળવી જોઈએ. પ્રત્યેક વ્યવસાય અને વેપાર કારોબારમાં ઉત્તમતાનો અવકાશ હોય છે. સંસારને એવા લોકોની આવશ્યકતા છે, જે નવીન અને શ્રેષ્ઠ રીતે વસ્તુઓને કરી શકે. એવું ન વિચારો કે આપણી યોજના અને વિચાર નવા છે અથવા તો આપણે યુવાન અને બિનઅનુભવી છીએ, એ કારણે આપણાં ઉપર ધ્યાન નહિ આપવામાં આવે. જે લોકો સંસારને કોઈ નવીન અને મૂલ્યવાન વસ્તુ આપે છે, તેઓ ઉપર

હંમેશાં ધ્યાન આપવામાં આવશે તથા તેઓને મહત્ત્વ આપવામાં આવશે. જે લોકો મૌલિક રીતે વિચારવાનું અને મૌલિક પદ્ધતિઓનું સંશોધન કરવાનું સાહસ ધરાવે છે, જેઓ પોતાના વાસ્તવિક સ્વરૂપમાં રહેવાથી ભયભીત થતા નથી અને અન્ય કોઈનું અનુકરણ કરતા નથી, તેઓને ઝડપથી માન્યતા પ્રાપ્ત થઈ જાય છે. મૌલિકતા અને કાર્ય કરવાની અજોડ પદ્ધતિને કારણે કોઈ પણ નિયુક્તા અથવા બાકી સંસારનું ધ્યાન જેટલી ઝડપથી ધ્યાન આકર્ષિત થાય છે, એટલી બીજી કોઈ પણ બાબતથી થઈ શકતું નથી, વિશેષરૂપે જો તે પ્રભાવશાળી હોય.

વિચાર નિયંત્રણ

કેટલાક વર્ષોથી આ બાબતમાં ઘણું બધું અધ્યયન કરવામાં આવી રહ્યું છે કે વિચારને કેવી રીતે નિયંત્રિત કરી શકાય, ચરિત્રને પરિવર્તિત કરવામાં તેનો ઉપયોગ કઈ રીતે કરી શકાય એટલે સુધી કે બાહ્ય પરિવેશને પરિવર્તિત કરવામાં પણ તેનો ઉપયોગ કેવી રીતે કરી શકાય. ખુશી, સ્વાસ્થ્ય અને સફળતાને આકર્ષિત કરવા માટે આનો કેવી રીતે ઉપયોગ કરવો. આપણું મન આપણા સંસારની પ્રત્યેક વસ્તુને નિયંત્રિત કરે છે.

મનની શક્તિની અત્યંત ઉપેક્ષા કરવામાં આવી છે અને તેને અનુચિત ગણવામાં આવી રહી છે. તેની શક્તિને સમજનારાઓએ પણ તેના વિશે ભ્રામક બાબતોને જણાવી છે કે તેને બદલી શકાય નહિ અને જન્મજાત પ્રતિભા ધરાવનારા લોકો જ આનો હથિયાર તરીકે કુશળતાપૂર્વક ઉપયોગ કરી શકે છે. જ્યારે કોઈ શક્તિશાળી વ્યક્તિને સમ્મોહિત કરીને તેને એવો વિશ્વાસ અપાવવામાં આવે છે કે તે પોતાની ખુરશીમાંથી ઊભો થઈ શકશે નહિ, ત્યારે તે શક્તિહીન બની જાય છે. એ ત્યાં સુધી પોતાની ખુરશીમાંથી ઊભો થઈ શકતો નથી, જ્યાં સુધી તેના ઉપરથી સમ્મોહનને તેના ઉપરથી દૂર ન કરી દેવામાં આવે. જો કોઈ નિર્બળ મહિલાએ પોતાનો જીવ બચાવવો હોય, અગ્નિ અથવા પૂરના જોખમથી સ્વયંને બચાવવા હોય, ત્યારે તે પોતાના કરતાં ભારે વ્યક્તિને પણ ઊંચકી શકે છે.

બન્ને મામલાઓમાં પરિણામ શારીરિક ક્ષમતાથી નહિ, પરંતુ માનસિક દૃષ્ટિકોણથી નક્કી થાય છે, જો કે શરીરના સ્નાયુઓ જ તે કાર્યને કરી રહ્યા હોય છે. જ્યારે મોટાભાગનું અથવા પૂરેપૂરું કાર્ય માનસિક હોય, જેવું સફળ લોકોના મામલાઓમાં હંમેશાં બનતું હોય છે, તો કલ્પના કરો કે વિચાર કેટલા વધારે શક્તિશાળી પુરવાર થઈ શકે છે. ભલે એ રણભૂમિમાં હોય કે વેપારમાં હોય અથવા નૈતિક સંઘર્ષોમાં હોય, સંસારમાં વિજયી નીવડનાર લોકોએ માનસિક

દૃષ્ટિકોણથી જ વિજય હાંસલ કર્યો છે, જ્યારે તેઓ એ કાર્યમાં પ્રવૃત્ત બની ગયા, જે તેઓએ કરવાનું જ હતું. જ્યારે સંદેહ હોય છે, ત્યારે કશું પણ નિશ્ચિત હોતું નથી.

સ્વયંના તથા પોતાની આસ-પાસના લોકો પ્રત્યે વિચાર-નિયંત્રણ અથવા આત્મનિયંત્રણ કરતાં ઉચ્ચ કર્તવ્ય અથવા તે કરતાં અધિકતમ મહત્ત્વપૂર્ણ અધ્યયન નથી, કારણ કે આના લીધે જ આપણો વિકાસ થાય છે. વિચાર પોતાનામાં અમૂર્ત હોય છે અને આપણામાંથી મહદ્ અંશે લોકોનું આના ઉપર અત્યંત જૂજ પ્રમાણમાં નિયંત્રણ હોય છે. કદાચ એ કારણે એવું લાગે છે કે મસ્તિષ્કની વિચાર કરવાની પ્રક્રિયાને માર્ગદર્શન આપવું અત્યંત કઠિન અને દુઃસહ છે. આના માટે અધિકતમ અધ્યયન, નવરાશ અને પુસ્તકોના વાંચનની આવશ્યકતા પડશે. કોઈ પણ બીજી બાબત વાસ્તવિકતાથી આટલી દૂર હોઈ શકે નહિ. આપણાં દરેકમાં એ તમામ બાબત છે, જે આપણાં બૌદ્ધિક સ્વભાવ, ચરિત્ર અને જીવનને સર્વશ્રેષ્ઠ બનાવવા માટે આવશ્યક છે.

જ્યાં સુધી આપણે આપણાં શબ્દભંડોળમાંથી “નસીબ”, “નહિ કરી શકાય” અને “શંકા”નું નિર્મૂલન કરતા નથી, ત્યાં સુધી આપણે ઊંચે જઈ શકતા નથી. જો આપણાં મનમાં નિર્બળતાની ખાતરી હોય, ત્યારે આપણે શક્તિશાળી બની શકતા નથી. જો આપણે પોતાના દુઃખો અથવા દુર્ભાગ્યો ઉપર જ નિરંતર પોતાનું ધ્યાન કેન્દ્રિત કર્યા કરીશું, આપણે ખુશ રહી શકતા નથી. જો આપણે માંદગી વિશે જ સતત વિચાર કર્યા કરીશું અને કહ્યા કરીશું કે આપણામાં ક્યારેય શક્તિનો સંચાર નહિ થાય અને ક્યારેય તંદુરસ્ત સાજા થઈ શકીશું નહિ, તો આપણે કદાપિ તંદુરસ્ત બની શકતા નથી. આજ પ્રમાણે જો આપણે આપણી કાર્ય કરવાની ક્ષમતા વિશે સંદેહ કર્યા કરીએ તો, આપણે ક્યારેય પણ પોતાની કાર્યકારી શક્તિઓના વિકાસની અપેક્ષા રાખી શકીએ નહિ. સ્વયંને નિર્બળ સમજવા અથવા સફળ બનવાની ક્ષમતા ઉપર સંદેહ કરવો મસ્તિષ્કને જેટલું નિર્બળ અને અસરકારક વિચારસરણી માટે સર્વથા અયોગ્ય બનાવે છે, એટલી બીજી કોઈ પણ બાબત બનાવી શકતી નથી.

આપણે આપણી પ્રવૃત્તિઓ માટે ઉત્સાહી બનીએ છીએ

આપણે આપણાં લક્ષ્યો ઉપર આપણું ધ્યાન કેન્દ્રિત કરવું જોઈએ, પોતાની સમક્ષ પુરસ્કારને એ પ્રમાણે નિહાળવા જોઈએ જાણે તેને આપણે જીતી જ લીધો છે. આપણે દરેક સમયે ઊંડાણપૂર્વક આ વિશે સચેત રહેવું જોઈએ કે આપણે તેને પ્રાપ્ત કરવાની અધિક નિકટ પહોંચી રહ્યા છીએ. સ્વયં ઉપર

વિશ્વાસને કારણે આપણે આપણી પ્રવૃત્તિઓ માટે ઉત્સાહી બનીએ છીએ. આનાથી ભય, શંકા, અનિશ્ચિતતા નિર્મૂળ બની જાય છે, જેનાથી આપણે પરિણામો હાંસલ કરવામાં સક્ષમ બનીએ છીએ. શંકાની ઉપસ્થિતિમાં મસ્તિષ્ક ઉચિત રીતે કાર્ય કરી શકતું નથી. નિશ્ચિતતા સિવાય કાર્યકુશળતા આવતી નથી.

જેના થકી ઉત્સાહ ઉત્પન્ન થઈ જશે, જે સમસ્ત માર્ગમાં આપણો સહાયક સિદ્ધ થશે. એક એક કરીને પ્રત્યેક અવરોધો અદૃશ્ય થઈ જાય છે. જેને કારણે જે લક્ષ્યની પ્રાપ્તિ પહેલાં માનવ શક્તિ માટે મુશ્કેલ લાગી રહ્યું હતું, હવે તે સીધું અને સ્પષ્ટ દૃષ્ટિગોચર થાય છે. સૌથી અગત્યની જરૂરિયાત એ છે કે લક્ષ્ય ઉપર દૃષ્ટિ સીધી રાખવામાં આવે, રસ કે રુચિમાં ઊણપ ન આવવા દેવાય અને આંતરિક સ્વપ્નોને વિચલિત ન થવા દેવાય. માત્ર ઉત્સાહથી પરિણામોની પ્રાપ્તિ થઈ શકશે નહિ. આંતરિક મનન પશ્ચાત બહારના કાર્યોનો વારો આવે છે. કોરી ઇચ્છાઓ આપણને પ્રયાસ કરવાની આવશ્યકતાથી મુક્તિ આપી શકતી નથી. તે તો માત્ર આપણી સમક્ષ એ અનાવૃત્ત કરે છે કે આપણે ક્યા પ્રયાસો કરવા જોઈએ અને તેને કેવી રીતે કરવા જોઈએ.

ઉત્સાહને ઉત્પન્ન કરવાની તકનીક

- યોજનાને અસરકારક બનાવવાની ઝળહળતી ઇચ્છાની સાથે આક્રામક અંદાજમાં કાર્ય કરો. તેના પ્રત્યે આપણાં ઉત્સાહને ક્યારેય મંદ પડવા ન દો. તે વિશે રાત - દિવસ મનન કરો. તેને તમારા મનનો સૌથી પ્રબળ વિચાર બની જવા દો.
- પરિહાર ન કરો. યોજનાનું પાલન કરવા માટે તત્કાળ કામે લાગી જાઓ. હેરીએ પોતાની કમિટી સાથે મળીને એક કાર્યયોજના તૈયાર કરી, જેમાં સ્પષ્ટપણે જણાવવામાં આવ્યું હતું કે કોણ શું કરશે, ક્યારે કરશે અને અપેક્ષિત પરિણામો કેવાં હશે.
- એક નિશ્ચિત વિશાળ ઉદ્દેશ્ય નિશ્ચિત કરો - આપણી નોકરી અથવા આપણાં જીવનનું એ પાસું, જેમાં આપણે વધારે ઉત્સાહી બનવા ઇચ્છીએ છીએ. ઉદ્દેશ્યને સ્પષ્ટપણે લખી લો. હેરીને સામુદાયિક કેન્દ્ર માટે દાન ઉઘરાવવાના અભિયાનનો ચૅરમૅન બનાવવામાં આવ્યો. તેનું લક્ષ્ય એ હતું કે કમિટીના બીજા સદસ્યો અને ત્યાર બાદ સંગઠનના સમગ્ર સદસ્યોના મનમાં આ અભિયાન પ્રત્યે એટલો જ ઉત્સાહ જાગ્રત કરવામાં આવે, જેટલો ઉત્સાહ તેના મનમાં હતો. તેણે પોતાની કાર્યયોજનાને પૂર્ણ સાવધાનીપૂર્વક વિચારી, તેને સંગઠનના બુલેટિનમાં પ્રકાશિત કરી અને અને તેની

પ્રતિઓ સમગ્ર સમિતિને ઈ-મેલ કરી દીધી. હવે સામેલ પ્રત્યેક વ્યક્તિ તેની યોજના વિશે માહિતગાર હતી અને તેઓ તે પણ જાણતા હતા કે તેઓ તેમાં કેવી રીતે સહાયતા કરી શકે છે. પરંતુ એ કરતાં પણ વધારે અગત્યની બાબત તેણે કરી, તેણે તેની વિશાળ પ્રિન્ટો તૈયાર કરી પોતાના બાથરૂમના દર્પણ ઉપર, કિચનમાં, ફ્રિજ ઉપર અને ડેસ્કની બાજુમાં રહેલી દિવાલ ઉપર લગાવી દીધી, જેને કારણે વારંવાર તેનું સ્મરણ થયા કરે, યોજના મસ્તિષ્કમાં નિરંતર ચાલ્યા કરે અને તેનો ઉત્સાહ જળવાઈ રહે.

- પ્રગતિની ચકાસણી કરવાની પ્રક્રિયા તૈયાર રાખો. જો પ્રગતિની ચકાસણી કરવામાં ન આવે તો, તો હંમેશાં સર્વશ્રેષ્ઠ યોજનાઓ પણ શબ્દમાત્રથી વિશેષ કશું હોઈ શકે નહિ. જ્યારે યોજના અનુસાર બાબતો બનતી નથી, ત્યારે મનુષ્યનો ઉત્સાહ મંદ પડવા લાગે છે. હેરીએ ચકાસણીકેન્દ્રો નક્કી કર્યાં, જેથી પ્રત્યેક સદસ્ય પોતાની પ્રવૃત્તિઓની ચકાસણી કરી શકે.
- આપણે એકલા હોતા નથી. જે પ્રમાણે દરેક રમતની ટીમ પાસે "ચિયર્સ લીડર્સ" હોય છે, તે જ પ્રમાણે સફળ બનવા માટે આપણાં ઉત્સાહમાં વૃદ્ધિ કરવા માટે અને આપણે પાછા પડી જઈએ ત્યારે આપણાં મનોબળમાં વૃદ્ધિ કરવા માટે કોઈ "ચિઅર સ્ક્વૉડ"ની આવશ્યકતા હોય છે. જો કે, કોઈ રમતના ટીમના ચિયર લીડર્સની વિપરીત આપણે એવા સ્ત્રી-પુરુષોને પસંદ કરવા જોઈએ, જે માત્ર સકારાત્મક ચિંતક જ ન હોય,પરંતુ જેની પાસે જ્ઞાન અને અનુભવ હોય, જે આપણાં પ્રયાસોમાં આપણી સહાયતા કરી શકે. હેરીની પાસે એક માર્ગદર્શક હતા, જેમણે તેની કારકિર્દીમાં તેને માર્ગદર્શન આપ્યું હતું અને વિપરીત પરિસ્થિતિઓમાં તેને હરહંમેશ પ્રોત્સાહિત કર્યો હતો. પોતાના માર્ગદર્શકને કારણે તેણે દાન ઉઘરાવવા માટે અનુભવી લોકોની ટીમ તૈયાર કરી, જેથી તેઓ કઠણ સ્થાનોમાં માર્ગદર્શન આપી શકે.
- અવરોધો અને અડચણો આવવાની ઘણી શક્યતાઓ હોય છે. જો વસ્તુઓ સારી રીતે થઈ શકતી નથી, ત્યારે લોકોનો ઉત્સાહ મંદ પડી જાય છે. ત્યારે આપણો ઉત્સાહ એડ્રિનલિન શૉટના રૂપમાં કાર્ય કરશે અને સ્થિતિને યોગ્ય ઊર્જા પ્રદાન કરશે. દિશા પરિવર્તિત કરવાની આવશ્યકતા પડી શકે છે અને નથી પણ પડી શકતી. સમીક્ષા કરો કે શું અનુચિત બન્યું હતું. બની શકે છે કે આમાં માત્ર થોડું ઘણું પરિવર્તન અથવા ફેરબદલીની આવશ્યકતા

હોય, પરંતુ જો ગંભીર સમસ્યાનું નિર્માણ થયું છે, ત્યારે પરિસ્થિતિનું પુનઃ આકલન કરો. જો આપણને એવું લાગે છે કે આપણે માર્ગથી ઘણા દૂર છીએ, તો કદાચ આપણે આપણી યોજના ઉપર પુનઃ વિચારણા કરવી જોઈએ અને તેને પુનઃ લખવી જોઈએ. જો આપણો ઉત્સાહ જળવાઈ રહે છે, તો આપણે તેને અપ્રિય કાર્યની જેમ નહિ, પરંતુ રોમાંચક કાર્યની જેમ કાર્ય કરીશું.

- નિરાશાવાદીઓથી સાવચેત રહો. સંસાર નકારાત્મક અને નિરાશાવાદીઓ લોકો ભરેલો પડ્યો છે, જેઓ હંમેશાં નિષ્ફળતાની ભવિષ્યવાણીઓ કર્યા કરતા હોય છે. તેઓ પ્રત્યેક પ્રયાસો ઉપર પાણી ફેરવવાનું કામ કરતા હોય છે અને જ્યારે નિષ્ફળતા આવે ત્યારે સહાયતા કરવાને બદલે ગૌરવથી કહેતા હોય છે, "મેં તો તમને અગાઉથી જ ચેતવી દીધા હતા." આવા લોકોને પોતાની કમિટી અથવા ટીમમાંથી બાકાત રાખો. જો વિવશતાપૂર્ણ તેમની સાથે પનારો પડે, તો સ્વયંને આશાવાદીઓથી ઘેરાયેલા રાખો, જેઓ નકારાત્મકતાને બિનઅસરકારક બનાવે.
- ઉત્સાહી બનવાની ટેવ પાડો. ટેવોને મજબૂત બનાવવી પડતી હોય છે. યોજનાને આગળ વધારવા માટે દરરોજ થોડો સમય ફાળવો.
- દરેક સમયે સકારાત્મક બનો. ઉત્સાહ કાયમ આશા, વિશ્વાસ, નિઃસ્વાર્થપણું, હિમ્મત અને સહન-શક્તિ ઉપર વિકસિત બનતો હોય છે. સકારાત્મક દૃષ્ટિકોણને જાળવી રાખશો, તો આપણો પ્રોજેક્ટ નિશ્ચિતરૂપે આગળ ધપશે.
- કાયમ વિશ્વાસ રાખો કે આપણે આપણાં લક્ષ્યને હાંસલ કરી લઈશું, ભલે આ ક્ષણે એ ગમે તેટલો દૂર કેમ ન ભાસતો હોય. જો ઉત્સાહમાં ઊણપ આવી જાય છે, ત્યારે "આંતરિક પ્રેરક વાર્તા" થી એ પુનઃ વધી જશે.

  રાલ્ફ વાલ્ડો ઇમર્સને લખ્યું હતું, "સંસારના ઇતિહાસમાં દરેક મહાન અને મુખ્ય ક્ષણ ઉત્સાહના વિજયની ક્ષણ હોય છે."

નિષ્કર્ષ

- વિષયનું અધ્યયન કરો. શીખવું જ્ઞાન તરફ લઈ જાય છે, જેના થકી શીખેલી વાતો વિશે ઉત્સાહ જાગૃત થઈ જાય છે.
- સ્વ - પ્રેરિત લોકો સૌથી અધિક ઉત્સાહી હોય છે. આપણે આપણાં સર્વશ્રેષ્ઠ પ્રેરક સ્વયં હોઈએ છીએ. જો આપણે સ્વયં ઉપર તથા

પોતાની સંભવિત ભાવિ સફળતા ઉપર વિશ્વાસ છે, તો આપણી અંદરનો ઉત્સાહનો એવો સ્રોત બની જાય છે, જે ક્યારેય સમાપ્ત નહિ થાય.

- ઉત્સાહ સફળતાનું એક એવું રહસ્ય છે, જેને ખૂબ જૂજ લોકો જાણે છે.
- એક લક્ષ્ય નક્કી કરો તથા તે દિશામાં કાર્ય કરો. જ્યારે એ લક્ષ્ય પ્રાપ્ત થઈ જાય, ત્યારે બીજું લક્ષ્ય નક્કી કરો તથા એ દિશામાં કાર્ય કરો. એનાથી પ્રાપ્ત થનાર રોમાંચ અને પડકાર મનુષ્યને ઉત્સાહી બનાવી રાખે છે.
- હંમેશાં અપેક્ષાવાદી, આશાવાદી, ઉમેદભર્યો દૃષ્ટિકોણ રાખો. આ દૃષ્ટિકોણથી કોઈ પણ કાર્યમાં ઉત્સાહ ઉત્પન્ન થઈ જશે, જેને આપણે કરી રહ્યા છીએ.
- કાયમ એવો વિશ્વાસ કરતા રહીએ કે આપણે આપણું લક્ષ્ય પ્રાપ્ત કરી લઈશું, ભલે એ ગમે તેટલું દૂર ભાસતું હોય. જ્યારે ઉત્સાહ મંદ પડવા લાગે, ત્યારે "આંતરિક પ્રેરક ચર્ચા" થી સહાયતા મળે છે.
- સ્વયં ઉપર વિશ્વાસ કરવાથી આપણે પોતાની પ્રવૃત્તિઓ વિશે ઉત્સાહી બની જઈએ છીએ. ભય, શંકા અને અનિશ્ચિતતા સમાપ્ત થઈ જાય છે. ઉત્સાહી બનવાને લીધે આપણે પરિણામ હાંસલ કરવા માટે સક્ષમ બનીએ છીએ. શંકા ઉદ્ભવવાને કારણે મસ્તિષ્ક સામર્થ્ય વડે કાર્ય કરી શકતું નથી. નિશ્ચિત નિર્ણય સિવાય કાર્યકુશળતા શક્ય નથી.

૪. જીવનનું સૌંદર્ય

દુનિયામાં મોટાભાગના લોકો સંતુલિત જીવન જીવવા ઇચ્છે છે. આપણે આપણાં જીવનના પ્રત્યેક ક્ષેત્રમાં યોગ્ય પ્રમાણમાં સમય ફાળવવા ઇચ્છીએ છીએ, જેટલો આપણે ફાળવવા ઇચ્છીએ છીએ. માત્ર એ સારુ, કારણ કે આપણે બહેતર અનુભવ કરી શકીએ. પરંતુ હંમેશાં આપણને એવી અનુભૂતિ થાય છે કે આપણું જીવન કોણ જાણે કેમ સંતુલનની બહાર જતું રહ્યું છે. અનેક વાર આની પાછળ તુલનાત્મક રૂપે અલ્પકાલીન કારણ હોય છે, જેમ કે કોઈ દુર્ઘટના અથવા ઈજા, ઑફિસની ફેરબદલી અથવા તો અન્ય જગ્યાએ જઈને વસવાટ કરવો. બાકીના મામલાઓમાં, સંતુલનની બહાર હોવાની અનુભૂતિ વધારે દીર્ઘકાલીન હોય છે. આપણે પ્રત્યેક દિવસે, પ્રત્યેક મહિને, પ્રત્યેક વર્ષે એવું અનુભવીએ છીએ. આપણે સંતુલનના મહત્ત્વપૂર્ણ મુદ્દાઓ ઉપર ધ્યાન આપવું જોઈએ. આપણે એ વિશ્લેષણ કરવું જોઈએ કે આપણે પ્રત્યેક ક્ષેત્રમાં આ સમયે કેટલી ઊર્જા અને સમય આપી રહ્યા છીએ. આનાથી આપણે એક યોજના ઘડી શકીએ છીએ, જેને કારણે આપણને સંતુલનની અધિક અનુભૂતિ થશે.

આમ તો કામકાજ, પરિવાર, સ્વાસ્થ્ય, સમુદાય, આધ્યાત્મિકતા, આપણું અંગત જીવન, આપણું સામાજિક જીવન અને વિચાર આપણાં જીવનનાં મુખ્ય ક્ષેત્રો છે.

સંતુલિત જીવન

સમયાંતરે ચકાસણી કે આકલન કરવામાં સમજદારી હોય છે કે આપણે આપણાં જીવનના વિભિન્ન ક્ષેત્રોમાં જેટલો સમય અને ઊર્જા વાપરી રહ્યા છીએ, તેના કારણે આપણને વર્તમાનમાં કેટલી સંતુષ્ટિ પ્રાપ્ત થઈ રહી છે. ત્યાર પછી એવાં કાર્યો કરવાનો સંકલ્પ કરવો, જેનાથી આપણું જીવન વધારે સંતુલિત બની જાય.

આપણો પ્રત્યેક સમય હંમેશાં કામકાજના સામાન્ય સપ્તાહ સુધી જ સીમિત હોતો નથી. આ હંમેશાં તેનાથી પણ આગળ જતો હોય છે. એમાં યોગદાન આપનારી બે બાબતો છે. એક તો યાત્રામાં ખર્ચાતો સમય અને બીજો ઑફિસનું

કામ ઘેર લાવવું. સ્વાસ્થ્યના ક્ષેત્રમાં વ્યાયામ, આહાર, મનોવૈજ્ઞાનિક પરામર્શ અને જીવનશૈલીની અન્ય પસંદગીઓ સામેલ હોય છે.

આપણે સમુદાય અથવા સમાજમાં પોતાનું સંતુલનને યથોચિત કરવું જોઈએ. એના માટે આપણે કોઈ એવી બાબતનું યોગદાન આપી શકીએ છીએ, જેના થકી આપણને આનંદ પ્રાપ્ત થતો હોય, ભલે એ કોચિંગ હોય કે કોઈ બોર્ડ અથવા સભામાંની સેવા હોય. આપણે જીવનમાં આધ્યાત્મિકતા ઉપર ધ્યાન કેન્દ્રિત કરીને પણ સંતુલન પ્રાપ્ત કરી શકીએ છીએ. એમાં આરાધના અથવા અધ્યયન અથવા યોગ, ધ્યાન, તાઈ ચી, નિયમિત રિટ્રીટ જેવા વ્યાપક વિકલ્પ સામેલ હોઈ શકે છે.

જીવન બર્ફીલી ફૂટપાથ જેવું જ હોય છે. આપણે એક છેડા ઉપર ઊભા હોઈએ છીએ અને આપણે ચાલીને બીજા છેડા સુધી જવાનું હોય છે, પરંતુ આપણે કોઈ પણ સમયે અચાનક લપસીને પડી જઈ શકીએ છીએ. આપણી વ્યગ્રતા કેટલી છે, એના આધારે આપણે કાં તો સાચવીને ડગલાં ભરી શકીએ છીએ અથવા તો સર્વશ્રેષ્ઠની આશા રાખીને ઝડપથી પ્રયાસ કરી શકીએ છીએ. બન્ને સ્થિતિઓમાં એ આશંકા રહ્યા કરે છે કે, જો આપણું સંતુલન આપણે જાળવી રાખીશું નહિ, તો આપણે લપસી જઈશું ને પડી જઈશું.

હંમેશાં આપણે સંતુલન ગુમાવવા લાગીએ છીએ, આવા સમયમાં આપણે આપણાં જીવનના કોઈ ચોક્કસ ક્ષેત્રમાં યોજનાથી ઘણો વધારે સમય ફાળવી દઈએ છીએ અને બાકીનાં ક્ષેત્રોમાં પર્યાપ્ત સમય આપી શકતાં નથી. આ પરિસ્થિતિ સમયની સાથે ઉદ્ભવતી હોય છે અથવા અપ્રત્યાશિત ઘટનાઓને કારણે આકસ્મિક રીતે ઉદ્ભવી હોય છે.

અહીંયા કેટલી સામાન્ય ઘટનાઓ આપવામાં આવી રહી છે, જે આપણાં જીવનમાં રહેલા સંતુલનની અનુભૂતિમાં દખલ ઊભી કરી શકે છે. એક રીતે આ આપણી બાહ્ય નિર્ધારક પરિસ્થિતિઓ છે :-

ઈજા અથવા માંદગી, નોકરીની ફેરબદલી, કર્મચારીઓનું નોકરી છોડીને જતાં રહેવું, વિશાળ પ્રોજેક્ટોનું દબાણ, આગ, પૂર અથવા કોઈ પ્રિયજનનું મૃત્યુ જેવી વિનાશકારી ઘટનાઓ. અન્ય છે યાત્રા, વિવાહ અથવા છૂટાછેડા, અભ્યાસ પૂર્ણ થવો અથવા વિવાહ અને સંબંધોના મુદ્દાઓ.

આ સિવાય આંતરિક નિર્ધારક પરિસ્થિતિઓ પણ હોય છે, (જે કદાચ એટલી સ્પષ્ટ બાબતો નથી), જે આપણાં જીવનનું સંતુલન ખોરવી શકે છે. ડેલ કારનેગી અનુસાર અમુક આંતરિક નિર્ધારક પરિસ્થિતિઓ આવી છે :-

થાક, મુલત્વી રાખવું, સ્વયં ઉપર દયા ખાવી, સમયનું ખરાબ પ્રબંધન,

આલોચના કરવી, નિંદા કરવી, ફરિયાદ કરવી અને ઉત્સાહનો અભાવ.

સંતુલનનું પરીક્ષણ

અહીંયા કેટલાક પ્રશ્નો આપવામાં આવી રહ્યા છે. "હા" અથવા "ના" માં તેનો ઉત્તર આપો.

- હું સામાન્ય કરતાં વધારે ફરિયાદ કરવા લાગ્યો છું.
- હું હંમેશાં મહત્ત્વપૂર્ણ પારિવારિક કાર્યક્રમોમાં જવાનું ચૂકી જાઉં છું.
- હું મારા કામકાજ સંબંધિત પ્રત્યેક રજાઓનો અને વ્યક્તિગત દિવસોનો ઉપયોગ કરતો નથી.
- હું હંમેશાં કામકાજ ઘેર લાવું છું.
- હું જેટલો સમય કામકાજમાં આપવો જોઈએ, તે કરતાં વધારે સમય આપવા લાગ્યો છું.
- હું પોતાના મિત્રો સાથે અત્યંત જૂજ સમય જ ફાળવું છું.
- હું બાહ્ય રસ અને શોખ માટે અત્યંત જૂજ સમય ફાળવું છું.
- હું હંમેશાં થાકનો અનુભવ કરું છું.
- હું પોતાની જાત માટે ભાગ્યે જ કશું કરું છું.
- હું સામાન્ય કરતાં વધારે ચીડિયો બની ગયો છું.
- મને કામ કરવામાં જે મજા પહેલાં આવતી હતી, તે મજા હવે નથી આવતી.
- પ્રત્યેક દિવસે મને ઉપલબ્ધિની ખૂબ ઓછી અનુભૂતિ થાય છે.
- હું ઘણી બધી બાબતો બીજાઓ પ્રત્યે જવાબદારીની અનુભૂતિને કારણે જ કરું છું.
- હું ફિલ્મ, સંગીત સમારોહ, મ્યુઝિયમ ઈત્યાદિ જોવા માટે ભાગ્યે જ જાઉં છું.
- મારા દિવસો પ્રચુર પ્રવૃત્તિઓને કારણે વ્યસ્તતાપૂર્ણ રહે છે.

જો આપે ત્રણ વાર "હા"માં ઉત્તર આપ્યો છે, તો સંભવતઃ તમારું જીવન સંતુલનની બહાર જતું રહ્યું છે.

ડેલ કારનેગીના "સંતુલન સંબંધિત મૂળભૂત સિદ્ધાંત"

ડેલ કારનેગીએ આપણાં જીવનમાં સંતુલનને વધારનારા જે મૂળભૂત સિદ્ધાંત આપ્યા છે, તેની શાશ્વત યાદીને જોવી એમાં જ સમજદારી છે. આ યાદીનું

શીર્ષક છે, " એક એવો માનસિક દષ્ટિકોણ કેળવો, જેનાથી તમને શાંતિ અને આનંદ પ્રાપ્ત થાય." આ તેમના બેસ્ટસેલર પુસ્તક "ચિંતા છોડો, સુખેથી જીવો "માંથી લેવામાં આવેલ છે.

બીજાને ખુશી આપો.
બીજાની નકલ કરવી નહિ.
કૃતઘ્નતાની આશા રાખો.
પોતાના મનમાં શાંતિ, સાહસ, સ્વાસ્થ્ય અને આશાના વિચાર ભરો.
ક્યારેય પોતાના શત્રુઓ સાથે હિસાબ બરાબર કરવાના પ્રયાસ ના કરો.
પોતાની મુશ્કેલીઓને નહિ, પરંતુ પોતાના આશિષોની ગણતરી કરો.
પોતાનાં નુકસાનોમાંથી ફાયદો મેળવો.

પુનઃ સંતુલન પ્રાપ્ત કરો

પોતાના જીવનના જુદા-જુદા ઘટકો વિશે વિચાર કરો. તેઓ અનેક શ્રેણીઓમાં હોઈ શકે છે, જેમ કે કારકિર્દી, નાણાકીય, સ્વાસ્થ્ય, પરિવાર, સામાજિક જીવન, તમે સ્વયં, તમારો સમાજ તથા તમારું આધ્યાત્મિક જીવન. જો આમાંથી કોઈ પણ એક ઘટક તમારી ઉપર હાવી થવા લાગે છે અથવા તેની ઉપેક્ષા થઈ રહી છે, તો તે વિશે વિચારણા કરો કે તમારા નિયંત્રણમાં શું છે, જેને તમે પુનઃ અગ્રતાક્રમ આપીને નક્કી કરી શકો છો અને સફળતાપૂર્વક સંતુલનને શોધી શકો છો.

સમાજ : આ બેવડાવવાને લાયક છે : સમાજને પરત આપવું અથવા આપવું આપણાં જીવનમાં સંતુલન લાવવાનો અચૂક ઉપાય છે. આનાથી આપણને આપવા, કૃતજ્ઞતા અને નિઃસ્વાર્થતાની એક પ્રબળ અનુભૂતિ થાય છે. એવી કઈ ભેટ છે, જે આપણે સમાજને આપી શકીએ છીએ? સૌ પ્રથમ આપણે વધારે પડતો સમય આપવાની આવશ્યકતા નથી. આપણે નાની શરૂઆત કરી શકીએ છીએ અને સામાજિક ઉદ્દેશ્યની અનુભૂતિમાં ધીમે ધીમે વૃદ્ધિ કરી શકીએ છીએ. આનાથી આપણને કરુણા, ધૈર્ય અને અન્ય પ્રત્યે સહનશીલતા વિકસિત કરવામાં મદદ મળે છે. જો આપણી પાસે ફાજલ સમય છે, તો એ સાર્થક બની જાય છે. જો આપણને કોઈ ક્ષેત્રમાં વધારે પ્રાપ્ત થયું

આશ્ચર્ય પ્રત્યે જાગ્રત બનો. સંતુલિત જીવન જીવો - દરેક દિવસે થોડું શીખો, થોડું વિચારો, થોડું ડ્રોઈંગ કરો, થોડું પેઈન્ટિંગ કરો, થોડું ગાઓ, થોડું નાચો, થોડું રમો અને થોડું કામ કરો.
- રોબર્ટ ફલજમ

છે તો તેને પરત કરવાનો અવસર પણ પ્રાપ્ત થાય છે.

સામાજિક જીવન : લોકોના કોઈ એવા સમૂહ કે પોતાના જૂના મિત્ર અંગે વિચારો, જેને તમે મળવા ઈચ્છા ધરાવો છો, જેને તમે ઘણા સમયથી મળ્યા નથી. એ જુઓ કે તમે કોઈ ડિનર પાર્ટી, ફિલ્મ અથવા સાંસ્કૃતિક કાર્યક્રમ, લંચ અથવા કૉફીના સમયે મળવા માટે થોડો સમય ફાળવી શકો છો.

કારકિર્દી : વખતસર ઑફિસથી ઘેર પાછા ફરો, પોતાના જીવનને સંતુલિત કરવા માટે સહયોગ માંગો અને પોતાના વર્તમાન નિયુક્તા સાથે પરિવર્તન માટે સોદાબાજી કરો.

પરિવાર : પરિવાર હંમેશાં આપણાં જીવનની પ્રથમ પ્રાથમિકતા હોય છે, જો કે બીજા ક્ષેત્ર પરિવારને હંમેશાં દબાવી દેતા હોય છે, કારણ કે "એ હંમેશાં ત્યાંજ રહેશે." પારિવારિક પઠન સમય નક્કી કરો, પરિવારના લોકો સાથે બહાર ફરવા માટે જાઓ અને દર સપ્તાહ ચોક્કસ સમયે પારંપરિક પારિવારિક ભોજનની યોજના બનાવો.

સ્વાસ્થ્ય (આમાં આહાર, વ્યાયામ, ઊંઘ, મદિરા, ધૂમ્રપાન સામેલ છે): પ્રત્યેક દિવસે નિશ્ચિત સમયે સૂઈ જાઓ અને સૂઈને ઊઠો, પ્રત્યેક સપ્તાહે ત્રણ - ચાર વાર વ્યાયામ કરો. ઉચિત પોષણ લો.

તમે સ્વયં : શું એવી કોઈ બાબત છે, જે કરવામાં તમને આનંદ આવે છે, પરંતુ જેને તમે કેટલાક સમયથી કરી નથી? એ ગોલ્ફ હોઈ શકે છે, શિલ્પકળા અથવા કોઈ શોખ હોઈ શકે છે, જાઝ સાંભળવું કે કાજુન રાંધવા હોઈ શકે છે. પોતાના માટે કંઈ કરવાથી તમને પોતાના જીવનમાં સંતુલનનો સર્વશ્રેષ્ઠ અહેસાસ થશે. સ્વયંને ઓછામાં ઓછો દરરોજ ત્રીસ મિનિટનો પુરસ્કાર આપો અને ધીમા થઈ જાઓ.

નાણાકીય : (જેમાં બચત, રોકાણ, દેવું ઓછું કરવું, ખરીદી અને બિલ ચૂકવવા સામેલ છે) : સૌથી નવીનતમ નવાચાર, જેમાં પ્રૌદ્યોગિકીના નવાચાર સામેલ છે, ખરીદીના પ્રલોભનનો પ્રતિરોધ કરો; પોતાના નાણાકીય જીવનને વ્યવસ્થિત કરો અને ભાવિ આવશ્યકતાઓ માટે વધારે નાણાં બાજુ પર મૂકો.

યથાર્થવાદી વિચારસરણી :

હવેથી આપણે પોતાના જીવનના પ્રત્યેક ક્ષેત્રમાં સમાન સમય આપવા લાગીએ ત્યારે સંતુલન આપણા જીવનમાં યથાર્થવાદ અથવા સહજ બોધના રૂપમાં પ્રગટ થાય છે. ઉદાહરણ રૂપે, જો આપણે હાલમાં જ કોઈ સામુદાયિક

બોર્ડમાં સેવા આપવાનો સમયગાળો પૂર્ણ કર્યો છે, તો આ સક્રિયતા માટે પર્યાપ્ત થઈ શકે છે. જો આપણે આપણાં કામના મામલામાં થોડા પાછળ પડવા લાગ્યા છીએ, તો કદાચ આપણે અત્યાર સુધી વર્કોહોલિક બની જવું જોઈએ, જ્યાં સુધી આપણે બરાબરી ન કરવા લાગીએ. સમયની સાથે સાથે સંતુલનની આપણી અનુભૂતિ પણ પરિવર્તિત થયા કરે છે. ઘણાં આંતરિક અને બાહ્ય ઘટકો આ બાબતને પ્રભાવિત કરી શકે છે કે આપણે જીવનના વિભિન્ન ઘટકોમાં રોકાણ કરેલી ઊર્જા અને સમયના મામલામાં આ સમયે કેટલા સંતુષ્ટ છીએ.

બધા સમયે આમાંના પ્રત્યેક ક્ષેત્રમાં આદર્શ સંતુલન હાંસલ કરવા અસંભવ છે. આના પ્રયાસો કરવામાં પણ તમે અસંતુલિત બની જશો.

૫. લક્ષ્ય હાંસલ કરો

સફળ લોકો કાયમ એક લક્ષ્ય સાથે આરંભ કરે છે. સફળતાના દીર્ઘ માર્ગ ઉપર જે પ્રથમ ડગલું ભરવું જોઈએ, એ છે લક્ષ્ય નક્કી કરવું અને તેમને હાંસલ કરવાની દિશામાં કાર્ય કરવું. આપણે ક્યાં જઈ રહ્યા છીએ અને ત્યાં પહોંચવાની યોજના બનાવીએ છીએ, આ જાણવાથી આપણે પોતાના સમય, ઊર્જા અને ભાવનાને કેન્દ્રિત કરી શકીએ છીએ - અને એ લક્ષ્યો સુધી પહોંચવાની દિશામાં યોગ્ય માર્ગ ઉપર ચાલવાનો આરંભ કરી શકીએ છીએ.

જો વહાણનું સુકાન ભાંગી ગયું હોય તો તમે ગમે તેટલી તાકાતથી મંડ્યા રહેશો, તેમ છતાં તે વહાણ ક્યાંય પહોંચી શકશે નહિ. માત્ર એ સંયોગવશ જ કોઈ બંદર સુધી પહોંચી શકે છે અને કદાચ તેના ઉપર લદાયેલો માલ ત્યાંના લોકો, હવામાન અથવા પરિસ્થિતિઓના પ્રમાણમાં ઉપયુક્ત નહિ હોય. વહાણને કોઈ ચોક્કસ બંદરની દિશામાં જવું જોઈએ, જ્યાં તેના માલની માંગ છે. ભલે ઠંડી હોય કે ગરમી હોય, ઝંઝાવાત આવે કે તોફાન, જહાજનું લક્ષ્ય હંમેશાં એ જ બંદર હોય છે.

જે સફળ બનવા ઇચ્છે છે, તેણે જીવનના સમુદ્રમાં સુકાન વિના આમતેમ ભટકવું જોઈએ નહિ, પરંતુ ચોક્કસ બંદર તરફ સીધા ચાલવું જોઈએ. જ્યારે સમુદ્ર શાંત હોય, જળધારાઓ અને હવાઓ અનુકૂળ હોય, ત્યારે જ પોતાની દિશામાં કાયમ રહેવાનું નથી. તેણે તો ઝંઝાવાતો અને તોફાનોનો મુકાબલો કરતા કરતા પણ પોતાની દિશામાં આગળ વધતા રહેવાનું છે, જ્યારે એ નિરાશાનું ધુમ્મસ અને વિરોધના વંટોળમાં લપેટાયેલું હોય.

ભવિષ્યનું સ્વપ્ન

દરેક વ્યક્તિ એક સ્વપ્નથી શરૂઆત કરે છે જેને આપણે ભવિષ્યનું સ્વપ્ન કહીએ છીએ. સ્વપ્નમાં આપણે શ્રીમંત, પ્રખ્યાત અને આનંદિત હોઈએ છીએ. આવા ભવિષ્યનાં સ્વપ્નાઓ મોટાભાગના લોકો નિહાળતા હોય છે, પરંતુ છેવટે બહુધા તેમની પાસે એ જ રહે છે - સ્વપ્ન.

સફળ લોકોની પાસે પણ સ્વપ્નો હતાં, પરંતુ તેમણે એ સ્વપ્નોને પ્રથમ

લક્ષ્યોમાં અને ત્યાર પછી તેને વાસ્તવિકતામાં પરિવર્તિત કર્યાં. તેમના સ્વપ્નો સફળતાની અસ્પષ્ટ આશા નહોતાં. એ તો ચોક્કસ ઉપલબ્ધિઓના સ્વપ્નાઓ હતાં, જેના તેમણે લક્ષ્ય બનાવ્યા હતાં. એડિસને એક એવા સંસારનું સ્વપ્ન નિહાળ્યું હતું, જેમાં વીજળીની ઊર્જા રાત્રિને ઝગમગાવી દે. બિલ ગેટ્સએ એવી કૉમ્પ્યુટર પ્રણાલીનું સ્વપ્ન નિહાળ્યું, જે માત્ર વિશાળ સંગઠનોને જ નહિ, પરંતુ પ્રત્યેક વ્યક્તિને કૉમ્પ્યુટરોની શક્તિનો ઉપયોગ કરવા માટે સક્ષમ બનાવે. બીથોવને એવા સંગીતનું સ્વપ્ન નિહાળ્યું, જે આત્માને વિહરવા માટે મંત્રમુગ્ધ કરી દે. મહાન અભિનેતાઓ, ચિત્રકારો, લેખકોએ માત્ર પ્રસિદ્ધિના જ સ્વપ્નો જોયાં નહોતાં, પરંતુ તેઓએ એ પણ જોયું કે સફળતાને હાંસલ કરવા માટે તેઓ પોતાના ગુણોનો કેવી રીતે ઉપયોગ કરી શકે.

માત્ર જિનિયસ લોકો જ સ્વપ્ન જોતા નથી પરંતુ સફળ લોકો જણાવે છે કે તેમની સફળતાનો પ્રારંભ એક આશા, એક સ્વપ્ન સાથે થયો હતો. જે સ્ત્રી-પુરુષોને તેમની ઉપલબ્ધિઓ વિશે પૂછવામાં આવ્યું છે, તેઓએ વારંવાર આજ જણાવ્યું છે કે આ બધું એક સ્વપ્ન દ્વારા શરૂ થયું, જે એક લક્ષ્ય તરફ તેમને લઈ ગયું, જે એક કાર્યયોજના તરફ દોરી ગયું અને અંતતઃ લક્ષ્ય હાંસલ થઈ ગયું.

માત્ર યુવાનો જ સ્વપ્ના જોતા નથી, પરંતુ જીવનમાં ક્યારેય એટલું મોડું પણ થઈ જતું નથી કે તમે એક સ્વપ્ન ન નિહાળી શકો, જે તમને તમારાં લક્ષ્યો તરફ દોરી જાય, જે નવી સફળતાઓ તરફ તમને લઈ જાય. જે લોકોએ પોતાના જીવનના ઉતરાર્ધમાં સ્વપ્નો નિહાળ્યા. તેમણે પણ આશ્ચર્યજનક રીતે ઘણું બધું પ્રાપ્ત કરી લીધું. બેન્જામિન ફ્રેન્કલિને પણ પચાસ વર્ષની વયે વિજ્ઞાન અને દર્શનનું અધ્યયન શરૂ કર્યું હતું. અંધ બની ચૂકેલા કવિ મિલ્ટને પચાસ વર્ષની વયે પોતાના મહાકાવ્ય "પેરેડાઈઝ લૉસ્ટ" ને પૂર્ણ કર્યું હતું.

માત્ર તત્કાલીન યુગના પૂર્વાગ્રહો અથવા તો પક્ષપાતો સુધી જ સ્વપ્નાઓ સીમિત નથી. અસંખ્ય વર્ષો સુધી મહિલાઓ ઉપર પ્રતિબંધ મૂકવામાં આવ્યા કે તેઓ શું હાંસલ કરી શકે છે અને શું નહિ. તેઓ માત્ર એવી જ કારકિર્દીનું લક્ષ્ય બનાવી શકતી હતી, જેને "મહિલાઓની નોકરીઓ" માનવામાં આવતી હતી. કોઈ અન્ય કારકિર્દી વિશે વિચાર પણ સંકલ્પ અને સાહસનું કાર્ય હતું. એલાઈન પેગાલ્સે એવું જ કાર્ય કર્યું હતું, જે પ્રિન્સ્ટનમાં પ્રોફેસર છે તથા રહસ્યવાદ અને આરંભિક ખ્રિસ્તીપણા વિશે અનેક બેસ્ટસેલિંગ પુસ્તકો લખી ચૂક્યાં હતાં. તેમણે બતાવ્યું કે તેઓ એવા સમયમાં શિક્ષિત બન્યા હતા, જ્યારે છોકરીઓને ગંભીર કારકિર્દી માટે વિચારવાનું પણ શીખવવામાં આવતું નહોતું. તેમણે પોતાના પ્રિય વિષયનું અનુસરણ કરવા માટે પોતાને સ્વતંત્ર અનુભવ્યાં; તત્પશ્ચાત્ તેમને

એ ખબર પડી કે તેઓ આના દ્વારા આજીવિકા પણ કમાઈ શકે છે. તેમનું સ્વપ્ન લક્ષ્ય બની ગયું.

મોટા ભાગનાં ક્ષેત્રોમાં અવરોધ સમાપ્ત થઈ ચૂક્યા છે. ઉદાહરણ રૂપે, અમેરિકામાં લૉ, મેડિકલ અને અન્ય વ્યાવસાયિક કૉલેજોમાં મહિલા વિદ્યાર્થીનીઓની સંખ્યા અડધી કે તે કરતાં અધિક છે.

ઓગણીસમી શતાબ્દીમાં ફ્રેડરિક ડગ્લાસ દાસના રૂપમાં જનમ્યા હતા, પરંતુ તેમણે પોતાની પ્રજાતિ અને દાસતાને પોતાના અધ્યયનમાં ક્યારેય બાધક બનવા દીધા નહિ અને અંતતઃ તેઓ પોતાની પ્રજાતિના લીડર બન્યા. એકવીસમી શતાબ્દીમાં બરાક ઓબામાએ અમેરિકાના રાષ્ટ્રપતિ બનીને પ્રજાતિના તમામ અવરોધો સમાપ્ત કરી દીધા.

ઈચ્છાશક્તિ અત્યંત મહત્ત્વની હોય છે, જેટલું મગજ હોતું નથી. જીવનમાં ડામાડોળ થનારા લોકોને કાયમ એક બાજુએ ધકેલી મૂકવામાં આવે છે. કોઈ પણ તેમને અટકાવી શકતું નથી, એ દૃઢ ઈચ્છાશક્તિ અને સંકલ્પ ધરાવનારા લોકોને સંપૂર્ણ ભરોસો હોય છે કે ખંત અને સાહસથી તેઓ સફળ બની જશે. જે લોકો લાંબા સમય સુધી અને કઠોર પરિશ્રમથી પ્રયત્ન કરે છે, તેવા લોકો માટે સ્વપ્ન લક્ષ્ય બની જાય છે અને લક્ષ્ય ઉપલબ્ધિઓ.

આપણાં જીવનમાં જે બાબતો જીવવા લાયક નથી તેને આપણે પોતાના નાનાં કાર્યોથી મુક્ત કરેલ છે અને સામાન્યતા અને બેડોળપણાથી પર લઈ ગયા છે -જીવનની મહાન સુવિધાઓ - જેનું શ્રેય આપણાં સ્વપ્નદર્શીઓને જાય છે.

સપનાઓના લક્ષ્ય બદલો

દુનિયામાં અનેક લોકો કાયમ સ્વપ્નદર્શી જ રહે છે. તેમનાં સ્વપ્નાઓ માત્ર સ્વપ્નાં જ રહી જાય છે. જ્યારે આપણે સ્વપ્નોને લક્ષ્યોમાં પરિવર્તિત કરીએ છીએ, ત્યારે તેઓ ઠાલી ફેન્ટેન્સીને સ્થાને ઉદ્દેશ્ય બની જાય છે, જેને આપણે સફળતાના નકશાના રૂપમાં પોતાની સમક્ષ મૂકી શકીએ છીએ. આપણે પોતાનાં સ્વપ્નોમાં એક ઉદ્દેશ્ય, એક સંકલ્પ લાવવો જોઈએ કે આપણે એ સ્વપ્નોને વાસ્તવિકતામાં પરિવર્તિત કરવા માટે સઘળું કરીશું, જે આપણે કરી શકીએ છીએ.

એક મહિલાનું સ્વપ્ન હતું અને તેણે પોતાના સ્વપ્નને લક્ષ્યમાં પરિવર્તિત કર્યું. એ પોશાક ડિઝાઇનર રેચલ રૉય હતી. ફેશન પ્રત્યે રેચલનો પ્રેમ બાળપણમાં નિહાળેલી ફિલ્મોમાંથી જાગ્રત થયો હતો. પડદા ઉપર નાયિકાઓના પોશાકને કારણે તેઓમાં આત્મવિશ્વાસ અને સફળતાનું આભામંડળ મળતું

હતું. રેચલે સ્વપ્ન જોયું કે તે પણ પોતાના માટે તથા બીજી મહિલાઓ માટે આવું જ આભામંડળ રચશે, જે સકારાત્મક આત્મગૌરવ ઉત્પન્ન કરી શકે.

તેમનો પરિવાર વર્ષમાં એક જ વાર શૉપિંગ માટે જતો હતો. સ્થાનિક સ્ટોરમાં આકર્ષક વસ્ત્રો ઉપલબ્ધ થતા નહોતા, જેને કારણે તે ચીડાઈ જતી હતી. તેને વિશ્વાસ હતો કે તક મળતાં જ તેણી પણ બહેતર શૈલીના પોશાકો બનાવી શકે છે. તેમની માતાએ તેમને જણાવ્યું કે આ ગ્રાહક અથવા બાયરનું કામ હોય છે. હવે તેણી પોતાના સ્વપ્નને એક નામ આપી શકતી હતી - ગ્રાહક. રેચલે જણાવ્યું કે તે જ ક્ષણે તેમનું સ્વપ્ન તેમનું લક્ષ્ય બની ગયું - ફેશનના ક્ષેત્રમાં ગ્રાહક બનવું. તેમણે સ્ટૉક ક્લાર્કના પદથી પોતાની કારકિર્દીનો આરંભ કર્યો. ત્યાર પછી તેણી ઝડપથી આસિસ્ટન્ટ મૅનેજર બની ગઈ, તત્પશ્ચાત્ વ્યક્તિગત ગ્રાહક બની ત્યાર પછી અનેક સ્ટોર્સમાં સ્ટાઇલિસ્ટ બની ગઈ.

ખૂબ જલ્દી તેણે ફેશન ડિઝાઇનિંગનું કાર્ય કરવા લાગી અને પોતાની કંપનીમાં વરિષ્ઠ પદે પહોંચી ગઈ. જ્યારે તેમના પતિ ડેમન ડૈશ સ્વતંત્ર પોશાક વ્યવસાયનો આરંભ કરવા ઇચ્છતા હતા, ત્યારે રેચલે એક નિર્ણય કરવાનો હતો - પોતાની સફળ કારકિર્દીને ચાલુ રાખવી અથવા તો ડૈમન સાથે પુનઃ આરંભ કરવો. તેમણે પુનઃ આરંભના નિર્ણયને પસંદ કર્યો, અને સ્વયંને એ કામમાં પરોવી દીધી, દરેક પદ ઉપર કાર્ય કર્યું, પ્રત્યેક બાબતોનું નિરીક્ષણ કર્યું અને વ્યવસાયના પ્રત્યેક પાસાંઓમાં સામેલ થયા.

તેની ડિઝાઇનોની પ્રશંસા થવા લાગી અને આજે તેણીને ફૅશનજગતના અગ્રગણ્ય ડિઝાઇનર ગણવામાં આવે છે. ઇચ્છા કરનારાઓ અને કર્મ કરનારાઓ વચ્ચે ખૂબ લાંબું અંતર હોય છે. રેચલ સ્વપ્નદર્શી અને ઇચ્છા ધરાવનારાઓ કરતાં અધિક હતી. તેણે પોતાના સ્વપ્નને લક્ષ્યમાં પરિવર્તિત કર્યું અને તે લક્ષ્યને પ્રાપ્ત કરવા માટે તનતોડ પરિશ્રમ કર્યો.

ભવિષ્યમાં સારી બાબતો હશે, તમે દોલતમંદ અને ખુશ રહેશો, તમારી પાસે સારો પરિવાર, સુંદર ઘર અને સફળ કારકિર્દી હશે, આ આશા રાખવાની ટેવ સર્વશ્રેષ્ઠ પૂંજી છે, જેનાથી તમે તમારા જીવનનો આરંભ કરી શકો છો. આપણે જે બાબત માટે નિરંતર બોલ્યા કરીએ છીએ, તેને આપણે હાંસલ તો કરી લઈએ છીએ, ભલેને આપણને તે સમયે અશક્ય લાગતું હશે. જો આપણે આપણાં લક્ષ્ય વિશે બોલીએ અને તેનું સ્પષ્ટ માનસિક ચિત્ર નિહાળીએ તથા તેને પોતાના સંપૂર્ણ સામર્થ્ય વડે પ્રાપ્ત કરવા માટે પ્રયાસ કરીએ, તો એ યથાસંભવ છે કે આપણે આપણી મનગમતી વસ્તુઓને પોતાના જીવનમાં લઈ

આવીશું, ભલે તે સારી તંદુરસ્તી હોય, સારું ચરિત્ર હોય અથવા સર્વશ્રેષ્ઠ કારકિર્દી હોય.

જ્યારે ઇચ્છા સંકલ્પમાં ઘનીભૂત થાય છે, ત્યારે જ પ્રભાવશાળી બની શકે છે. જ્યારે ઇચ્છાશક્તિ સંકલ્પ સાથે જોડાઈ જાય છે, ત્યારે સર્જનાત્મક શક્તિ ઉદ્ભવે છે. ઉત્કંઠા, ઝંખના અને મહેનતથી પરિણામ પ્રાપ્ત થાય છે. જો આપણે કોઈ ચોક્કસ ક્ષેત્રમાં પોતાને બહેતર બનાવવા ઇચ્છીએ છીએ, તો આપણે તે ગુણનું માનસિક ચિત્ર અત્યંત સ્પષ્ટતા અને ખંતથી નિહાળવું જોઈએ. આપણે સતત એ વાત મનમાં રાખવી જોઈએ, જ્યાં સુધી આપણે એ અનુભવ ન કરી લઈએ કે આપણે તેને પ્રાપ્ત કરી લીધું છે. આપણને જીતવા, વિજય પ્રાપ્ત કરવા તથા વિજયી જીવન જીવવા માટે બનાવવામાં આવ્યા છે. આપણે આપણાં પસંદ કરેલાં કાર્યોમાં, લોકોની સાથે સંબંધોમાં અને જીવનના બાકી રહેલાં પાસાંઓમાં અત્યંત સફળ બનવું જોઈએ.

વિશ્વાસથી લક્ષ્ય સુધી

જેમ તમે જાણો છો, સમૃદ્ધિનો આરંભ મનથી થાય છે. જો આપણો માનસિક દૃષ્ટિકોણ સમૃદ્ધિ પ્રત્યે શત્રુતાપૂર્ણ છે, તો આપણને સફળતા મળી શકતી નથી. એક વસ્તુ માટે કાર્ય કરવું અને તેનાથી વિપરીત વસ્તુની અપેક્ષા રાખવી ઘાતક સિદ્ધ થાય છે, કારણ કે પ્રત્યેક વસ્તુનું સર્જન પ્રથમ માનસિક રૂપે જ થતું હોય છે. ભૌતિક જગતમાં માનસિક નકશાનું પ્રતિબિંબ છલકાતું હોય છે.

કોઈ પણ બાબતની અપેક્ષા ન કરવાનો અર્થ એ જ છે કે આપણને કોઈ જ વસ્તુ નહિ મળે.

જ્યારે આપણાં દ્વારા લેવામાં આવેલ પ્રત્યેક ડગલું નિષ્ફળતાના માર્ગ ઉપર હોય, તો આપણે લક્ષ્ય સુધી સફળતાપૂર્વક પહોંચી જવાની અપેક્ષા કેવી રીતે રાખી શકીએ? અંધકારભર્યો, ઉદાસ અને નિરાશાજનક દૃષ્ટિકોણ રાખીને કામ કરવાથી સારાં પરિણામો મળી શકતાં નથી. ગરીબીની અપેક્ષા અથવા અડધી અપેક્ષા રાખીને આપણે કદાપિ સમૃદ્ધ બની શકતા નથી. આપણને તે જ પ્રાપ્ત થાય છે, જેની અપેક્ષા આપણે રાખીએ છીએ.

આપણે આપણાં મનમાં જેને ઠસાવી લીધું છે, તેના વિપરીત સર્જન શક્ય નથી, કારણ કે આપણોં માનસિક દૃષ્ટિકોણ જ આપણાં જીવનને ઢાળનારું બીબું છે. આપણી ઉપલબ્ધિઓ પ્રથમ માનસિક રૂપે પ્રાપ્ત કરવામાં આવે છે. વિચારો ચુંબક હોય છે, જે પોતાના જેવી વસ્તુઓને આકર્ષિત કરે છે. જો તમારું મન

ગરીબી અને માંદગી વિશે જ વિચાર કર્યા કરશે, તો તેનાથી ગરીબી અને માંદગી જ પ્રાપ્ત થશે.

એવો વિશ્વાસ કરવાની ટેવ પાડી લો કે સર્વશ્રેષ્ઠ બનનાર છે અને અંતતઃ સત્યનો જ વિજય થશે. એવો વિશ્વાસ રાખો કે સદ્‌ભાવ અને સ્વાસ્થ્ય વાસ્તવિક છે; વૈમનસ્ય તથા રોગ તો તેની અલ્પકાલીન અનુપસ્થિતિ છે. આજ પ્રમાણે આશાવાદી દષ્ટિકોણ સંસારને બહેતર બનાવે છે. નિષ્ફળતાની બીક, નાણાકીય નુકસાનનો ભય તથા અપમાનની દહેશત અનેક લોકોને તેમની મનગમતી વસ્તુઓને પ્રાપ્ત કરતાં રોકી લે છે. તે તેમના ઉત્સાહને શોષી લે છે અને તેમના મનને ચિંતા અને તણાવથી ભરી દે છે. પરિણામસ્વરૂપે તેઓ એ પ્રભાવશાળી સર્જનાત્મક કાર્યોને કરવા માટે અસમર્થ બની જાય છે, જે સફળતા માટે આવશ્યક હોય છે. શંકા અને અનિશ્ચતતાના દષ્ટિકોણને સ્થાને પ્રત્યેક બાબતોને સર્જનાત્મક દષ્ટિકોણથી નિહાળવાની ટેવ પાડો. ઉજ્જવળ, આશાવાદી દષ્ટિકોણથી નિહાળવાની ટેવ પાડો. આસ્થા અને વિશ્વાસના આધારે નિહાળવાની ટેવ પાડો.

સફળતાનો માર્ગ નક્કી કરો

કયાં લક્ષ્યોની દિશામાં યાત્રાનો પ્રારંભ કરવો, એ નક્કી કરતાં પહેલાં આપણે આપણું મૂલ્યાંકન કરી લેવું જોઈએ. આપણે હૃદયના ઊંડાણમાં ચકાસણી કરવી જોઈએ કે આપણે ખરેખર જીવનમાં શું ઇચ્છીએ છીએ. આપણે પોતાના એવા ગુણોની પણ ચકાસણી કરી લેવી જોઈએ, જેના દ્વારા આપણે એ લક્ષ્યને પ્રાપ્ત કરી શકીએ છીએ. આપણે બીજા ઉપર નિર્ભર રહી શકતા નથી કે તેઓ આપણાં સફળતાના માર્ગને નક્કી કરે. આ કાર્ય આપણે સ્વયં જ કરવાનું છે.

આપણે આ બધું કેવી રીતે જાણી શકીએ છીએ? પોતાની ઊંડાઈમાં ડોકિયું કરી જુઓ. સાવચેતીપૂર્વક આત્મ-વિશ્લેષણ કરવાથી એ બહાર આવી જશે. મહદ્ અંશે વયસ્ક અગાઉથી જાણતાં હોય છે કે તેઓ શું કરી શકે છે અને શું કરી શકતાં નથી, તેમને શું પસંદ છે, અને શું પસંદ નથી. બની શકે છે કે એ સ્પષ્ટ ન હોય, પરંતુ આત્મ-વિશ્લેષણમાં આપણે તેને સ્પષ્ટપણે નક્કી કરી શકીએ છીએ અને સ્વયં વિશે ઊંડાણપૂર્વક વિચારણા કરી શકીએ છીએ. આપણે યથાર્થવાદી બનવું જોઈએ. બની શકે છે, આપણે એવું લક્ષ્ય નક્કી કરવા ઇચ્છતાં હોઈએ છીએ, જે સારું હોય, પરંતુ આપણામાં તેને પ્રાપ્ત કરવાની યોગ્યતાઓ ન હોય.

એ શક્ય છે કે આપણે ફિલ્મસ્ટાર કે ઑપેરા ગાયક બનવાના સ્વપ્નને નિહાળતાં હોઈએ, જો કે આપણામાં તેની યોગ્યતા ન હોય. બની શકે છે આપણાં સ્વપ્નો એવાં ક્ષેત્રોનાં હોય, જેના માટે પ્રયાસ કરવો આપણાં માટે વ્યાવહારિક ન હોય. બીજી બાજુએ, આપણામાં એવી અભિક્ષમતા અને યોગ્યતાઓ પણ હોઈ શકે છે, જે વિશે આપણને ખબર જ નથી, પરંતુ તેઓ આપણને સંતુષ્ટિદાયક અને લાભકારક કારકિર્દી તરફ લઈ જઈ શકે છે.

શૉન્ડા રાઈમ્સ એક ટેલિવિઝન શૉ "ગ્રેઝ એનાટૉમી" અને "પ્રાઈવેટ પ્રેક્ટિસ"ની સર્જનાત્મક તથા એક્ઝિક્યુટિવ પ્રોડ્યુસર છે. બાળપણથી તેમને ખબર હતી કે તેણી સર્જનાત્મક લેખિકા બનશે. તેમણે વાર્તાઓ ઘડી અને ટેપરેકૉર્ડરમાં રેકૉર્ડ કરી લીધી. આ એ સમયની વાત હતી, જ્યારે તેણી લખી શકતી નહોતી. તેમની માતાએ આ વાર્તાઓનું પ્રતિલેખન કરીને તેણીને પ્રોત્સાહિત કરી અને આ પ્રમાણે તેણીને વાસ્તવિક બનાવી દીધી. અહીં આપણે માત્ર એટલું જ નક્કી કરવાનું છે આપણે યોજનાબદ્ધ રીતે પોતાના શિક્ષણ, જૂના અનુભવો, શોખ અને રસ - રુચિઓ ઉપર દૃષ્ટિપાત કરીએ.

પોતાના જીવનના પાસાંઓને નિહાળો, જેમાં આપણે સફળ રહ્યા છીએ અથવા તો જેમાં આપણને સંતુષ્ટિ અને આનંદ પ્રાપ્ત થયા છે. આ એવાં ક્ષેત્રો તરફ સંકેત કરે છે, જેમાં આપણે સફળ બની શકીએ છીએ. પરંતુ આ તો માત્ર એક આરંભ છે. આપણે અત્યાર સુધી જે પ્રાપ્ત કર્યું છે, તેના કરતાં આગળ નિહાળો. એવું પણ વિચારો કે આપણે આગળ શું પ્રાપ્ત કરી શકીએ છીએ. સફળ લોકો પોતાની કારકિર્દીના આરંભમાં જ એ શીખી લે છે કે તેઓ કયા ગુણો, યોગ્યતાઓ અને સાધનોનો ઉપયોગ કરી શકે છે.

આપણે આપણી પ્રત્યેક સંભવિત સંપત્તિઓ સંસાધનોની યાદી બનાવી લેવી જોઈએ. આપણે માત્ર એટલું જ જોવાનું નથી કે, આપણે અત્યાર સુધીના જીવનમાં શું પ્રાપ્ત કર્યું છે; આપણે એ પણ માહિતી મેળવવી જોઈએ કે આપણે ભવિષ્યમાં શું પ્રાપ્ત કરી શકીએ છીએ. મોટા ભાગના યુવાનોને કારકિર્દીના પ્રારંભે પોતાની માનસિક ક્ષમતા વિશે બહુ ઓછું જ્ઞાન હોય છે અને સામાન્યતઃ તેઓ સમયાંતરે એક-એક કરીને તેને પારખી શકે છે. અનેક લોકોને પોતાની પ્રતિભાના એક નાનકડા અંશ કરતાં અધિકની ક્યારેય ભાળ મેળવી શકતા નથી. પરિણામસ્વરૂપ તેઓ હંમેશાં ઓછા વેતન અને નીચલા સ્તરની નોકરીઓમાં અટવાયેલા રહે છે.

તેઓ સામાન્ય મનુષ્ય બનીને રહી જાય છે, જો કે તેમની પાસે એવાં સંસાધનો

હોય છે, જેની માહિતી મળવાથી તે તેમને શ્રેષ્ઠ પદો ઉપર પહોંચાડી શકે છે. આવા લોકો ક્યારેય મહત્ત્વાકાંક્ષા જાગ્રત કરનારી ઉચિત પ્રકારની સામગ્રીના સંપર્કમાં આવતા નથી. તેઓ પોતાની ગોપિત શક્તિઓને તણખા દ્વારા પ્રગટાવનારી આવશ્યક સામગ્રીના સંપર્કમાં પણ આવતા નથી.

લક્ષ્ય

સફળ લોકોને વિશ્વાસ હોય છે કે મનુષ્યએ પોતાનાં લક્ષ્યો પ્રત્યે સંપૂર્ણપણે સમર્પિત હોવું જોઈએ. જે સંકલ્પમાં ક્યારેય કોઈ પણ ખચકાટ ન હોય, તેમાં પ્રબળ સામર્થ્ય હોય છે. શક્તિશાળી, ખંતીલા અને પ્રબળ ઉદ્દેશ્ય પાછળના પ્રત્યેક પુલને સળગાવી દે છે, પોતાના માર્ગમાં આવનારા તમામ અવરોધોને હટાવી દે છે અને પોતાના લક્ષ્ય સુધી પહોંચાડી દે છે, ભલે તેમાં ગમે તેટલો સમય લાગે, ગમે તેટલો ત્યાગ કરવો પડે અથવા તો ગમે તેટલી કિંમત ચૂકવવી પડે. સફળ હોવા માટે આપણે આપણી તમામ માનસિક શક્તિઓને એક અડગ લક્ષ્ય ઉપર કેન્દ્રિત કરી લેવી જોઈએ અને ઉદ્દેશ્ય માટે નિષ્ઠા રાખવી જોઈએ.

જે કોઈ પણ ઇચ્છા આપણને આ લક્ષ્યમાંથી ભટકાવવા માટે લલચાવતી હોય, આપણે તેનું દમન કરવું જોઈએ. તાર્કિક તથા હાંસલ કરી શકાય તેવા લક્ષ્યને નક્કી કરવા એ સફળતાની દિશામાં પ્રથમ ડગલું છે - ભલે એ કારકિર્દીમાં હોય અથવા જીવનના ગમે તે પાસાંમાં હોય. આપણે આપણાં મનમાં એવા બી વાવવા જોઈએ, જે આપણને લક્ષ્યોના સ્વીકાર અને પ્રાપ્તિ માટે સક્ષમ બનાવે.

લક્ષ્ય નક્કી કરવા

પીટર એમ. એન્જિનિયર બનવા ઇચ્છતો હતો. બાળપણથી તેને મશીનોમાં રસ હતો. શાળામાં એ વિજ્ઞાન અને ગણિતમાં પ્રથમ રહેતો હતો. તેની કારકિર્દીના લક્ષ્ય નક્કર હતા અને કૉલેજ તથા વ્યાવસાયિક વિશ્વમાં તે તેના તરફ વળ્યો. આપણામાંથી મોટાભાગના લોકો એટલા ભાગ્યશાળી હોતા નથી. બાળપણથી આપણાં મનમાં કારકિર્દી વિશે અસ્પષ્ટ માન્યતાઓ હોય છે અને આપણી કારકિર્દી હંમેશાં સંયોગવશ નક્કી થતી હોય છે. જો કે, લક્ષ્ય કોઈ પણ સમયે નક્કી કરી શકાય છે, ન તો માત્ર નોકરીમાં અને કારકિર્દીમાં, પરંતુ જીવનના પ્રત્યેક પાસાંઓમાં.

એલવિરા એસ. પોતાનો અભ્યાસ પૂર્ણ કર્યા પશ્ચાત અનેક નોકરીઓમાં

ડગમગાતી રહી. તેણે માર્કેટિંગનું વિશેષ અધ્યયન કર્યું હતું પરંતુ પ્રથમ નોકરીમાં જ તે કંટાળી ગઈ. તે વેચાણ ક્ષેત્રમાં ગઈ, પરંતુ ત્યાં પણ દુઃખી અને નિષ્ફળ રહી. ત્યાર પછી તેણે એક કાયદાકીય ફર્મમાં પેરાલીગલની નોકરી કરી. ત્યારે તેને ત્યાં ખરો રોમાંચ અનુભવાયો અને તેણી વકીલ બનવામાં રસ લેવા લાગી. તેણે એક નવીન અને દીર્ઘકાલીન લક્ષ્ય નક્કી કરી લીધું -ક્રિમિનલ લૉયર બનવું. તેણે આગ્રહ રાખ્યો કે તેને કંપનીની અંદર વરિષ્ઠ ક્રિમિનલ લૉયરના હાથ નીચે કામ કરવાની તક આપવામાં આવે. તેણે રાત્રિની લૉ કૉલેજમાં અભ્યાસ કર્યો અને હવે એ ખૂબ જલ્દી વકીલ બની જશે. હવે તેણે ડિસ્ટ્રિક્ટ અટર્ની ઑફિસમાં કામ કરવાનું લક્ષ્ય નક્કી કરી લીધું છે, જેથી તેને વકીલાત શરૂ કરતાં પહેલાંના અનુભવો પ્રાપ્ત થઈ જાય.

જો તમે એ બાબતમાં નિષ્ફળ છો, જેને તમે સૌથી વધારે કરવા ચાહતા હતા, તો હિમ્મત હારીને પરાજયને સ્વીકારી ન લો. કોઈ બીજી બાબતને અજમાવી જુઓ. તમારા ભાથામાં એક કરતાં વધારે બાણ હોય છે. તમારે તો યોગ્ય બાણની શોધ કરવાની છે.

- ડેલ કારનેગી

દિશા-નિર્દેશ

- સ્પષ્ટ શબ્દાવલીમાં બતાવો કે તમે શું હાંસલ કરવા ઇચ્છો છો. વિશિષ્ટ અને દૃઢ સંકલ્પ અંદાજમાં જણાવો. ઉદાહરણ રૂપે, આ વાત સારી લાગે છે : " મારું લક્ષ્ય મારી કંપનીના સર્વશ્રેષ્ઠ સેલ્સ પર્સન બનવાનું છે." પરંતુ લક્ષ્યને આ પ્રમાણે સ્પષ્ટ અને નિશ્ચિત બનાવવું અધિક ઉચિત હોય છે : "આગલા નાણાકીય વર્ષમાં એટલા ડૉલરનું વેચાણ કરવું છે; અને આગામી ત્રણ વર્ષમાં પ્રત્યેક વર્ષે દશ ટકા અધિક." હવે આપણી સમક્ષ સ્પષ્ટ લક્ષ્ય છે અને અચેતન માનસ આના સુધી પહોંચવા માટેના આપણાં પ્રયત્નોને કેન્દ્રિત કરવામાં આપણી સહાયતા કરશે.
- જે લક્ષ્યોને હાંસલ કરી શકાય જ નહિ, તેને નિશ્ચિત કરવાં અનુચિત હોય છે. લક્ષ્ય તાર્કિક રૂપે પ્રાપ્ત કરી શકાય છે, એ સુનિશ્ચિત કરવા માટે દીર્ઘકાલીન લક્ષ્યને સંભવિત પેટા-લક્ષ્યોમાં વિભાજિત કરી લો. ઉદાહરણરૂપે, દીર્ઘકાલીન લક્ષ્ય : ત્રણ વર્ષમાં

કોઈ પ્રતિષ્ઠિત આર્ટ ગૅલેરીમાં પોતાના પેઈન્ટિંગનું પ્રદર્શનનું આયોજન કરવું. મધ્યકાલીન લક્ષ્ય : આગામી ડિસેમ્બર સુધી એટલા પેઈન્ટિંગ્સ બનાવવા; આગામી વર્ષે જુલાઈ સુધી સ્થાનિક આર્ટ ગેલેરીમાં પ્રદર્શનને આયોજિત કરવું; આગામી વર્ષના ડિસેમ્બરમાં આર્ટ જનરલમાં સમીક્ષા.

- જો આપણે કોઈ એવા લક્ષ્ય નિશ્ચિત કરીએ છીએ, જે અત્યંત સરળતાથી પ્રાપ્ત થઈ શકે છે, તો એ આપણને વધારે પરિશ્રમ કરવા માટે પ્રેરિત કરશે નહિ. આપણે એવા લક્ષ્ય નક્કી કરવા જોઈએ, જે આપણને આગળ વધતા રહેવા તથા વધારે કઠોર પરિશ્રમ કરવા માટે પ્રેરણા આપી શકે. સફળ લોકો સારી પેઠે જાણે છે કે એક લક્ષ્યને પ્રાપ્ત કર્યા પછી તત્કાળ બીજું લક્ષ્ય નિશ્ચિત કરી લેવું જોઈએ, જેથી તેઓ બહેતર બનતા જાય અને વિકાસ સાધતાં રહે. લક્ષ્ય પ્રાપ્ત કરવા માટે કયાં કયાં કાર્યો કરવાના છે, તેની યાદી વગરના લક્ષ્યો સ્વપ્નાઓ કરતાં વિશેષ કશું હોતા નથી. કર્મ કરવા માટે માનસિક, શારીરિક અને ભાવનાત્મક પ્રવૃત્તિઓની આવશ્યકતા રહે છે. આપણે નવરાશની પ્રત્યેક ક્ષણોમાં પોતાના લક્ષ્ય વિશે વિચારતાં રહેવું જોઈએ અને એ પણ કે તેને પ્રાપ્ત કરવા માટે કયાં કયાં કાર્યો કરવા જોઈએ.
- લક્ષ્યોને સંખ્યામાં નિશ્ચિત કરવા કાયમ શક્ય બનતું નથી. અમુક લક્ષ્યોને નાણાકીય અથવા આંકડાકીય શબ્દાવલીમાં આંકી શકાય છે. આપણે વેચાણના આંકડાઓ નક્કી કરી શકીએ છીએ, જેને આપણે એક માસ, ત્રણ માસ અથવા એક વર્ષમાં પ્રાપ્ત કરવા ઇચ્છીએ છીએ. પ્રોડક્ટના એકમોને ડૉલરના સંદર્ભમાં. આપણે રકમ દ્વારા પણ ઉત્પાદન લક્ષ્ય નક્કી કરી શકીએ છીએ. પરંતુ અમુક લક્ષ્ય અમૂર્ત હોય છે, જેને સંખ્યામાં પરિવર્તિત કરી શકાય નહિ. તેને માપવા માટે પણ યોગ્ય શબ્દાવલીમાં વ્યક્ત કરી શકાય છે. કોઈ વિશાળ લક્ષ્યને વિભાગોમાં વિભાજિત કરી શકાય છે અને પ્રત્યેક વિભાગને પૂર્ણ કરવા માટે સમયમર્યાદા નિશ્ચિત કરી શકાય છે. આ પ્રમાણે આપણે એ માપી શકીએ છીએ કે આપણે પ્રત્યેક વિભાગને પૂર્ણ કરવા કેટલા નજીક છીએ અને સમયસર કાર્યને પૂર્ણ કરવા માટેની આપણી પ્રવૃત્તિઓને પણ યથોચિત કરી શકીએ છીએ.

- રોજિંદા વ્યસ્ત જીવનમાં આપણે લક્ષ્યોને વીસરી જઈ શકીએ છીએ, એ માટે તેને લખી લેવા સૌથી ઉચિત રહેશે. દીર્ઘકાલીન લક્ષ્યોની યાદી બનાવો; તેને મધ્યમ કાલીન તથા અલ્પકાલીન લક્ષ્યોમાં વિભાજિત કરી લો. તેને મોટા અક્ષરોમાં લખી ત્યાં લગાવી દો, જ્યાં આપણે પ્રતિ દિવસ તેને જોઈ શકીએ - પોતાના ડેસ્ક ઉપર, ફ્રિજ ઉપર, આયના ઉપર. તેને વાંચો, મોઢે કરો, પુનઃ વાંચન કરો અને પ્રત્યેક દિવસે પૂછો, "હું આ લક્ષ્યને હાંસલ કરવા માટે શું કરી રહ્યો છું?"
- એવા સમયો પણ આવે છે, જ્યારે પરિસ્થિતિઓ પરિવર્તિત થવાને કારણે લક્ષ્ય પ્રાસંગિક રહેતા નથી. આર્થિક પરિસ્થિતિઓ એ નવીન કારોબારને શરૂ કરવા માટે અનુકૂળ હોતા નથી; બની શકે કે પ્રૌદ્યોગિકીમાં આવેલા નવાચારોએ લક્ષ્યને નિરર્થક કરી દીધા હોય; બની શકે છે કે આપણે સંશોધનમાં થાપ ખાઈ બેઠા હોઈએ, એ કારણે લક્ષ્યને હાંસલ કરવા શક્ય ન થઈ શકે. એનો અર્થ કાયમ માટે એવો થતો નથી કે લક્ષ્યને છોડી દેવા જોઈએ. બની શકે છે કે નવી વિચારધારા અથવા તો વધારે અધ્યયનની આવશ્યકતા હોય. આવી સ્થિતિ ઉપસ્થિત થયે સમીક્ષા કરો કે શું બન્યું છે અને આવશ્યક પરિવર્તન કરો. મનુષ્ય હંમેશાં કોઈ પણ નિશ્ચિત લક્ષ્યને હાંસલ કરવામાં નિષ્ફળ નીવડે છે, પરંતુ તેને કુંઠિત બનીને ત્યજી ન દો. સમીક્ષા કરો કે શું બન્યું છે, સ્થિતિનું આકલન કરો અને આવશ્યક ફેરબદલી કરો.

હ્યૂને અપેક્ષા હતી કે બે વર્ષ સુધી તે આસિસ્ટન્ટ મૅનેજરના પદ ઉપર કાર્ય કર્યા પશ્ચાત તેને પ્રમોશન મળી જશે અને તે સ્ટોર મૅનેજર બની જશે. એવું બન્યું નહિ. હતાશામાં નોકરી છોડી દેવાને બદલે સ્થિતિની સમીક્ષા કરી. તેની કંપની પાછલાં છ વર્ષોથી પ્રતિ વર્ષ એક નવો સ્ટોર ખોલી રહી હતી અને તેણે પોતાનું લક્ષ્ય આ જ આધાર ઉપર નિશ્ચિત કર્યું હતું કે કંપની આટલાં જ સ્ટોર આગામી સમયગાળામાં ખોલતી રહેશે. પરંતુ પાછલું વર્ષ કારોબાર માટે સારું રહ્યું નહોતું, એ માટે કંપનીએ બે જ નવા સ્ટોર ખોલ્યા હતા. આ વર્ષે કારોબારમાં સુધારો થઈ ગયો હતો અને તે જાણતો હતો કે નવા સ્ટોર ખોલવા ઉપર વિચારણા કરવામાં આવી રહી છે. તેણે પોતાના લક્ષ્યોમાં પરિવર્તન કરીને તેણે પોતાનો સમયગાળો એક વર્ષ વધારી દીધો. હવે એ વાતની અતિ સંભાવના છે કે એ પોતાના લક્ષ્યને પ્રાપ્ત કરી લેશે.

- **લક્ષ્યોનો વિસ્તાર :** જ્યારે આપણે કોઈ લક્ષ્ય સુધી પહોંચી જઈએ, ત્યારે બીજું લક્ષ્ય નક્કી કરી લો, જેથી આપણે વધારે બહેતર બની શકીએ અને વધારે વિકાસ સાધી શકીએ. જ્યારે બૅને શારીરિક ફિટનેસના કાર્યક્રમનો આરંભ કર્યો, ત્યારે તેને જણાવવામાં આવ્યું હતું કે જો તે અડધા કલાકમાં ત્રીસ ચક્કર તરી લેશે, તો તેની ફિટનેસ સારી રહેશે. આ લક્ષ્ય સુધી પહોંચવામાં તેને વધારે સમય લાગ્યો નહિ. તેની ઉંમરના મોટાભાગના લોકો - ૬૦ની આસપાસ - એટલી ગતિએ તરીને સંતુષ્ટ રહેતા હતા, પરંતુ બૅનને ખબર પડી કે જે પચ્ચીસ ગજના સ્વિમિંગ પૂલમાં એ તરતો હતો, તેના ૩૬ ચક્કર કાપવાથી તે અર્ધો માઇલ તરી લેશે. તેણે તત્કાળ જ પોતાનું નવું લક્ષ્ય નિર્ધારિત કરી લીધું.
- **પોતાના લક્ષ્યો વિશે બીજાને જણાવો :** વજન ઓછું કરનારા મોટાભાગના કાર્યક્રમોમાં લોકોને એવી સલાહ આપવામાં આવે છે કે તેઓ પોતાના પરિવારજનોને જણાવી દે કે તેઓ વજન ઓછું કરવા ચાહે છે અને તેઓને તે પોતાની પ્રગતિ વિશેની માહિતી આપતા રહે. કારણ? જ્યારે આપણે આપણાં લક્ષ્યોને બીજાને જણાવી દઈએ છીએ, ત્યારે તેઓ આપણને તેને પ્રાપ્ત કરવામાં આપણું સમર્થન કરશે. જ્યારે થોડા પ્રયાસો પછી તેને ત્યજી દેવાનું પ્રલોભન આવે છે, ત્યારે તેઓ આપણને તેમાં ટકી રહેવા માટે પ્રોત્સાહિત કરે છે.

કૅરને લગ્ન પશ્ચાત કૉલેજનો અભ્યાસ છોડી દીધો હતો, જેથી તે પોતાના પતિનો અભ્યાસ પૂરો થતાં સુધી નોકરી કરી શકે. તેની યોજના હતી કે ત્યાર પછી તે પોતાની ડિગ્રી લઈ લેશે. પરંતુ બાળકોના જન્મને કારણે તેની યોજના બદલાઈ ગઈ. ઘરને સંભાળવું અને ૮ કલાકની નોકરી પછી રાત્રે કૉલેજ જવું મુશ્કેલ હોય છે. સમયાંતરે કૅરનને એવું લાગે છે કે આટલી મહેનત કરવાની શી જરૂર છે. પરંતુ તેનો પતિ, બાળકો તથા મિત્રો જાણે છે કે આ લક્ષ્ય તેના માટે કેટલું આવશ્યક છે, એ માટે તેઓ તેના ઉત્સાહને વધારે છે અને તેને આગળ વધવા માટે પ્રોત્સાહિત કરે છે.

- **પ્રગતિની સમીક્ષા :** જો કે દરેક લક્ષ્યો સંખ્યામાં પરિવર્તિત કરી શકાતાં નથી, પરંતુ યથાસંભવ વિશિષ્ટ માપદંડ તથા ટાઇમ ટેબલ નિર્ધારિત કરો. જો લક્ષ્ય સંખ્યાત્મક નથી, તો તેને માપવાનો ઉપાય શોધો કે તમે તેની કેટલી નજીક આવી ચૂક્યા છો.

જ્યારે લીએ પોતાના વાર્ષિક વેચાણનું લક્ષ્ય નક્કી કર્યું, ત્યારે તેને પોતાના વાર્ષિક વેચાણમાં આઠ ટકાની વૃદ્ધિની અપેક્ષા હતી. આનો અર્થ હતો કે તેને ઓછામાં ઓછું ચાર નવા એકાઉન્ટ ખોલવાના હતા અથવા પોતાના વર્તમાન ગ્રાહકોને વધારે વેચાણ કરવાનું હતું. તેણે તેને માસિક લક્ષ્યમાં બદલી નાંખ્યું, જેથી એ તેમના હિસાબે પોતાના વાસ્તવિક વેચાણની સમીક્ષા કરી શકે. જો વેચાણ માસિક લક્ષ્યને અનુરૂપ નથી થઈ શકતું, ત્યારે તેને લાઇન ઉપર લાવવા તે તત્કાળ આવશ્યક પગલાં લઈ લેતો હતો.

પોતાના સંગઠનની માનવ સંસાધન સંચાલક હોવાને નાતે કૅથી સંખ્યાત્મક લક્ષ્ય નક્કી કરી શકતી નહોતી. તેનું એક વાર્ષિક લક્ષ્ય એ હતું કે તે વર્ડ પ્રોસેસર ઑપરેટર્સ માટે એક નવો પ્રશિક્ષણ કાર્યક્રમ બનાવે, એક નવા પ્રકારના લાભ પૅકેજનું અધ્યયન કરીને મૅનેજમેન્ટને જણાવે તથા પ્રશાસકીય અને વ્યાવસાયિક કર્મચારીઓ માટે એક પ્રદર્શન પ્રણાલીને તૈયાર કરે.

તેણે તેમાંના પ્રત્યેક લક્ષ્યોને તેણે વિભાગોમાં વિભાજિત કરી લીધાં અને પ્રત્યેક વિભાગ માટે સમયપત્રક બનાવ્યું. આ પ્રમાણે તે માપી શકતી હતી કે તે દરેક લક્ષ્યની કેટલી નજીક પહોંચી રહી હતી અને વર્ષને અંતે પોતાના લક્ષ્યને પ્રાપ્ત કરવા માટે તે પોતાની પ્રવૃત્તિઓમાં પરિવર્તન લાવી શકતી હતી.

નિયોજનની પ્રક્રિયા

કોઈ વિશિષ્ટ પ્રોજેક્ટ માટે લક્ષ્ય નક્કી કરવાની સુનિયોજિત નીતિમાં આ ગતિક્રમ હોવા જોઈએ :

કેવું હોવું જોઈએ: આ પ્રોજેક્ટની વ્યાપકતા છે. આ એ બાબતનું ચિત્ર છે કે આપણે અંતતઃ શું ઇચ્છીએ છીએ અને તેનાથી કોને અને કેવા લાભ થશે. આ સ્પષ્ટતાપૂર્વક વ્યક્ત કરવા જોઈએ. આ અંગે વરિષ્ઠ પ્રબંધન, આપણી ટીમ તથા પરસ્પર સહમતી હોવી જોઈએ. જો આપણે તેની વ્યાપકતાને યોગ્ય રીતે પરિભાષિત કર્યા નથી, તો પ્રોજેક્ટની યોજના બનાવવી લગભગ અશક્ય બની જશે.

કેવું છે : વર્તમાન સ્થિતિની ચકાસણી કરો. આજે આપણે ક્યાં છીએ? પ્રોજેક્ટને

આપણાં દરેકમાં સંભાવનાઓ હોય છે, જેના વિશે આપણને ખબર હોતી નથી.આપણે એવી બાબતો કરી શકીએ છીએ, જે વિશે આપણે ક્યારેય સ્વપ્નમાં પણ વિચાર્યું હોતું નથી કે આપણે તેને કરી શકીએ છીએ.

- ડેલ કારનેગી

પૂર્ણ કરવાના આપણાં પ્રયાસોમાં સહાયતા કરનારા અને અવરોધ ઉત્પન્ન કરનારા ક્યા ઘટકો છે?

લક્ષ્ય: હવે આપણે પ્રોજેક્ટને સફળતાપૂર્વક પૂર્ણ કરવા માટે યથાર્થવાદી લક્ષ્યોને નિશ્ચિત કરવા તૈયાર છીએ. આવાં લક્ષ્યો સિવાય આપણે ભટકતા રહીશું. લક્ષ્યો અલ્પકાલીન, મધ્યમકાલીન અને દીર્ઘકાલીન હોઈ શકે છે. દિન-પ્રતિદિનના લક્ષ્યો (અલ્પકાલીન લક્ષ્યો)ને પ્રાપ્ત કરવાથી મધ્યકાલીન તથા દીર્ઘકાલીન લક્ષ્યોને હાંસલ કરવામાં યોગદાન પ્રાપ્ત થાય છે. સમીક્ષા કરો કે ચાતુર્યભર્યા કે સ્માર્ટ (SMART) લક્ષ્યો કેવાં હોય છે :

- એસ = પ્રક્રિયાઓ તથા સંસાધનોના સંદર્ભમાં વિશિષ્ટ (Specific)
- એમ = નિષ્પક્ષ આંકડાઓ દ્વારા માપવા યોગ્ય (Measurable)
- એ = હાંસલ કરવા યોગ્ય (Attainable)
- આર = મારા સ્વપ્ન માટે પ્રાસંગિક (Relevant)
- ટી = ડેડલાઇનની સાથે નિશ્ચિત સમય (Time)માં પૂર્ણ થવું

લેવામાં આવતાં પગલાં : લક્ષ્યને હાંસલ કરવા માટે પ્રાથમિકતાઓ નક્કી કરવી જોઈએ તો નિશ્ચિત ઉપાયો વિકસિત કરી શકાય છે. લક્ષ્ય સુધી પહોંચવા માટે લેવામાં આવતાં પગલાંઓમાં આ સામેલ હોવું જોઈએ :

- કામની આવશ્યકતાઓ
- કામ કોણ કરશે
- કઈ પ્રણાલીઓને ઉપયોગમાં લેવામાં આવશે
- જુદા જુદા વિભાગો કેવી રીતે મળીને મોટા ચિત્રમાં જોડાય છે
- તમે પરિણામોના સંપ્રેષણ કેવી રીતે ઇચ્છો છો (રિપોર્ટ, પૉવર-પૉઇન્ટ, ઇત્યાદિ)

ખર્ચ : યોજના બનાવતી વખતે લેવામાં આવનારાં પ્રત્યેક પગલાંના બજેટ અને ખર્ચને નક્કી કરી લેવા જોઈએ. ખર્ચમાં કર્મચારીઓ, ઉપકરણો, સામગ્રી અને લક્ષ્યને હાંસલ કરવા માટે આવશ્યક પ્રત્યેક વર્ગોને સામેલ કરવામાં આવે છે.

ટાઈમટેબલ : ડેડલાઇન નક્કી હોવી જોઈએ અને દરેકને તેની માહિતી હોવી જોઈએ, જેથી અલ્પકાલીન, મધ્યમકાલીન અને દીર્ઘકાલીન લક્ષ્ય પૂર્ણ થઈ શકે. ટાઇમટેબલ નક્કી કરતી વખતે યથાર્થવાદી બનો. પ્રત્યેક તબક્કા ક્યારે પૂર્ણ કરી શકાશે, એ નક્કી કરવા માટે લક્ષ્યની પાછળની બાજુએ કાર્ય કરો.

ગેરસમજણોથી બચવા માટે સંપૂર્ણ સમયપત્રકને લખી લો.

અમલઃ કોઈ પણ યોજનાને અમલમાં લાવવી તે જ તેનો મહત્ત્વપૂર્ણ હિસ્સો હોય છે, જેને હંમેશાં અવગણના કરવામાં આવે છે. આ મહત્ત્વપૂર્ણ હિસ્સો એ સુનિશ્ચિત કરે છે કે પ્રત્યેક સામેલ લોકો લક્ષ્યને હાંસલ કરવામાં પોતાની ભૂમિકાને સારી રીતે સમજી લે. અગાઉથી નક્કી પરિણામો પ્રત્યે જવાબદારી નક્કી હોવી જોઈએ. અમલની નિરીક્ષણ કરવાથી યોજનાની વ્યાપકતામાં સંશોધન પણ કરી શકાય છે તથા લક્ષ્યોનું પુનઃ મૂલ્યાંકન પણ કરી શકાય છે.

આગામી કાર્યવાહી / માપદંડ : નિયોજન પ્રક્રિયાનો એક અત્યંત મહત્ત્વપૂર્ણ હિસ્સો સટિક આંકડાઓ રાખીને એ વિશ્લેષણ કરવાનું હોય છે કે વિચલન શા માટે થયું. આનાથી પડકારોને યથોચિત કરવા ઉપાયો યોજી શકાય છે. લક્ષ્ય સુધી પહોંચવા માટે જે ઘટક અતિ મહત્ત્વપૂર્ણ છે, તેના ઉપર ધ્યાન કેન્દ્રિત કરો.

એક સુવિચારિત લક્ષ્ય માપદંડ બનાવી આપણે પોતાના સાચાં ઉદ્દેશ્યો ઉપર ધ્યાન કેન્દ્રિત કરી શકીએ છીએ કે આપણી નોકરી અથવા જીવનના બીજા પાસાઓમાં આપણાં માટે જે પણ બાબત સૌથી મહત્ત્વપૂર્ણ છે, આપણે તેને હાંસલ કરી લઈએ.

૬. બહેતરીન જીવન માટે અનિવાર્ય છે

નવા લોકોને મળવું વધારે સહેલું હોય છે, જો આપણે મગજમાં પોતાને માત્ર બે જ પ્રશ્નો પૂછીએ : "હું આ વ્યક્તિ પાસે શું જાણવા ઇચ્છું છું?" અને "હું કયા આદર્શ પ્રશ્ન પૂછી શકું છું?"

એક જૂનો ટુચકો છે, જેમાં ક્લબમાં કોઈને મળતી વખતે આ પ્રશ્ન પૂછવામાં આવે છે, "શું તમે હંમેશાં અહીં આવો છો?" વાસ્તવમાં, જો તમે તેને ગંભીરતાથી પૂછી શકો તો એક સારો આરંભ છે, પરંતુ આ પ્રશ્ન ચર્ચના રાત્રિભોજ કે પાર્ટીમાં નિશ્ચિત રૂપે ચાલી શકે નહિ, જો કે જિમમાં આ અસરકારક રહે છે.

પાર્ટીમાં ચર્ચાને બદલીને નવી બનાવો

પાર્ટીમાં લોકોને મળતી વખતે એ યાદ રાખો કે જ્યારે બીજા લોકો આપણને પ્રામાણિકતાથી પૂછે છે કે આપણાં જીવનમાં શું ચાલી રહ્યુ છે, તો આપણ દરેકને ખૂબ સારું લાગે છે. પરંતુ આપણે વાતચીતના આરંભ કરવાની પારંપરિક ચલણનો ઉપયોગ કર્યા સિવાય જ પોતાનો રસ દાખવી શકીએ છીએ, જેનો ઉપયોગ કેટલી પેઢીઓથી કરવામાં આવી રહ્યો છે. સર્જનાત્મક બન્નવું વધારે અઘરું નથી અને આનાથી લાભ થાય છે. ઉદાહરણ રૂપે, પરિચય પશ્ચાત સર્જનાત્મક પ્રશ્નોમાં પારિવારિક અટકનો અર્થ અથવા તો તેનો ઉદ્ભવ પૂછવાથી પ્રથમ પ્રભાવ સારો પડે છે. આનાથી વાતચીત એ જગ્યાઓ અને વિસ્તારોમાં કરી શકાય છે, જ્યાં આપણે ગયા હોઈએ છીએ અથવા જવા ઇચ્છીએ છીએ.

પરિવારમાં બાળકોના નામ પૂછવાથી હંમેશાં આ પ્રમાણેની વાતચીતનો આરંભ થઈ શકે છે કે નામ કેવી રીતે પસંદ કરવામાં આવ્યું અને તેનો શો અર્થ થાય છે. પરિવારમાં પાળેલા પ્રાણીઓ વિશેના પ્રશ્નો વાતચીતના આરંભ માટે વધારે ઉપયોગી નીવડે છે, પ્રાણીઓના નામ હંમેશાં હાસ્ય-વિનોદ તથા સદ્ભાવપૂર્ણ વાતચીત માટે સારા હોય છે,

વિશેષ રૂપે જો બન્ને પક્ષ એક જ પ્રજાતિને પ્રેમ કરે છે.

"તમે કેવા છો?" જ નહિ, પરંતુ "તમે તેને કેવી રીતે કરો છો?"

પોતાના નવા પરિચિતના ઘરનું સરનામું મળવાથી એ વિસ્તારમાં રહેતા પરિવારની પ્રવૃત્તિઓ વિશે પ્રશ્ન પૂછી શકાય છે. મકાનનું આયુષ્ય અને શૈલી, ઉપલબ્ધ જમીન ઇત્યાદિ અંગે સામાન્ય પ્રશ્ન. વાતચીતની આ દિશા અનેક લોકોના માનીતા શોખ તરફ દોરી જાય છે : બાગાયત. રમત અને ધર્મ ઉપરની વાતચીતથી વિરુદ્ધ, ગુલાબ પ્રત્યે આપણું વલણ આપણાં સાથીઓના રૂવાંડા ઊભા કરશે નહિ, જે આઇરિશ છોડને પ્રેમ કરતો હોય છે.

"તમે કેવા છો?" એ ખૂબ જૂનો પ્રશ્ન છે અને તેને ત્યજવાનો સમય હવે આવી ગયો છે. લોકોની નોકરીઓમાં યાંત્રિક નહિ, પરંતુ ખરી રુચિ દર્શાવવી તાજગીપૂર્ણ હોઈ શકે છે. વિશેષ રૂપે જો તેમના પરિવારે આ બાબતમાં રસ લેવાનું છોડી દીધું છે કે તેઓ દર સવારે ઘેરથી નીકળીને શા માટે જાય છે. સંભાવનાઓમાં કેટલો મોટો ખજાનો સંતાયેલો છે - "પાછલાં વર્ષોમાં એન્જિનિયરિંગમાં કયાં પરિવર્તનો થયાં છે?" "શું તમને એવું લાગે છે કે કૉમ્પ્યુટર ઉપરથી નિયમિત રૂપે દૃષ્ટિ ખસેડવી તમારી આંખો માટે સારું છે, જે પ્રમાણે લોકો કહે છે?" "વેઇટ્રેસના રૂપમાં તમે પોતાના ગ્રાહકોના ઑર્ડર આપવાની પ્રવૃત્તિમાં કોઈ પરિવર્તન જોવા ઇચ્છી રહ્યા છો?" "તમે તમારા ક્ષેત્રમાં આવનાર નવાગંતુકને શું સલાહ આપવા ઇચ્છશો?"

"છેલ્લે એ કયું સ્થળ હતું, જ્યાં તમે ગયા હતા?" આ પ્રશ્નથી જીવંત વાતચીતનો પ્રારંભ થઈ શકે છે, ભલે આપણે એ સ્થળે ગયા હોઈએ અથવા એ જાણવા ઉત્સુક હોઈએ કે આપણે શા માટે ત્યાં જવું જોઈએ. આ વાતચીત અનેક જુદા જુદા સમૃદ્ધ માર્ગો સુધી પ્રસરી શકે છે, જેમ કે ભોજન, સંગીત, છોડવાઓ, ભાષાઓ ઇત્યાદિ. આપણાં નવા પરિચિત કારોબારની શૃંખલામાં ક્યાં યાત્રા કરે છે, એ માહિતી મેળવવાથી પણ સારી વાતચીતનાં પરિણામો મળી શકે છે. "શું રોમમાં કોઈ રેસ્ટોરન્ટ અંગે જાણો છો, જ્યાં સારું અંગ્રેજી બોલવામાં આવતું હોય અને બાળકોનું સ્વાગત કરવામાં આવતું હોય?" "શું તેઓ મને હૉલેન્ડથી છોડ મોકલશે, જો હું ત્યાંના રોકાણ દરમિયાન તેની પસંદગી કરું છું?" "શું ચીનમાં અંગત ડ્રાઈવર ભાડે લઈ શકાય છે?" "શું તમને મિસરમાં પોતાની સુરક્ષા બાબતે ચિંતા થતી ન હતી?"

સંગીત, ટીમો અને મુશ્કેલીઓ

જ્યારે આપણે વાતચીતના પ્રારંભ કરવા માટે તૈયારી કરી રહ્યા હોઈએ છીએ, જો ત્યારે સંગીત વાગી રહ્યું હોય, ત્યારે તેના ઉપર ટિપ્પણી કરવી ઉચિત રહે છે. આપણે હંમેશાં સંગીત વિશે કોઈને કોઈ વાત કરી શકીએ છીએ ; આ જીવંત બની શકે છે, ભલે આપણે બીજા પ્રકારનું સંગીત પસંદ કરતા હોઈએ. "જ્યારે હું મારી પ્રથમ મસ્ટેંગમાં ચાલતો હતો, ત્યાર પછી મેં તેને ફરી ક્યારેય સાભંળ્યું નથી." જેવા વાક્યો વડે સંમ્મોહક સ્મરણોની શૃંખલાનો આરંભ થઈ જશે. "હું આ તો મારી માને ચીડવવા માટે વગાડતો હતો." થી ચોક્કસપણે હાસ્ય નિષ્પાદન થશે અને રોચક વાતચીતની શૃંખલાનો આરંભ થઈ શકે છે. સંગીતના સંદર્ભ મૂલ્યવાન હોય છે, કારણ કે તેઓ રોચક દિશામાં લઈ જઈ શકે છે. "જો આ થોડું વધારે ઝડપી હોત, તો આપણે લીમ્બો નૃત્ય કરી શક્યા હોત, જેવી રીતે આપણે છેલ્લી સમુદ્રી સફર વખતે કર્યું હતું. " અથવા "મારી દીકરીએ મારા આઈપૉડ ઉપર આ ગાયનને નાંખવાનો પ્રયાસ કર્યો, પરંતુ ડાઈલેને એ જગ્યા જીતી લીધી હતી."

રમત સંબંધિત વાતચીત પણ શોખની જેમ જીવંત બની શકે છે. અનેક વાર ઉલ્લેખનીય કી-ચેન અથવા બમ્પર સ્ટિકર કે બેઝબૉલ કેપ જોવાથી વાતચીતમાં વેગ આવી શકે છે, પરંતુ ત્યારે જ, જ્યારે આપણે પ્રતિદ્વંદ્વી ટીમ વિશે ભાવના ધરાવી શકીએ.

અને પછી રાજનીતિનો પણ વિષય છે, જે શાર્ક માછલીઓથી ભરેલો છે. પારંપરિક દૃષ્ટિએ આ વિષય ઉપર વાતચીત માટે પ્રતિબંધ હોય છે અને તેની પાછળ સારું કારણ છે - જ્યાં સુધી આપણને અંદાજ હોતો નથી કે આપણે કોની સાથે વાતચીત કરી રહ્યા છીએ, એ પણ આપણી જ પાર્ટીને વૉટ આપે છે કે અસામાન્યપણે ખુલ્લી માનસિકતા ધરાવનાર છે. વ્યાપક સામાજિક મુદ્દાઓ - અત્યંત વ્યાપક - વધારે સુરક્ષિત હોય છે. સંસારના છેવાડાના વિસ્તારોમાં બની રહેલી ઘટનાઓ વિશે સંયત ટિપ્પણીઓ પણ સુરક્ષિત હોય છે. પરંતુ આ વિષય પણ ઘરગથ્થું વિવાદો તરફ વળી શકે છે, ભલે તે ગમે તેટલી વિનમ્રતાપૂર્ણ શા માટે ન હોય, જે કાયમ એ બાબત ઉપર આધારિત રહે છે કે કેટલી મદિરા ગળાની નીચે પહોંચી ચૂકી છે.

એ માટે આપણે આ સામાજિક સ્થિતિઓમાં સાવધ રહેવું જોઈએ, પરંતુ વધારે પડતા ખચકાવું જોઈએ નહિ, અન્યથા આપણે એક સફળ " સંયોગવશ" મીટિંગની ભારે શક્યતાને ચૂકી જઈ શકીએ છીએ, જે કારોબારી સંપર્કથી માંડીને વિવાદ સુધી જઈ શકે છે.

અને એ પણ ન ભૂલીએ કે જો વાતચીતમાં મૌન એટલું વિશાળ બની જાય કે તેમાંથી એમાંથી એક હાથી પણ પસાર થઈ જાય, તો એવું કહેવું સંપૂર્ણપણે સન્માનજનક હોય છે, "મારાં ટામેટાં વરસાદની પ્રાર્થના કરી રહ્યાં છે !"

વિશ્વસનીય વાતચીત શરૂ કરનારા

આરંભિક ચર્ચા અટકી ન જાય, એ માટે કેટલાક વાક્યાંશ પાસે રાખવા કાયમ માટે સારું રહે છે, વિશેષરૂપે જો સ્થિતિ તણાવપૂર્ણ અથવા તો ચિંતાજનક હોય. અહીંયા કેટલાક વાક્યાંશ આપવામાં આવી રહ્યા છે, જેની ડેલ કારનેગી સલાહ આપે છે : "કેવી રીતે?" "મને એક દાખલો આપો." "કેવી રીતે?" "મને તે વિષયમાં વધારે જણાવો." "શું આપ તેને જુદી રીતે કહી શકો છો?" "આ શબ્દના ઘણા બધા જુદા - જુદા અર્થ છે. શું તમે મને બતાવી શકો છો કે તમારા માટે તેનો શો અર્થ થાય છે ?"

મતૈક્ય તરફ લઈ જનારી "સીડીઓ" પણ હોય છે. અહીં કેટલીક દર્શાવવામાં આવી રહી છે :-

સામેની વ્યક્તિ તરફ નિહાળો. પ્રશ્નો પૂછો. વાતને વચ્ચે કાપશો નહિ. વિષયને ન બદલો. નિયંત્રિત ભાવનાઓ વ્યક્ત કરો. ઉચિત પ્રતિક્રિયા આપો.

વિનમ્રતાથી કેવી રીતે "ચડાઈ" કરવી

પુલ બનાવવા અથવા નરમાશથી પોતાનો પરિચય આપવા માટે પ્રયુક્ત વાક્યોના કેટલાંક ઉદાહરણો છે :-

"મેં હમણાં જ સાંભળ્યું કે આપ... ના વિશે કહી રહ્યા હતા." "શું આપના ... છે?" "કદાચ મેં એવું સાંભળ્યું હતું કે આપ હાલમાં ન્યૂયૉર્ક ગયા હતા." "આપે હમણાં જ ... વિશે જણાવ્યું, જે મને રોચક લાગ્યું."

આગળ વધવું : કોઈ વાતચીતમાંથી બહાર નીકળવાના સંભવિત ઉપાયો. કોઈ વાતચીતમાં શાલીનતાપૂર્વક પ્રવેશ કરવો જેટલો કપરો હોય છે, એમાંથી બહાર આવી જવું એ હંમેશાં તે કરતાં વધારે અઘરું હોય છે. અહીં આપેલાં કેટલા સહાયકારક વાક્યો ઉપર ધ્યાન આપો :?

- " આપની સાથે વાતચીત કરવી એ શ્રેષ્ઠ રહી. હું કેટલા સમયથી તે વ્યક્તિ સાથે સંપર્ક સ્થાપિત કરવાનો પ્રયાસ કરી રહ્યો છું, એ માટે આપ મને ક્ષમા કરશો."
- હું જઈને તે વ્યક્તિને એક પ્રશ્ન પૂછવા ઇચ્છું છું. આપની સાથે વાત કરવી મને સારી લાગી.

- મારે કોઈ બાબત ઉપર ધ્યાન આપવાનું છે. આપની સાથે મુલાકાત કરવી મને સારી લાગી.
- કૃપા કરી મને ક્ષમા કરશો. આ જ સમયે હું એક સહકર્મીને મળનાર છું. આપને મળીને આનંદ થયો.

ખરેખર સાંભળવા માટે સાંભળવું

સારા શ્રોતા બનો. ડેલ કારનેગી કહે છે કે સાંભળવાના પાંચ સ્તર હોય છે : સાંભળવાનું નાટક કરવું, પ્રતિક્રિયા કરવા માટે સાંભળવું, શીખવા માટે સાંભળવું. સમજવા માટે સાંભળવું અને પરાનુભૂતિપૂર્વક સાંભળવું.

ડેલ કારનેગીનું સૂચન છે કે આ પ્રમાણે સાંભળવું, જાણે આપણાં સાંભળ્યા પછી ક્વિઝ થનારી છે. આપણે જે સાંભળીએ છીએ, તેને બરાબર સાંભળ્યું છે, એ સુનિશ્ચિત કરવા માટે પોતાના શબ્દોમાં એ વાતનું પુનરાવર્તન કરવાનો પ્રયાસ કરો.

બોલવાની શૈલી નહિ, પરંતુ સંદેશ ઉપર ધ્યાન કેન્દ્રિત કરો. પોતાના મસ્તિષ્કને યથાસંભવ બંધ કરી દો.

આપણે વાસ્તવમાં કેટલા સારા શ્રોતા છીએ, એ જાણવા માટે નીચે આપવામાં આવેલા પ્રશ્નોના ઉત્તર "હંમેશાં, સામાન્ય રીતે, ક્યારેક ક્યારેક, અથવા ભાગ્યે જ ક્યારેક" આપીને પોતાનો સ્કોર જાણો.

૧. મને લાગે છે કે મને લોકોની માહિતીને પુનરાવર્તિત કરવાની આવશ્યકતા હોય છે. બીજાને બદલે મને અનુચિત સંપ્રેષણની ઘટનાઓનો વધારે અનુભવ થાય છે.
૨. જો લોકો ધીમેથી બોલે છે અથવા વિષય નીરસ હોય છે, ત્યારે હું લોકોની વાત સાંભળવાનું બંધ કરી દઉં છું.
૩. હું બીજાનાં વાક્યોને પૂરાં કરું છું. હું ધ્યાન રાખું છું કે લોકો અપૂર્ણ અપેક્ષાઓ અથવા આગામી કાર્યવાહીના અભાવના સંબંધમાં મારી સમક્ષ પોતાની નિરાશા વ્યક્ત કરે છે.
૪. લોકો જે કહી રહ્યા છે, મારી ટિપ્પણીઓ તેમને તેનાથી દૂર લઈ જાય છે.
૫. બીજા લોકોની વાતો સાંભળતી વખતે મારામાં મલ્ટિ - ટાસ્કિંગની પ્રવૃત્તિ રહે છે.
૬. હું વક્તા પાસે સ્પષ્ટીકરણ માંગવામાં સહજતા અનુભવી શકતો નથી.

૭. જ્યારે કોઈ મારી પાસે સમસ્યા લઈને આવે છે, તો મારામાં તેને તેને ઉકેલવાની અથવા તો સલાહ આપવાની પ્રવૃત્તિ હોય છે. હું ધ્યાન આપવાનું નાટક કરું છું.
૮. હું વક્તાની વાતને પૂર્ણ થયા પહેલાં જ મનમાં પ્રતિક્રિયા વિચારી લઉં છું. જે કહેવામાં આવી રહ્યું છે, તેને યાદ રાખવા માટે મારે નોટ્સ લેવાની આવશ્યકતા રહે છે.
૯. હું વક્તાના દેખાવના આધારે માન્યતાઓ બાંધી લઉં છું.
૧૦. જ્યારે કોઈ મારી સાથે વાત કરે છે, ત્યારે મારું ધ્યાન સરળતાથી વિચલિત થઈ જાય છે. વાતચીત દરમિયાન મારામાં વધારે વાતચીત કરવાની પ્રવૃત્તિ હોય છે. હું એવા પ્રશ્નો પૂછું છું, જેનાથી એવો સંકેત પ્રાપ્ત થાય છે કે હું સામૅની વ્યક્તિની વાત સાંભળી રહ્યો નથી.
૧૧. હું વ્યક્તિ પ્રત્યે વિશાળ અને સ્વીકાર્ય દૃષ્ટિકોણ પ્રદર્શિત કરું છું. હું કામકાજમાં મહત્ત્વપૂર્ણ સંપ્રેષણો ઉપર ફાંદામાં ફસાઈ જાઉં છું.
૧૨. જ્યારે મારી પાસે કોઈ પ્રશ્ન પૂછવા માટે આવે છે, ત્યારે હું પૂર્ણ ધ્યાન સાથે ઉત્તર આપું છું.
૧૩. જે કહેવામાં આવી રહ્યું છે, હું તેના ઉપર મારું ધ્યાન કેન્દ્રિત કરું છું. ભલે મારો રસ તેમાં ઓછો હોય. હું સામૅની વ્યક્તિનો દૃષ્ટિકોણ સાંભળું છું, ભલે હું તેની સાથે અસંમત હોઉં.
૧૪. હું વક્તા સાથે આંખોનો સંપર્ક જાળવી રાખું છું.
૧૫. જે લોકો મારી સાથે અસહમત હોય છે, તેઓના દૃષ્ટિકોણને સમજવાનો હું પ્રયાસ કરું છું.

૭. બીજા આપણને કેવી રીતે જુએ છે

એક જૂની કહેવત છે, "તમે કોઈ પુસ્તકનું મૂલ્યાંકન તેના કવર ઉપરથી કરી શકતા નથી."

સાચી વાત છે, પરંતુ દુર્ભાગ્યવશ આપણે લોકોના મૂલ્યાંકન "તેમના કવર" - પ્રથમ મુલાકાતમાં તેમના દેખાવ અને વ્યવહારથી કરીએ છીએ. વાસ્તવમાં, કેટલાક લોકો તો કોઈને મળવાની ત્રીસ સેકન્ડની અંદર જ તેમના વિશે નિર્ણય લઈ લે છે.

પ્રથમ છાપને ભૂંસવી અઘરું હોય છે. જો પ્રથમ સંપર્કમાં નકારાત્મક અથવા અણગમાની છાપ ઉદ્ભવી હોય, ત્યારે તે ઘણા વર્ષો સુધી એ વ્યક્તિની સાથેના આપણાં સંબંધોને પ્રભાવિત કરી શકે છે. સારી છાપ બનાવવા માટે થોડા વિચાર અને પ્રયાસની આવશ્યકતા હોય છે, અને આ પ્રયાસો કરવા લાયક છે.

જ્યારે આપણે સફળ લોકોને મળીએ છીએ, ત્યારે આપણે હંમેશાં તેમના સુખદ "વ્યક્તિત્વ"થી પ્રભાવિત હોઈએ છીએ. તેમને મળતાં જ આપણને તેમના ઉપર વિશ્વાસ બેસી જાય છે, આપણે મનોમન તેમની પ્રશંસા કરીએ છીએ અને તેમની સાથે આરામદાયક અનુભવ કરીએ છીએ. અને ઘણીવાર આપણે અપ્રિય લોકોને પણ મળીએ છીએ અને તેમની છાપથી વિકર્ષિત થઈ જઈએ છીએ.

આપણું ચિત્ર અથવા તો છાપ - જેને ઘણી બધી વાર આપણું વ્યક્તિત્વ કહેવામાં આવે છે - ના માધ્યમથી આપણે સ્વયંને બાહ્ય જગતની સમક્ષ વ્યક્ત કરીએ છીએ. આપણે માત્ર મિલનસાર પ્રાણી નથી, જેઓ એક બીજાને - હળવા મળવાનું પસંદ કરે છે. આપણી અંદર એક પ્રવૃત્તિ પણ હોય છે કે બીજા આપણા ઉપર ધ્યાન આપે અને પ્રશંસાત્મક રીતે ધ્યાન આપે. આ ચિત્રનો મહત્તમ હિસ્સો એક સારી, સભ્ય શૈલીથી બને છે. શિષ્ટાચાર પણ અત્યંત મહત્ત્વપૂર્ણ તત્ત્વ છે - સારા આચરણ પછી કદાચ સૌથી મહત્ત્વપૂર્ણ. મનુષ્યને ચોક્કસપણે એ ખબર હોવી જોઈએ શું કરવાનું છે અને તેમાં ઉચિત સમયે ઉચિત બાબત કરવાની યોગ્યતા પણ હોવી જોઈએ. જે લોકો સકારાત્મક ચિત્ર બનાવવાના પ્રયાસ કરી રહ્યા છે, તેમને માટે સારો વિવેક અને અંતઃપ્રેરણા અનિવાર્ય છે.

વ્યક્તિત્વના ગુણ હાંસલ કરવા

દરેક લોકોની પાસે સમાન અધિકાર અને સમાન અવસર હોય છે. ધ્યાન રહે કે દરેક લોકોમાં સમાન બુદ્ધિ, સમાન શારીરિક શક્તિ, ઊર્જાના સમાન સ્તર હોતા નથી, પરંતુ તેમની વર્તમાન સ્થિતિ ભલે ગમે તે હોય, તેઓ સ્વયંને શિક્ષિત કરીને અને પોતાનો વિકાસ સાધીને ઉપર આવી શકે છે. જે લોકો જ્ઞાન હાંસલ કરવા માટે ઉત્સુક હોય છે અને ઉત્કૃષ્ટ બનવાની મહત્ત્વાકાંક્ષા રાખે છે, તેઓ સ્વાભાવિક રૂપે આગળ વધી જશે. આપણે વ્યક્તિત્વના જે ગુણોને હાંસલ કરવા ઇચ્છીએ છીએ, તેનો વિકાસ કરવા માટે પસંદગી કરી શકીએ છીએ અને તેના ઉપર મહેનત કરી શકીએ છીએ. પરિશ્રમથી મહાનતા સંભવ બની જાય છે.

આપણે સૌથી મોટું રોકાણ શાલીન અંદાજ, વ્યવહારના સૌહાર્દ, ભાવનાની ઉદારતાને પ્રાપ્ત કરવામાં કરવું જોઈએ, જે લોકોને ખુશ કરવાની આનંદદાયક કળા છે. આ ધન-દોલત કરતાં પણ વધારે મહત્ત્વપૂર્ણ છે, કારણ કે આશાવાદી, સુખદ લોકો માટે પ્રત્યેક દ્વાર ખૂલી જતાં હોય છે. તેમનું સ્વાગત જ નથી થતું ; તેમને દરેક જગ્યાએ પ્રેમ કરવામાં આવે છે.

યાદ રાખવા જેવી મહત્ત્વપૂર્ણ વાત એ છે કે એવી સુખદ છબિ વિકસિત કરી શકાય છે, જેનાથી આપણું દરેક જગ્યાએ સ્વાગત થાય. આપણું ચિત્ર ઘડનારાં કેટલાક પાસાઓ જન્મજાત હોય છે, જેમ કે આપણું શારીરિક ગઠન, મૂળભૂત બુદ્ધિ અને અમુક યોગ્યતાઓ. પરંતુ આપણામાંના દરેકની અંદર પોતાના ગુણો દ્વારા લાભ મેળવવા અને તેને વિકસિત કરવાની ક્ષમતા હોય છે, જેથી આપણે પણ એવી સુખદ છબિ ઘડી લઈએ, જેની સર્વ પ્રશંસા કરે.

આપણે જેવા બનવા ઇચ્છીએ છીએ, તેવું બનવું સરળ હોતું નથી. જો કે આ કાર્ય બહિર્મુખી, આનંદદાયક, આશાવાદી અને સકારાત્મક વ્યવહાર વિકસિત કરવાની પ્રબળ ઇચ્છા અને સમર્પણની સાથે આરંભાય છે. -એક એવું ચિત્ર, જે આપણી આસપાસનાં સ્ત્રી-પુરુષોનાં હૃદયને જીતી લેશે.

હંમેશાં આનંદિત રહો : જ્યાં સુધી આપણો માનસિક દૃષ્ટિકોણ કટુતા તથા છળરહિત નહિ હોય તથા આપણે પ્રત્યેક દિવસને સુખદ વરદાનની જેમ નહિ જોઈએ, ત્યાં સુધી આપણું જીવન દુ:ખદ અને બહુધા બિનઉપયોગી જ રહેશે.

કેટલાક લોકો વર્ષો સુધી બીજાઓ પ્રત્યે કડવી ઘૃણા કે અદેખાઈ સંઘરીને રાખે છે. કદાચ તેમને આ વાતની ખબર નહિ હોય, પરંતુ આવા પ્રકારનો માનસિક દૃષ્ટિકોણ એ વ્યક્તિને યોગ્યતાના સર્વોચ્ચ સ્તરે પહોંચવા દેતો નથી અને તેમના આનંદને નષ્ટ કરી નાંખે છે.માત્ર એટલું જ નહિ, તેઓ પોતાના વિનાશકારી પરિવેશને પણ સંપ્રેષિત કરી દે છે, જેને કારણે લોકો તેમની વિરુદ્ધ પૂર્વગ્રહ બાંધી લે છે, તેમનો દ્વેષ કરવા લાગે છે અને તેમનાં કાર્યોમાં નિરંતર અવરોધો ઊભા કર્યા કરે છે.

મનને કડવાશ, ઈર્ષા, ઘૃણા, કઠોરતા અને નિષ્ઠુર વિચારોથી મુક્ત રાખવું જોઈએ. તેને પ્રત્યેક નકારાત્મક બાબતથી મુકત રાખવું જોઈએ, અન્યથા માનસિક શાંતિ ભંગ થવાની સાથે સાથે આપણી કાર્યકુશળતા પણ ક્ષીણ બની જશે અને આપણું કામ ઊતરતી કક્ષાનું બની જશે.

જો આપણે બીજાઓ પ્રત્યે પ્રતિશોધ અથવા શત્રુતાના વિચારો ધરાવીએ છીએ, તો આપણે પોતાનું સર્વશ્રેષ્ઠ કાર્ય કરી શકીશું નહિ. આપણી શક્તિઓ આદર્શ સામંજસ્યમાં કાર્ય કરવાથી જ પોતાનું સર્વશ્રેષ્ઠ પ્રદર્શન કરી શકે છે. હૃદયમાં સદ્ભાવ હોવો જોઈએ, અન્યથા આપણે હૃદય અથવા હાથ વડે સારું કાર્ય કરી શકીશું નહિ. ઘૃણા, પ્રતિશોધ અને ઈર્ષા આપણી અંદરની તમામ બાબતો માટે ઘાતક વિષ સમાન છે, જે પ્રમાણે આર્સનિક આપણાં શારીરિક જીવન માટે ઘાતક હોય છે.

બીજાઓ પ્રત્યે દયાળુતા પૂર્ણ દૃષ્ટિકોણ અને સદ્ભાવ કોઈ પણ પ્રકારની કડવાશ, ઘૃણા અથવા આઘાત પહોંચાડનારા વિચારોની વિરુદ્ધ આપણી સર્વશ્રેષ્ઠ સુરક્ષા છે. જેનાથી આપણાં જીવનમાં શાંતિ અને સમતા આવે છે. એનાથી આપણાં જીવનમાં સંઘર્ષમાં ઘટાડો થશે અને બીજાઓ સાથેના સદ્ભાવપૂર્ણ સંબંધો સ્થાપિત થશે. આપણે આપણી પ્રતિષ્ઠાને હાનિ પહોંચાડ્યા સિવાય તિરસ્કાર, દ્વેષ, ઈર્ષા અને પ્રતિશોધની ગોપનીય ભાવનાઓ રાખી શકતા નથી. ઘણા લોકો મનોમન હેરાન થતા હોય છે કે તેઓ શા માટે લોકપ્રિય નથી, તેમને લોકો શા માટે પસંદ કરતા નથી, સમુદાયમાં તેમને શા માટે ઊતરતા ગણવામાં આવે છે. આ ખરેખર તેમની કટુતાપૂર્ણ, પ્રતિશોધાત્મક, પ્રતિકૂળ ભાવનાઓને પરિણામે બનતું હોય છે, જે વ્યક્તિત્વ ચુંબકીયતાનું ગળું દબાવી દે છે.

બીજી બાજુએ, જો આપણે દયાળુતાપૂર્ણ, પ્રેમપૂર્ણ, સહાનુભૂતિપૂર્ણ વિચારો રાખીએ, પ્રત્યેકની સાથે મૈત્રીભાવ અનુભવીએ અને હૃદયમાં કોઈ પણ પ્રકારની કડવાશ, ઘૃણા કે અદેખાઈ ન રાખીએ, તો આપણે આકર્ષક, સહાયક અને આશાવાદી છાપ પાડી શકીશું.

અરાજકતાપૂર્ણ પરિસ્થિતિમાં પણ જે લોકો સ્મિત કરી શકે છે, તેઓ એવા લોકો કરતાં અત્યંત લાભદાયક સ્થિતિમાં હોય છે, જેમનું સાહસ મુશ્કેલીઓનો સામનો થતાવેંત કડડભૂસ બની જાય છે. પ્રત્યેક બાબતો વિપરીત હોવા છતાં હાસ્ય કરી શકનારા લોકો જ વિજેતાનું ચિત્ર રજૂ કરી શકે છે.

પ્રાથમિકતા : જ્યારે લોકો આપણને મળે છે, ત્યારે આપણાં વિશે તેમની પ્રથમ છાપ એ આધારે પડે છે કે આપણે કેવા દેખાઈએ છીએ. બીજા આપણને કેવા માને છે, આ અંગે દેખાવ મહત્ત્વપૂણ ભૂમિકા અદા કરે છે. બીજાને સકારાત્મક અથવા નકારાત્મક શૈલીથી પ્રભાવિત કરનારા કેટલાક ઘટકો આપણાં નિયંત્રણથી પર હોય છે. આપણે આપણું મૂળભૂત શારીરિક ગઠન તો પરિવર્તિત કરી શકતા નથી, પરંતુ આપણે આપણી સકારાત્મક બાબતોનો મહત્તમ લાભ મેળવી શકીએ છીએ અને પોતાની ખામીઓને ન્યૂનતમ કરીશ કીએ છીએ. સકારાત્મક છાપને અંકિત કરવા માટે ફિલ્મસ્ટાર જેવા આકર્ષક ચહેરાની આવશ્યકતા હોતી નથી.

સૌથી મહત્ત્વપૂર્ણ સમય : આપણને જ્યારે કોઈ નવી વ્યક્તિ મળે છે, ત્યારે માત્ર દશ સેકન્ડમાં જ છબિ, ધારણાઓ અને માન્યતાઓનું ગઠન કરી લે છે કે આપણે કોણ છીએ અને કેવા છીએ. આ માન્યતાઓ આ વાતો કરતાં વધારે મહત્ત્વપૂર્ણ હોય છે કે આપણે આપણાં વસ્ત્રો માટે કેટલા નાણાં ખર્ચ્યાં છે અથવા આપણે આપણાં વાળ રંગ્યા છે કે નહિ. સામેની વ્યક્તિ આપણાં વિશે જે ધારણા બાંધી લે છે, તેમાં આપણું શૈક્ષણિક સ્તર, આપણી આર્થિક સ્થિતિ, કારકિર્દીની સફળતા દરેક બાબતો સામેલ હોય છે એટલે સુધી કે પ્રામાણિકતા તથા સત્યનિષ્ઠા જેવા વ્યક્તિગત ગુણો પણ. પ્રત્યેક ધારણાઓ લગભગ અચેતન રૂપે આરંભિક દશ સેકન્ડમાં જ પ્રસ્થાપિત થઈ જતી હોય છે.

બાહ્ય ચિત્ર (બાહ્ય છબિ) : લોકો સૌ પ્રથમ આપણું બાહ્ય ચિત્ર જુએ છે. એ ક્યાં તો આપણાં માટે દ્વાર ખુલ્લાં કરી શકે છે... અથવા તો દ્વાર બંધ કરી શકે છે. પ્રત્યેક સેલ્સ પર્સન પોતાની નિરાશાને જાણતો હોય છે, જ્યારે એ સંભવિત ગ્રાહકને માત્ર એ કારણે મળી શકતો નથી, કારણ કે તથાકથિત "ગેટકીપર" - રિસેપ્શનિસ્ટ, સેક્રેટરી અથવા તો તાબાના કર્મચારીઓ -તેને અવાંછિત ગણીને બૉસને મળવા દેતા નથી. એક અર્થમાં આપણાં અંગેની સૌ પ્રથમ ધારણા સૌથી શક્તિશાળી

> **ઉકળી રહેલો ઉત્સાહ, જેની પાછળ સહજબોધ અને ખંતનો ટૅકો હોય, સફળતા અપાવનાર સૌથી મોટો ગુણ છે.**
> **- ડેલ કારનેગી**

"ગેટકીપર" છે. હંમેશાં તેમનાથી જ નિર્ધારિત થાય છે કે આ વ્યક્તિ આપણને અંદર આવવા દેશે કે નહિ - શાબ્દિક રૂપે પણ તથા અલંકારિક દૃષ્ટિએ પણ.

આપણાં બાહ્ય ચિત્રના મહત્તમ સંકેત આંખોના માધ્યમથી ગ્રહણ કરવામાં આવતા હોય છે. મસ્તિષ્કના ભાવનાત્મક કેન્દ્ર સુધી પહોંચી જાય છે. આ સામાન્ય પ્રણાલીઓને પાર ચાલ્યા જાય છે અને આના ઉપર તાત્કાલિક પ્રતિક્રિયા થતી હોય છે. સારું અલંકરણ, ઉચિત પોશાક, સુખદ હાસ્ય અને યોગ્ય શિષ્ટાચાર, સારું ચિત્ર વ્યક્તિગત ચિત્રને સ્થાપિત કરવાની દિશામાં સર્વપ્રથમ ડગલું છે. આપણે એવા પોશાક પહેરીને પોતાની સફળતાની શક્યતાઓને વિસ્તૃત બનાવી શકીએ છીએ, જે આપણોં અને આપણી યોગ્યતાઓ વિશે સકારાત્મક સંદેશ પહોંચાડે છે.

વ્યવસાયમાં અનૌપચારિક ડ્રેસ કૉડના વ્યાપક અમલમાં આવ્યા પશ્ચાત આજે વ્યાવસાયિક પોશાકની કોઈ સાર્વમાન્ય શૈલી રહી નથી. આપણાં ઉદ્યોગ, ક્ષેત્ર અને સંસ્કૃતિમાં કેવા પ્રકારના પહેરવેશને ઉચિત ગણવામાં આવે છે, એ અંગે માહિતી મેળવવા માટે આપણે થોડા સંશોધન કરવાની આવશ્યકતા રહે છે.

જે દિવસે એબીસી એડ એજન્સીમાં ફિલિસનું ઇન્ટરવ્યૂ હતું, તેના એક દિવસ પહેલાં તે એ જન્સીની લૉબીમાં એ જોવા માટે ગઈ કે ત્યાં કામ કરનારી મહિલાઓ કેવા પોશાક પહેરે છે. તેણે એ બાબત ઉપર ધ્યાન આપ્યું કે પહેલાં જે જે બૅંકમાં નોકરી કરતી હતી, ત્યાં ફૉર્મલ ડ્રેસ પહેરવામાં આવતો હતો, પરંતુ અહીંયા તો મોટાભાગની મહિલાઓ સ્કર્ટ - બ્લાઉઝક અથવા તો સ્લેક્સ પહેરતી હતી. આ અવલોકનના આધારે તેણે પોતાના ઇન્ટરવ્યૂમાં એવો જ પહેરવેશ ધારણ કર્યો. જો તે બૅંકવાળો પહેરવેશ પહેરત તો, તેની છાપ તેના પરિવેશના આધારે ઉચિત ગણાત નહિ. બીજી બાજુએ, જો તે કોઈ બૅંકના ઇન્ટરવ્યૂમાં અનૌપચારિક પોશાક પહેરીને જાત, તો ઉચિત સંદેશ પહોંચત નહિ.

બીજાઓમાં રસ લો : દેખાવ અને વ્યક્તિત્વ બીજાના મનમાં આપણી છાપને સ્થાપિત કરવા તથા કાયમ રાખવાની દિશામાં સૌ પ્રથમ ડગલું છે. જેમ ડેલ કારનેગીએ કહ્યું છે, "આપણે તેને બહેતર બનાવવા માટે બીજા લોકોમાં ખરો રસ લેવો જોઈએ."

જો આપણે સંપર્કના આરંભે જ કોઈ વ્યક્તિમાં વાસ્તવિક રસ દર્શાવીએ છીએ, તો ઝડપથી તાલમેળ સ્થાપિત થશે, જેટલો બીજી કોઈ પણ બાબતથી થઈ શકતો નથી. આપણે સામેની વ્યક્તિઓનાં નામ યાદ રાખવા જોઈએ અને તેમની સાથે વાતચીત કરતી વખતે તેનો ઉપયોગ પણ કરવો જોઈએ.

વ્યાવસાયિક પરિવેશમાં સામેની વ્યક્તિની એ સમસ્યા અથવા તો સ્થિતિને ધ્યાનથી સાંભળો, જે સંદર્ભે તે તમારી પાસે આવેલ છે. એવા પ્રશ્નો પૂછો, જેનાથી સામેની વ્યક્તિને ખબર પડે કે તમે તેનમાં ખરો રસ લઈ રહ્યા છો. સામાજિક સ્થિતિઓમાં સામેની વ્યક્તિની ટિપ્પણીઓ અને પ્રશ્નોની પ્રતિક્રિયા આપતી વખતે ખરી દિલચશ્પી દર્શાવો.

વિયેનાના પ્રખ્યાત મનોવૈજ્ઞાનિક આલ્ફ્રેડ એડલરે પોતાના પુસ્તક 'વ્હૉટ લાઇફ શુડ મીન ટુ યૂ' માં કહ્યું હતું, "જે વ્યક્તિને પોતાના સાથી મનુષ્યોમાં રસ નથી, તેના જીવનમાં સૌથી વધારે મુશ્કેલીઓ આવે છે અને એ જ બીજાને સૌથી વધારે આઘાત પહોંચાડે છે. આવી જ વ્યક્તિઓ મધ્યેથી પ્રત્યેક માનવીય નિષ્ફળતાઓ ઉદ્ભવતી હોય છે."

થિઓડોર રૂઝવેલ્ટ પોતાના યુગના સૌથી મનપસંદ લોકોમાંના એક હતા. તેમને લોકપ્રિય બનાવતો ગુણ એ હતો કે તેઓ જે પણ વ્યક્તિને મળતા હતા, તેઓમાં ખરો રસ દર્શાવતા હતા. તેઓ તેમને તેમના પરિવાર સંબંધી પૂછતા અને તેમના વિચારોને સાંભળતા હતા - ભલે તેમની પૃષ્ઠભૂમિ ગમે તે હોય. તેઓએ સમય ફાળવીને વ્હાઇટ હાઉસના આંતરિક સ્ટાફના પ્રત્યેક સભ્યો વિશેની માહિતી પ્રાપ્ત કરી હતી. વ્હાઇટ હાઉસ છોડ્યાના વર્ષો પશ્ચાત પણ જ્યારે તેઓ ત્યાં જતા, ત્યારે પ્રત્યેક સભ્યને નામથી બોલવતા અને તેમની રુચિ અથવા પોતાના રાષ્ટ્રપતિ - સમયગાળાની કોઈ એવી બાબતો વિશે વાતચીત કરતા હતા, જે તેમને માટે તેઓએ કરી હતી. આવી વ્યક્તિને કોણ નાપસંદ કરી શકે?

જો તમે મિત્ર બનાવવા ઇચ્છો છો, તો પ્રફુલ્લતા અને ઉત્સાહ સાથે લોકોનું અભિવાદન કરો. જ્યારે આપણને કોઈ ફોન કરે, ત્યારે એવી રીતે "હેલ્લો" બોલો, જેનાથી તેને લાગે કે તેનો ફોન આવવાથી તમે અત્યંત ખુશ થયા છો. બીજાઓમાં ખરો રસ દાખવવાથી ન તો તેઓ આપણાં મિત્ર બને છે, પરંતુ એનાથી આપણી કંપનીના પણ વફાદાર ગ્રાહક બને છે.

મહાન વક્તા અને રાજનેતા ડેનિયલ વેબસ્ટર વિશે કહેવામાં આવતું હતું કે તેઓ જે વ્યક્તિને મળતા હતા, તેમના વિશ્વાસને તેઓ જીતી લેતા હતા. જ્યારે તેમને આનું કારણ પૂછવામાં આવ્યું, ત્યારે ઉત્તર પ્રાપ્ત થયો કે મહદ્ અંશે નેતાઓથી વિપરીત વેબસ્ટર પોતાના વિશે વાત કરતા નહોતા, પરંતુ લોકોની વાતોને સાંભળતા હતા.

સહાનુભૂતિપૂર્ણ બનો. સહાનુભૂતિપૂર્ણ લોકો પોતાને બીજાના સ્થાન ઉપર મૂકીને જુએ છે. તેઓ માત્ર સામેની વ્યક્તિની વાત સાંભળતા જ નથી, પરંતુ તેમની ભાવનાઓને પણ અનુભવી જુએ છે.

ફોન ઉપર પ્રથમ છાપ : હંમેશાં ફોન ઉપર જ આપણો કોઈની સાથે પ્રથમ સંપર્ક થતો હોય છે. એ ફોન કૉલમાં જે છાપને અંકિત કરવામાં આવે છે, તે જ આપણાં ભાવિ સંબંધો ઉપર પ્રભાવ પાડે છે. જેનિફર નાખુશ હતી. તેણે જે વૉશિંગ મશીન પાછલા માસમાં ખરીદ કર્યું હતું, એ ખરાબ થઈ ગયું હતું. તેણે સ્ટોર ઉપર ફોન લગાવ્યો અને મૅનેજર સાથે વાત કરાવવા માટે કહ્યું. છ ઘંટડીઓ વાગ્યા પછી જવાબ મળ્યો, "જોન્સ એપ્લાયન્સ, મહેરબાની કરી રાહ જુઓ." એ રાહ જોતી રહી, જોતી રહી અને તેને લાગ્યું કે તેણે અનંતકાળ સુધી રાહ જોવી પડશે. જ્યારે જેનિફર ફોન મૂકીને પુનઃ ડાયલ કરવાની હતી, ત્યારે છેવટે ઑપરેટર લાઇન ઉપર આવી ગઈ :

"જોન્સ એપ્લાયન્સ, હું આપની શું સહાયતા કરી શકું છું?"

"શું હું મૅનેજર સાથે વાત કરી શકું છું?"

"શા માટે?"

"મેં પાછલા માસમાં વૉશિંગ મશીન ખરીદ્યું હતું અને તે હવે ખરાબ થઈ ગયું છે."

"આપે મૅનેજર સાથે વાત કરવાની આવશ્યકતા નથી. હું સર્વિસિંગ વિભાગવાળા સાથે વાત કરાવું છું."

એક વાર પુનઃ લાંબી પ્રતીક્ષા પશ્ચાત સર્વિસિંગ પ્રતિનિધિએ છેવટે ઉત્તર આપ્યો. જેનિફરની અર્ધી જ ફરિયાદ સાંભળ્યા પછી અધવચ્ચે જ તેની વાતને કાપી નાંખી, "ક્ષમા કરશો, અમે આપની સહાયતા કરી શકતા નથી. આપે નિર્માતા પાસે જવું પડશે. આપને તેનું સરનામું પોતાની વૉરંટી ઉપરથી મળી જશે." અને કોઈ પણ પ્રતિક્રિયાની પ્રતીક્ષા કર્યા સિવાય તેણે ફોન મૂકી દીધો.

યાદ રાખો, તમે જે વ્યક્તિ સાથે વાત કરી રહ્યા છો, તે પોતાનામાં, પોતાની ઈચ્છાઓમાં અને પોતાની સમસ્યાઓમાં તેના કરતાં સોગણી વધારે રુચિ - રસ લે છે, જેટલી તમારામાં અને તમારી સમસ્યાઓમાં લે છે.
- ડેલ કારનેગી

શું તમે વિચારો છો કે જેનિફર હવેથી પુનઃ એ સ્ટોરમાંથી કશું પણ ખરીદશે?

ફોન કરનારા ઉપર સારો પ્રભાવ મૂકવાનો ઉપાય એ છે કે તત્કાળ ફોનનો જવાબ આપો. જો આપણને ખબર છે કે તે વ્યક્તિએ થોડો સમય પ્રતીક્ષા કરવી પડશે, તો તેને જણાવી દો કે તેણે લગભગ કેટલી પ્રતીક્ષા કરવી પડશે. ત્યાર પછી એવું સૂચન પણ આપો કે જો તે પ્રતીક્ષા કરવા ઈચ્છતા નથી, તો અમે

પાછળથી તેમને ફોન કરીશું. જો વ્યક્તિ પ્રતીક્ષાની પસંદગી કરે છે, તો તેને જણાવી દો કે ચર્ચા ચાલુ છે, એ માટે તેમની પાસે પ્રતીક્ષા કરવાનો અથવા પાછળથી ફોન કરવાનો વિકલ્પ હજુ પણ ઉપલબ્ધ છે.

ફોન કરનાર સાથે વાત કરતી વખતે કાયમ તેને વાત કરવા દો, જ્યાં સુધી તેની ફરિયાદ અથવા સંદેશ સંપૂર્ણપણે એ જણાવી ન દે. તેની વાતને અધવચ્ચેથી કાપશો નહિ. જો આપણે મદદ કરી શકતા નથી, તો તેને મહત્તમ માહિતી પૂરી પાડો કે તેને ક્યાંથી સહાયતા પ્રાપ્ત થઈ શકે છે.

આપણું કાર્યસ્થળ : ગેરીએ ઓરડામાં દૃષ્ટિ દોડાવી. ઑફિસમાં નિશ્ચિતપણે વ્યસ્તતા હતી. કર્મચારી આમથી તેમ જઈ રહ્યા હતા. પ્રત્યેક ડેસ્ક કાગળોથી ભરેલી જણાઈ રહી હતી. ફોનની ઘંટડીઓ વાગી રહી હતી, પરંતુ કોઈ તેને ઉપાડી રહ્યું નહોતું. ગેરીના મગજમાં સહસા એક શબ્દ ઊપસી આવ્યો, "ગરબડઝાલા". તે આ સંગઠન સાથે વ્યવસાય કરવા ઈચ્છતો હતો, પરંતુ ત્યાંનું વાતાવરણ જોઈને તે વિમાસણમાં મુકાઈ ગયો. ત્યાર પછી તે કંપનીના પ્રતિનિધિને મળ્યો, પરંતુ તેનો નિર્ણય તો પ્રથમ છાપમાં જ નિર્ધારિત થઈ ગયો હતો.

ગેરી જે કંપનીમાં ગયો હતો, કદાચ ગેરીની સાથે ઘણો જ સારો વેપાર કરવા માટે ઘણી સક્ષમ હોત, પરંતુ કંપનીએ એ નાની નાની બાબતો ઉપર પર્યાપ્ત લક્ષ્ય આપ્યું નહોતું, જેનો પ્રભાવ આગંતુકો ઉપર પડતો હોય છે. પરિણામસ્વરૂપે પાછળથી થનારી પ્રત્યેક બાબતો પોતાની મેળે જ અસ્વીકૃત થતી ગઈ.

જ્યારે આગંતુક આપણી ઑફિસમાં આવે છે, ભલે તે ગ્રાહક હોય, બૅંકર હોય, સંભવિત કર્મચારી હોય અથવા શાસકીય અધિકારી હોય, ત્યારે પ્રથમ દૃષ્ટિએ આપણી જે છાપ અંકિત થાય છે, તેના આધારે જ તેઓ આપણાં વિશેનો અભિપ્રાય નક્કી કરે છે.

સ્પષ્ટ રૂપે, રિપેરિંગ શૉપ કોઈ ડૉકટરના ક્લિનિક જેવી નિષ્કલંક ન હોઈ શકે, પરંતુ તેણે અન્ય રિપેરિંગ શૉપ જેટલી સ્વચ્છ તો હોવું જ જોઈએ.

બહેતર એ રહેશે કે આપણે સમાયંતરે આપણી ઑફિસની તપાસ કરીને એ સુનિશ્ચિત કરીએ કે તે સુઘડ અને સ્વચ્છ દેખાઈ રહી છે. જે હથિયારો અને ઉપકરણોનો ઉપયોગ ન થઈ રહ્યો હોય, તેને યોગ્ય રીતે મૂકવામાં આવ્યા હોય, કોઈ પણ ડેસ્ક ઉપર કાગળોના ઢગલા ન ખડકાયા હોય અને વાતાવારણ સંપૂર્ણ વ્યાવસાયિક દેખાય.

પ્રથમ છાપ : વૉરેને ટાઇમ મૅનેજમૅન્ટના એક સેમિનારમાં ભાગ લીધો.

સેમિનારમાં જણાવવામાં આવ્યું કે વ્યાવસાયિક પત્ર લખવામાં સૌથી ઓછો સમય લાગશે. જો લેખક સામેની વ્યક્તિના મૂળ પત્રની નીચે પ્રતિક્રિયા લખીને તેને પુનઃ મોકલી આપે. વૉરેને તત્કાળ તેના ઉપર અમલ કર્યો. તેનાથી તેનો સમય તો ચોક્કસપણે બચી ગયો પરંતુ કંપનીની છાપ ખરડાઈ ગઈ.

એક સંભવિત ગ્રાહક પાસેથી તેને પાછળથી માહિતી પ્રાપ્ત થઈ કે તેણે વૉરેનની કંપની સાથે વેપાર ન કરવાનો નિર્ણય લીધો હતો, કારણ કે વૉરેનની પ્રતિક્રિયા "બિન-વ્યાવસાયિક" હતી.

આપણાં પત્ર આપણાં પ્રતિનિધિ હોય છે. આપણું લેટરહેડ એવું જ હોવું જોઈએ, જેવું ચિત્ર આપણે લોકોની સમક્ષ રજૂ કરવા ઈચ્છીએ છીએ. જોડણી અને ટાઇપિંગની ત્રુટિઓને બેદરકારી કે બિનકાર્યક્ષમતાનું પ્રતીક માની શકાય છે. સમજદાર વાચક શબ્દોની ખરાબ પસંદગી અથવા વ્યાકરણની ભૂલને તત્કાળ પકડી લે છે. મોકલતાં પહેલાં પ્રત્યેક પત્રનું પુનઃ વાંચન કરો. એ સુનિશ્ચિત કરો કે પત્રમાં કોઈ પણ ત્રુટિ ન રહી જાય.

બિન-શાબ્દિક સંપ્રેષણ : આપણે આપણી બૉડી લેન્ગવેજને એટલી શ્રેષ્ઠ બનાવી શકીએ છીએ, જેથી સામેવાળા સુધી સકારાત્મક સંદેશ પહોંચી શકે. બહુધા બૉડી લેન્ગવેજથી જ એ નિર્ધારિત થતું હોય છે કે આપણે કેવી છાપ અંકિત કરીએ છીએ.

સામાજિક ભાષાવિદ્ આલબર્ટ મેહરાબિયનએ સામ-સામેના સંપ્રેષણના બૃહદ્ અધ્યયનમાં એ માહિતી પ્રાપ્ત કરી હતી કે એક વ્યક્તિ દ્વારા બીજી વ્યક્તિ સુધી જે સંદેશ પહોંચે છે, તેમાં માત્ર ૭ ટકા શબ્દોનું માધ્યમ હોય છે. લગભગ ૩૮ ટકા અવાજના લહેકા, વિરામ અને ભાર ઈત્યાદિ સ્વર-લક્ષણો મારફતે પહોંચે છે. સંદેશનો ૫૫ ટકા અર્થ દૃશ્યાત્મક સંકેતોના માધ્યમ દ્વારા સંપ્રેષિત થાય છે, જેને આપણે "બૉડી લેન્ગવેજ"ની શ્રેણીમાં મૂકીએ છીએ.

યુવાન જૉન એફ. કેનેડી અને અનુભવી રિચાર્ડ નિક્સનની વચ્ચે જે પ્રખ્યાત ચર્ચા થઈ હતી, એ તેનું આદર્શ ઉદાહરણ છે. રેડિયો શ્રોતાઓએ માત્ર શાબ્દિક સંદેશ સાંભળ્યો હતો અને એ આધારે તેમનું નિષ્કર્ષ એ હતું કે નિક્સન સર્વશ્રેષ્ઠ હતા. પરંતુ જે લાખો લોકોએ ટેલિવિઝન ઉપર બિન-શાબ્દિક હિસ્સો નિહાળ્યો હતો, તેમની ધારણા તદ્દન વિપરીત હતી. નિક્સનના મુખ ઉપરના હાવભાવ, તેમનો પરસેવો તથા તેમના હાથના હલનચલને દર્શકો ઉપર નકારાત્મક પ્રભાવ પાડ્યો.

મુદ્રા : સારી (કે ખરાબ) મુદ્રા દૂરથી પણ દૃષ્ટિગોચર થતી હોય છે અને દર્શકના ભાવનાત્મક મસ્તિષ્ક-પટલ ઉપર તત્કાળ અંકિત થઈ જતી હોય છે, કારણ કે તેમાં સમગ્ર શરીર સામેલ હોય છે.

સંશોધનમાં પ્રતિભાગીઓની એ ધારણા હતી કે ઉત્કૃષ્ટ મુદ્રાવાળા લોકો શિથિલ મુદ્રાવાળા લોકો કરતાં વધારે લોકપ્રિય, મહત્ત્વાકાંક્ષી, વિશ્વાસુ, મૈત્રીપૂર્ણ અને બુદ્ધિશાળી હતા.

સર્વ પ્રથમ પોતાની મુદ્રાને બહેતર બનાવવી એ જ વિચિત્ર તથા અતિશયોક્તિપૂર્ણ લાગી શકે છે. બીજા લોકોને ટટ્ટાર ઊભેલું ધડ, પહોળા ખભા અને સંતુલિત નીચલા શરીરના પ્રભાવને જોતાં આપણે એ નક્કી કરી શકીએ છીએ કે તેઓ કેટલા પ્રભાવશાળી દેખાતા હતા અને આપણે પણ એટલા જ પ્રભાવશાળી દેખાઈશું.

મસ્તકનો ઉપયોગ કરવો : આપણાં મસ્તકની સ્થિતિ અને આપણી મુખાકૃતિનું હલનચલન બિન-શાબ્દિક સંપ્રેષણમાં મુખ્ય ભૂમિકા અદા કરે છે. અધિકતમ પ્રભાવ પાડવા માટે આપણે આપણાં મસ્તકને "સપાટ રાખવું" જોઈએ.

મુખના પ્રત્યેક હાવભાવમાં હાસ્ય સૌથી પ્રભાવશાળી હોય છે. વાસ્તવમાં તો સ્મિત આપવાથી લોકો આપણાં દૃષ્ટિકોણ અંગે વધારે ગ્રહણશીલ બની શકે છે. જ્યારે આપણે સ્મિત કરીએ છીએ, ત્યારે સામેવાળા પણ હંમેશાં સ્મિત આપે છે. આ માત્ર પ્રતિબિંબન નથી. આ તો ઉષ્માપૂર્ણ તથા મળતાવડાપણાનો ભાવ છે, જે આપણાં સ્મિતથી ઉદ્ભવે છે.

ખોટું સ્મિત, સ્મિત ન આપવા કરતાં પણ વધારે હાનિકારક હોય છે. વિશ્વસનીય સ્મિતમાં સંપૂર્ણ ચહેરાનો ઉપયોગ થાય છે અને તે તત્કાળ સ્ફુરે છે, જ્યારે આપણે થનારી વાતચીત અંગે સકારાત્મક દૃષ્ટિકોણ ધરાવીએ છીએ.

આંખોનો સંપર્ક : આંખોના પ્રભાવશાળી સંપર્કથી એ સંદેશ પ્રસારિત થવો જોઈએ કે તમને સામેવાળા ઉપર વિશ્વાસ છે, તમે પ્રામાણિક છો અને સામેવાળામાં રસ લઈ રહ્યા છો. જો આંખોનો સંપર્ક ઓછો હશે, તો તેને સામાન્યતઃ ભય, અપ્રામાણિકતા, શત્રુતા અથવા કંટાળાનો સંકેત માનવામાં આવે છે.

સંશોધન દર્શાવે છે કે જ્યારે નોકરીના ઈન્ટરવ્યૂ લેનાર આંખોનો સંપર્ક સતત રાખે છે, ત્યારે ઉમેદવાર વધારે અર્થપૂર્ણ અને સારા જવાબો આપે છે. વર્ગોમાં જ શિખવવામાં આવે છે, તેને આપણે કેટલું સમજીએ તથા યાદ રાખીએ છીએ, એ પણ શિક્ષકની આંખોના સંપર્ક સાથે સીધું જોડાણ ધરાવે છે.

હાથ મિલાવવો: નવા લોકો સાથે મુલાકાત કરતી વખતે અમેરિકા અને યુરોપમાં હાથ મિલાવવા પરિચયનો એક મુખ્ય હિસ્સો હોય છે. જ્યારે આપણે પ્રભાવશાળી અંદાજમાં હાથ મિલાવીએ છીએ, ત્યારે આપણે પોતાના આત્મગૌરવ, ઊર્જા અને ઉત્સાહ વિશે એક અચેતન પરંતુ મહત્ત્વપૂર્ણ સંદેશનું સંપ્રેષણ કરીએ છીએ. હાથ મિલાવવાથી એક વ્યક્તિગત જોડાણ પણ જોડાય છે, જેનાથી સામેવાળા વધારે વિશાળ અને પ્રામાણિક બને છે.

ફીડબેક : આપણી બાહ્ય છાપનું પ્રબંધન કરવામાં કદાચ સૌથી મોટો પડકાર એ રહે છે કે આપણે સ્વયંને એ પ્રમાણે નિહાળી શકતા નથી, જે પ્રમાણે બીજા નિહાળે છે. સંશોધન જણાવે છે કે આપણે પોતાના વિશે અન્ય કરતાં વધારે આલોચનાત્મક હોઈએ છીએ. આ સિવાય આપણે એ નકારાત્મક વ્યવહારોના વિષયમાં પણ સંપૂર્ણપણે અનભિજ્ઞ હોઈએ છીએ, જેને સુધારવાની આવશ્યકતા હોય છે.

પોતાની બાહ્ય છાપની ચોક્કસ માહિતી પ્રાપ્ત કરવાના કેટલાક ઉપાયો :

- પોતાના વીડિયો જોવા અને સાંભળવા
- અરીસા સમક્ષ બોલીને પોતાના ચિત્ર ઉપર ધ્યાન આપવું
- વિશ્વસ્ત સહકર્મીઓના અભિપ્રાયો લેવા
- આપણાં ઉપર બીજાની પ્રતિક્રિયાનું નિરીક્ષણ કરવું -વિશેષરૂપે તેઓની જેઓને આપણે પ્રભાવિત કરવા ઇચ્છીએ છીએ.

પ્રભાવશાળી છાપ અંકિત કરવી : જ્યારે આપણે કોઈના વિશે એવું કહીએ છીએ કે તેની છાપ પ્રભાવશાળી છે, ત્યારે આપણોં આશય લગભગ એ જ હોય છે કે તે અત્યંત વિશ્વસનીય છે. લોકો એવા વ્યક્તિ ઉપર ભરોસો કરી શકે છે કે એ જે કહે છે, એ કરી દેશે અને સકારાત્મક કામ કરશે.

જ્યારે આપણે કોઈ નવીન વ્યવહારનું ચયન કરીએ છીએ અને તેના ઉપર અમલ કરીએ છીએ, ત્યારે આપણે પોતે પણ પોતાના સૌથી મહત્ત્વપૂર્ણ દર્શક એટલે પોતાની દૃષ્ટિમાં વિશ્વસનીય બનીએ છીએ. આપણે પોતાની સમક્ષ એ સાબિત કરીએ છીએ કે આપણામાં પોતાની અનિચ્છાથી બહાર આવવા અને કાર્ય પૂર્ણ કરવાની વ્યક્તિગત શક્તિ છે.

આપણાં દૃષ્ટિકોણ આંતરિક રૂપે આપણાં કાર્યો સાથે સંકળાયેલા હોય છે. એકમાં પરિવર્તન સિવાય બીજામાં પરિવર્તનને જાળવવું લગભગ અશક્ય છે. કોઈ ત્વરિત શૉર્ટકટ હોતા નથી, પરંતુ પ્રત્યેક કર્મ આપણી એક્ઝિક્યૂટિવ છાપને અંકિત કરનારી શૃંખલામાં એક કડીને જોડી દે છે.

પોતાની સફળતાઓને શોધવા માટે કોઈ મહત્ત્વપૂર્ણ વ્યાવસાયિક લક્ષ્ય અંગે વિચારો - જે આપણાં માટે ખરેખર મહત્ત્વપૂર્ણ છે - જેને આપણે કદાચ ટાળી રહ્યા છીએ અથવા તો એ દિશામાં કામ કરવા ઈચ્છતા નથી.

ત્યાર પછી એ લક્ષ્યની દિશામાં ડગલું ભરો, ભલે એ ગમે તેટલું નાનું કેમ ન હોય. પછી વિશ્લેષણ કરો કે આપણે શું કર્યું અને આપણને શું પ્રાપ્ત થયું. જો આપણને વિશ્વાસ બેસી જાય છે કે એ હાંસલ થઈ ગયું છે, તો એક એક બીજું ડગલું ભરો અને આવું ત્યાં સુધી કરતા રહો, જ્યાં સુધી આપણે આપણાં મનગમતા ચિત્ર સુધી ન પહોંચી જઈએ.

દેખીતી રીતે આપણે પોતાનામાં જે ક્ષતિઓ જોઈએ છીએ, તેમાંથી અમુકનો સ્વીકાર કરવાની સાથોસાથ તેને સુધારવાની પણ આવશ્યકતા રહે છે. આપણાં નિર્બળ કેન્દ્રો વિશે આપણામાં જે ખોટી ધારણાઓ કે માન્યતાઓ હોય છે, તેને ઓળખી લો અને તેની તપાસ કરો. એનાથી એ નબળાં ક્ષેત્રોમાં સુધારણા કરવાની દિશામાં સર્જનાત્મક કાર્ય કરવાથી ઊર્જા મુક્ત બનશે.

બેન્જામિન ફ્રેન્કલિને પોતાની આત્મકથામાં જણાવ્યું કે તેઓ વર્ષો સુધી અનેક નકારાત્મક વ્યવહારોમાંથી મુક્તિ પ્રાપ્ત કરવાના નિરર્થક પ્રયાસો કરતા રહ્યા. તેમને સફળતા ત્યારે પ્રાપ્ત થઈ, જ્યારે તેમણે એક જ એકાકી વ્યવહાર ઉપર ધ્યાન કેન્દ્રિત કરવા તથા તેને પોતાના જીવનમાંથી દૂર કરવાનો નિર્ણય કર્યો. તત્પશ્ચાત્ બીજો વ્યવહાર, ત્યાર પછી ત્રીજો અને આ પ્રમાણે.

આંતરિક છાપ : આત્મજાગ્રતતા તથા આત્મવિશ્વાસનો દૃઢ પાયો બનાવવો આવશ્યક હોય છે. આ પાયા સિવાય અન્ય સાથે સકારાત્મક ચિત્ર બનાવવાના પ્રયાસો એવા જ છે, જેમ આપણે એન્ટિબાયોટિકને બદલે બૅન્ડ એડનો ઉપયોગ કરીએ. આ સારા સ્વાસ્થ્યને પ્રાપ્ત કરવાને બદલે ઉપરછલ્લાં લક્ષણોનો ઉપચાર કરવાનો પ્રયાસ છે.

> **લોકો તમારા વિશે શું કહે છે, આ વિશે ચિંતા કરવાને બદલે કોઈ એવી બાબતને પ્રાપ્ત કરવામાં સમય પસાર કરો, જેની તેઓ પ્રશંસા કરે.**
> **- ડેલ કારનેગી**

પારસ્પરિક પ્રભાવકારિતા બીજાને પોતાની વાતો જણાવવાથી નિર્ભર થાય છે. પોતાની વાતોને ખુલ્લી રીતે જણાવવી આપણાં બધામાંથી મોટાભાગના લોકોને જોખમકારક લાગતું હોય છે, જ્યાં સુધી આપણી આત્મસ્વીકૃતિનું સ્તર ઉચ્ચ કક્ષાનું ન હોય. જ્યાં સુધી આપણે સ્વયંનો સ્વીકાર

નહિ કરીએ ત્યાં સુધી આપણે બીજાને સ્વીકૃતિ આપી શકતાં નથી, જેને તેઓ અત્યંત પ્રેમ કરતા હોય છે.

બની શકે છે કે આપણને આ માન્યતા ઉપર અમલ કરવા માટે સલાહ આપવામાં આવી હોય, " આની ત્યાં સુધી નકલ કરો, જ્યાં સુધી એ વાસ્તવિક ન બની જાય !" અમુક સમય માટે આ એક ઉત્કૃષ્ટ રણનીતિ હોઈ શકે છે, પરંતુ જ્યારે આપણી સમક્ષ કોઈ નવીન સ્થિતિ આવી જાય અને આપણી આંતરિક શક્તિ છતાંય કંઈક અવાંછિત બની જાય. આપણે ઊંડા શ્વાસ લઈએ છીએ અને છલાંગ મારી દઈએ છીએ. સ્વિમિંગ પુલમાં ડૂબકી મારવા જેવી જ આપણી યોગ્યતા અને ઊર્જા આપણને તત્કાળ ઉપર ખેંચી લે છે.

જો કે, જ્યાં સુધી આપણી આત્મમાન્યતા નક્કર ભૂમિ ઉપર નહિ હોય, " આપણે બધા લોકોને બધા સમયે મૂર્ખ " બનાવી શકતા નથી. એ માટે એ પ્રયાસ શા માટે ન કરવો? તેના બદલે આપણે પોતાના સમય અને ઊર્જાનું રોકાણ કરીએ પોતાના વ્યક્તિગત મૂલ્યો અને યોગ્યતામાં પુનઃ દૃઢ વિશ્વાસ સ્થાપિત કરવો જોઈએ. આ વિશ્વાસને અનેક રીતે પોષિત કરી શકાય છે. જૂની સફળતાઓની સમીક્ષા પુનઃ આત્મવિશ્વાસને પ્રાપ્ત કરવા માટેની મહત્ત્વપૂર્ણ તકનિક છે. આનો એક ઉપાય સફળતાની ફાઈલ બનાવવી છે, જે પ્રમાણે અધ્યાય - ૧માં દર્શાવવામાં આવેલ છે. જુની સફળતાઓની સમીક્ષા પુનઃ આત્મવિશ્વાસને પ્રાપ્ત કરવા માટેની મજબૂત કરવા માટેનો એક અચૂક ઉપાય છે. સકારાત્મક દૃષ્ટિકોણ રાખવો એક્ઝિક્યૂટિવ ચિત્ર બનાવવાના પ્રત્યેક ક્ષેત્રમાં મહત્ત્વપૂર્ણ છે, પરંતુ આ સ્વયંની પ્રત્યે આપણાં દૃષ્ટિકોણના મામલામાં જેટલું મહત્ત્વપૂર્ણ હોય છે, એટલું બીજે ક્યાંય નથી હોતું.

ભલે આપણે ગમે તેટલા સફળ દેખાતા હોઈએ, આપણામાંથી મોટાભાગના લોકો એક માનસિક સૂટકેસ લઈને ચાલીએ છીએ. જેમાં આપણાં વિશે નકારાત્મક સંદેશ ભરેલા હોય છે. આ સંદેશ માતા-પિતા પાસેથી, શિક્ષકો પાસેથી, માલિકો પાસેથી, સહકર્મીઓ પાસેથી અથવા તો આપી પોતાની કલ્પનાઓમાંથી ઉદ્ભવતા હોય છે. જો કે, એ જાણી લો કે આપણમાં એ સંદેશાઓને પરિવર્તિત કરવાની અને સકારાત્મક ધારણાઓને પસંદ કરવાની ક્ષમતા હોય છે. અધ્યાય - ૬માં આપણે આના વિશે ચર્ચા કરીશું કે નકારાત્મકતામાંથી કેવી રીતે બહાર આવવાનું છે અને વધારે સકારાત્મક આત્મચિત્ર કેવી રીતે કાયમ રાખવાનું છે.

આપણે બીજાની સમક્ષ જે ચિત્ર રજૂ કરીએ છીએ, તેને આપણે આપણી આંતરિક છાપ બનાવીને નિયંત્રિત કરી શકીએ છીએ, જેને આપણે બાહ્ય સંસારમાં

પ્રતિબિંબિત કરીશું. સકારાત્મક, ઉષ્માપૂર્ણ, પ્રશંસનીય છાપ વિકસિત કરવામાં આપણે જે સમય અને પ્રયત્નો કરીએ છીએ, તેના પરિણામ સ્વરૂપ બીજા આપણો સ્વીકાર કરશે અને આપણાં વ્યાવસાયિક તથા સામાજિક સંબંધો દૃઢ બનશે.

નિષ્કર્ષ

- આપણાં વિશે કોઈ વ્યક્તિની પ્રથમ ધારણા સૌથી શક્તિશાળી ગેટકીપર છે. હંમેશાં એનાથી જ નિર્ધારિત થાય છે કે એ વ્યક્તિ આપણને અંદર આવવા દેશે કે નહિ - શાબ્દિકરૂપે પણ અને અલંકારિક રીતે પણ.
- સકારાત્મક દૃષ્ટિકોણ રાખવો એક્ઝિક્યૂટિવ ચિત્ર બનાવવાના પ્રત્યેક ક્ષેત્રમાં મહત્ત્વપૂર્ણ છે, પરંતુ આ સ્વયંની પ્રત્યે આપણાં દૃષ્ટિકોણના મામલામાં જેટલું મહત્ત્વપૂર્ણ હોય છે, એટલું બીજે ક્યાંય નથી હોતું.
- આપણે સૌથી મોટું રોકાણ સભ્ય અંદાજ, વ્યવહારના સૌહાર્દ, ભાવનાની ઉદારતાને હાંસલ કરવા માટે કરવું જોઈએ, જે લોકોને ખુશ કરવાની આનંદદાયક કળા છે.
- ફોન કરનારા ઉપર સારો પ્રભાવ મૂકવાનો ઉપાય એ છે કે તત્કાળ ફોનનો જવાબ આપો. જો આપણને ખબર છે કે તે વ્યક્તિએ થોડો સમય પ્રતીક્ષા કરવી પડશે, તો તેને જણાવી દો કે તેણે લગભગ કેટલી પ્રતીક્ષા કરવી પડશે. ત્યાર પછી એવું સૂચન પણ આપો કે જો તે પ્રતીક્ષા કરવા ઈચ્છતા નથી, તો અમે પાછળથી તેમને ફોન કરીશું. જો વ્યક્તિ પ્રતીક્ષાની પસંદગી કરે છે, તો તેને જણાવી દો કે ચર્ચા ચાલુ છે, એ માટે તેમની પાસે પ્રતીક્ષા કરવાનો અથવા પાછળથી ફોન કરવાનો વિકલ્પ હજુ પણ ઉપલબ્ધ છે. આપણે આપણાં કાર્યાલય કે ઑફિસને આગંતુકની દૃષ્ટિએ નિહાળવા જોઈએ. એ સુનિશ્ચિત કરો કે આપણી ઑફિસ વ્યાવસાયિક દૃષ્ટિગોચર થતી હોવી જોઈએ. આપણો પત્રાચાર આપણો પ્રતિનિધિ હોય છે. જોડણી અને ટાઈપિંગની ત્રુટિઓને બેદરકારી કે બિન-કાર્યક્ષમતાનું પ્રતીક માની શકાય છે. સમજદાર વાચક શબ્દોની ખરાબ પસંદગી અથવા વ્યાકરણની ભૂલને તત્કાળ પકડી લે છે. મોકલતાં પહેલાં પ્રત્યેક પત્રનું પુનઃ વાંચન કરો. એ સુનિશ્ચિત કરો કે પત્રમાં કોઈ પણ ત્રુટિ ન રહી જાય.

- સ્વયંને એવી રીતે નિહાળવાનો પ્રયાસ કરો, જે પ્રમાણે બીજા આપણને નિહાળે છે. નકારાત્મક વ્યવહારને પારખી લઈને તેને સુધારવાનો પ્રયાસ કરો.
- જ્યાં સુધી આપણો માનસિક દૃષ્ટિકોણ નકારાત્મકતારહિત નહિ હોય અને આપણે પ્રત્યેક દિવસને સુખદ વરદાનની જેમ નહિ નિહાળીએ, ત્યાં સુધી આપણું જીવન દુઃખદ અને બહુધા બિન ઉપયોગી જ રહેશે. આપણે આપી બાહ્ય છાપને બહેતર બનાવી શકીએ છીએ, જો આપણે ડેલ કારનેગીએ દર્શાવેલા લોક-વ્યવહારના સિદ્ધાંતો ઉપર ચાલીશું.
- આલોચના, નિંદા કે ફરિયાદ ન કરો.
- પ્રામાણિક, સાચી પ્રશંસા કરો.
- સામેવાળી વ્યક્તિમાં ઉત્સુક ઈચ્છા જાગ્રત કરો.
- બીજા લોકોમાં ખરો રસ લો.
- સ્મિત કરો.
- યાદ રાખો કે કોઈ પણ વ્યક્તિનું નામ, કોઈ પણ ભાષામાં, એ વ્યક્તિ માટે સૌથી પ્રિય મધુર ધ્વનિ છે.
- સારા શ્રોતા બનો. બીજાને તેમના માટે વાતચીત કરવા પ્રોત્સાહિત કરો.
- સામેવાળાના રસના સંદર્ભમાં વાતચીત કરો.
- સામેવાળાને મહત્ત્વપૂર્ણની અનુભૂતિ કરાવો - અને તેને પ્રામાણિકતાથી કરો.

૮. સ્વયં બનો સૌથી સારા પ્રેરક

એ કરતાં અધિક મહત્ત્વપૂર્ણ વાત એ છે કે એક આશાવાદી દષ્ટિકોણ રાખવામાં આવે તથા એવો વિશ્વાસ રાખવામાં આવે કે સ્થિતિઓ ખરાબ નહિ, સારી હશે; આપણે નિષ્ફળ નહિ, પરંતુ સફળ બનીશું ; ભલે ગમે તે થઈ જાય, આપણે ખુશ રહીશું. પરંતુ દુર્ભાગ્યવશ એવો સમય આવે છે કે, જ્યારે આપણે શક્યતાઓને પોતાની વિપરીત માનીને એવી અપેક્ષા બાંધી દઈએ છીએ કે આપણે નિષ્ફળ જ થઈશું. આ રીતે આપણે તદ્દન આરંભથી જ સફળતાના પોતાની તકોને અસ્પષ્ટ બનાવી દઈએ છીએ. બીજા શબ્દોમાં, આપણો માનસિક દષ્ટિકોણ આપણી મનગમતી સફળતા માટે ઉપયુક્ત હોતો નથી.

અનેક વાર આવો દષ્ટિકોણ નિષ્ફળતાને પણ આકર્ષિત કરી લે છે. સફળતા પ્રથમ તો માનસિક સ્વરૂપે પ્રાપ્ત કરવામાં આવતી હોય છે. જો માનસિક દષ્ટિકોણ જ જો શંકાયુક્ત છે, તો તેવાં જ પરિણામ પ્રાપ્ત થશે. આપણે સ્વયંને આવી શંકાઓમાંથી ઉગારવા માટે પ્રેરિત કરવા જોઈએ અને સફળતાની દિશામાં ડગલાં ભરવા જોઈએ.

જ્યારે આપણે સ્વયં ઉપર જ સંદેહ કરવા માંડીએ છીએ, જ્યારે આપણે એવું અનુભવવા લાગીએ છીએ કે બધી બાબતો ઉચિત નથી થઈ રહી, ત્યારે આપણે સ્વયં સાથે પ્રેરકચર્ચા કરવી જોઈએ. આપણે કહેવું જોઈએ - મોટેથી કહેવું જોઈએ - કે અમે સફળ થનાર છીએ. બોલાયેલા શબ્દોમાં એટલું બધું સામર્થ્ય હોય છે, જેટલું મનોમન ઉચ્ચારેલા શબ્દોમાં હોતું નથી. શબ્દ સાંભળવાથી મન ઉપર સ્થાયી પ્રભાવ અધિક ઉદ્ભવે છે.

આપણે જાણીએ છીએ કે આપણે કોઈ મહાન વ્યાખ્યાન અથવા પ્રવચન સાંભળીને જેટલા પ્રભાવિત અને પ્રેરિત બનીએ છીએ, તેટલું પુસ્તકમાં લખેલી એ જ વાતોને વાંચવાથી થઈશું નહિ. આપણે બોલવામાં આવેલા શબ્દોને યાદ રાખીએ છીએ, જ્યારે આપણે વિચારને મસ્તિષ્ક સુધી પહોંચાડનાર ભાવવિહીન સંદેશને વિસરી જઈએ છીએ. બોલાયેલા શબ્દો આંતરિક સ્વરૂપે વધારે ઊંડી છાપ અંકિત કરે છે.

જે એક માત્ર સંસાર વિશે આપણે ક્યારે જાણી શકીએ અથવા તો જે ક્ષણ આપણાં માટે સત્ય છે, એ સંસાર એ જ છે જેને આપણે માનસિક રૂપે બનાવીએ છીએ -એ સંસાર જે વિશે આપણે ચેતન છીએ. આપણે હંમેશાં પોતાના વિચારો, વિશ્વાસ, આદર્શો અને દર્શનથી બનેલા પરિવેશમાં જ રહીએ છીએ.

આપણે આપણાં મનમાં એ ચિત્ર નિહાળવું જોઈએ કે આપણે આપણાં લક્ષ્ય હાંસલ કરી રહ્યા છીએ. સફળ લોકોનાં પદચિહ્નો ઉપર ચાલો અને સફળતા અંગે વિચાર કરો. પ્રેરિત બની રહેવું એ આપણી જવાબદારી છે.

પ્રેરણા : પ્રેરણાનો અર્થ છે ઊઠવુંઅને કંઈક કરવા માટે ગતિશીલ બનવું. પ્રેરણા કોઈ મોટર જેવી હોય છે. મહાન ઑટોમૉબાઈલ પ્રવર્તક આર. ઈ. ઓલ્ડ્સએ કહ્યું હતું કે કાર અને મનુષ્યમાં ઘણી સમાનતાઓ રહેલી છે. કારમાં આગળ વધારનારી શક્તિ તેની મોટર - તેના આંતરિક દાહ એન્જિનમાં હોય છે. એ જ પ્રમાણે દરેક મનુષ્યની અંદર પણ એક મોટર હોય છે, એક આંતરિક દાહ એન્જિન હોય છે, જે દહન કરીને આપણને ગતિશીલ બનાવે છે.

જે પ્રમાણે કારના એન્જિનને ચાલવા માટે ઈંધણની આવશ્યકતા પડે છે, એ જ પ્રમાણે આપણને પણ આગળ ચાલવા માટે ઈંધણની આવશ્યકતા પડે છે. જે પ્રમાણે દરેક કાર એન્જિન એક જ પ્રકારના ઈંધણનો ઉપયોગ કરતા નથી -કેટલીક કારો ગેસોલિનનો પણ ઉપયોગ કરે છે, કેટલીક વીજળીની બેટરી, કેટલીક ધુમાડાનો - એ જ પ્રમાણે આપણને પ્રત્યેકને એકજ ઈંધણમાંથી પ્રેરણા મળતી નથી. કેટલાક લોકોની પ્રેરણા નાણાં કમાવવાની ઈચ્છાના ઈંધણથી ચાલે છે; કેટલાકને ખ્યાતિ હાંસલ કરવાના ઈંધણથી; કેટલાકને મહાન ચિત્ર અથવા સંગીતના સર્જન કરવાના ઈંધણથી; કેટલાકને આવિષ્કારને આદર્શ બનાવવાના ઈંધણથી ; કેટલાકને ખુશી અને સંતુષ્ટિ હાંસલ કરવાના ઈંધણથી.

આપણને પ્રેરિત કરનારું ઈંધણ કોણ પૂરું પાડે છે? આ કોઈ કંપની કે અધિકારી પાસેથી મળી શકે છે, જે અસાધારણ ઉત્પાદન માટે આપણને વેતનવૃદ્ધિ આપી શકે છે. આ વિશ્વવિદ્યાલયો, ફાઉન્ડેશનો અથવા સરકાર દ્વારા આપવામાં આવેલ પુરસ્કારોમાંથી મળી શકે છે. આ આપણાં દ્વારા સ્થાપિત અથવા પ્રબંધિત કંપનીના નફામાંથી મળી શકે છે. પરંતુ જે સ્ત્રી - પુરુષ સફળ બનવા માટે વધારે પ્રેરિત બને છે, તેઓ પોતાનું ઈંધણ સ્વયં પ્રદાન કરે છે. સૌથી સારો પ્રેરણાસ્રોત આપણા પોતાના મસ્તિષ્કમાં હોય છે. જો આપણે સ્વયં ઉપર તથા પોતાની સંભવિત ભાવિ સફળતા ઉપર વિશ્વાસ કરીશું, તો આપણી અંદર નિરંતર ઈંધણનો સ્રોત ઉદ્ભવશે, જે આપણને ગતિશીલ કરશે અને રાખશે.

આપણે પોતાના પ્રયાસો પોતાની આંતરિક શક્તિઓને એવી રીતે વ્યવસ્થિત

કરવા માટે કેન્દ્રિત બનવું જોઈએ, જેથી આપણે સ્વ-પ્રેરણાનું ઈંધણ નિરંતર આપ્યા કરે. આ આપણાં દૃષ્ટિકોણથી શરૂ થાય છે. સફળ બનવા માટે આવશ્યક અતિરિક્ત પ્રયાસ કરવા માટે આપણે મન અને શરીરને પ્રોત્સાહિત કરવા જોઈએ. આપણે સ્વયં ઉપર તથા પોતાનાં લક્ષ્યો ઉપર વિશ્વાસ કરવો જોઈએ કે તે આપણી પ્રેરણાને જાળવી રાખવાનો આધાર પ્રદાન કરશે. આજ પાયાના અવરોધો અને નિરાશાઓના સામે આવતા આપણને વિજય અપાવશે.

સાકાર કરો : ઘણા લોકો પોતાનાં સ્વપ્નાઓ સાકાર કરવામાં નિષ્ફળ નીવડે છે. તેનું કારણ એ છે કે તેઓ તેને સાકાર કરવા માટેની પોતાની ભૂમિકા અદા કરવા ઈચ્છતા નથી. યાદ રાખો કે ઝંખના અથવા કોઈ બાબત કરવાની ઈચ્છા માત્ર મહત્ત્વાકાંક્ષાના બીને વાવવા છે. જો આપણે ત્યાં જ અટકી જઈએ છીએ, તો આપણને એટલી જ ફસલ પ્રાપ્ત થશે, જેટલી એવા ખેડૂતને મળે છે, જે જમીનને તૈયાર કર્યા સિવાય, ખાતર નાંખ્યા સિવાય, અને નિંદણને દૂર કર્યા સિવાય બીને જમીનમાં વેરી નાંખે છે.

આપણું હૃદય જે પ્રાપ્ત કરવાની ઝંખના ધરાવે છે, તેને સમર્થન આપવા માટે સૌથી સારો અને પ્રામાણિકતાપૂર્ણ પ્રયાસ કરવાનો ઉદ્દેશ્ય રાખવો પડશે, ત્યારે જ આપણાં સ્વપ્નાઓ વાસ્તવિકતામાં પરિણમી શકે છે.

જો આપણે કોઈ બાબત કરવાની માત્ર ઈચ્છા રાખીએ, ભલે આપણે તેને ગમે તેટલી નિરંતરતા અથવા દૃઢતાથી રાખીએ, તો આનાથી આપણને આપણાં સ્વપ્નાઓને સાકાર કરવામાં સહાયતા પ્રાપ્ત થશે નહિ. આપણે ઈચ્છા અને ઝંખનાનાં બીને માત્ર વાવવાના નથી. આપણે તેને પોષણ આપવાનું છે, જમીનને ખેડવાની છે, સંભાળ લેવાની છે, અન્યથા આપણને નિંદણની જ ફસલ પ્રાપ્ત થશે. આપણે દરેક જગ્યાએ જોઈ શકીએ છીએ કે માત્ર ઝંખનાના બી વાવનારા લોકો નિંદણની ફસલ લણી રહ્યા છે. આવા લોકોને માત્ર જીવિત રહેવા પૂરતી જ ફસલ પ્રાપ્ત થાય છે અને તેનું કારણ માત્ર એ જ છે કે તેમણે બીજ વાવ્યા પછી તેની કાળજી લીધી નથી.

પોતાનાં સ્વપ્નાઓને વાસ્તવિકતામાં પરિવર્તિત કરવાનો એકમાત્ર ઉપાય એ છે કે આપણે તેને નિરંતર પોષણ આપીએ, પોતાની ઈચ્છાને જોતરીએ, પોતાની મહત્ત્વાકાંક્ષા, હૃદયની ઝંખનાઓ તથા આત્માની આકાંક્ષાઓને સજીવ, સ્વસ્થ અને પૂર્ણ રાખીએ અને તેને હાંસલ કરવા માટે પરિશ્રમથી કાર્ય કરીએ.

આપણાં જીવનનું તંત્રનું માળખું અદૃશ્ય હોય છે. આ માનસિક ધરાતલ ઉપર હોય છે. આપણે જે અપેક્ષાઓનું માનસિક ચિત્ર નિહાળીએ છીએ, તેનાથી જ આપણે ભવિષ્યનો પાયો નાખી રહ્યા હોઈએ છીએ અને તેની મર્યાદાઓ

ઠરાવી રહ્યા હોઈએ છીએ. આપણે જે યોજનાઓ બનાવીએ છીએ, તેના કરતાં વધારે વિશાળ બાબત કરી શકતા નથી. માનસિક યોજના હંમેશાં પ્રથમ આવે છે. આપણે આજે જે ચિત્ર નિહાળીએ છીએ, આપણી ભાવિ ઇમારત પણ તે મુજબની જ બનશે. ભવિષ્ય માત્ર વર્તમાનનો વિસ્તાર છે. આપણાં ટેવસ્વરૂપ વિચારો તથા આપણોં પ્રબળ માનસિક દૃષ્ટિકોણ જીવનમાં આપણું સ્થાન નક્કી કરે છે. આપણે માત્ર આપણી જગ્યાને નિશ્ચિત કરીએ છીએ કે આપણે ક્યાં રહેવા ઇચ્છીએ છીએ. એ જગ્યા મોટી હશે કે નાની, વિશાળ હશે કે સાંકડી, પ્રગતિશીલ હશે કે સ્થૂળ, આ બધી આપણી માનસિક યોજના અને સ્વપ્નો અનુરૂપ થાય છે, જેને આપણે નિરંતર રાખીએ છીએ.

જે એકમાત્ર સંસાર વિશે આપણે ક્યારે પણ જાણી શકીશું અથવા જો આ ક્ષણ આપણાં માટે વાસ્તવિકતા છે, તો આ સંસાર એ જ છે જેને આપણે માનસિક રૂપે રચીએ છીએ - એ સંસાર જે વિશે આપણે ચેતન છીએ. આપણે આપણાં વિચારો, વિશ્વાસ, આદર્શો અને દર્શનથી બનેલા પરિવેશમાં જ રહીએ છીએ.

સફળ લોકો સ્વયંનો ઉત્સાહ વધારીને અને પોતાના મનને સકારાત્મક બનાવીને અનાયાસે જ સ્વયંને સતત સમૃદ્ધિ અને સફળતાનો ખોરાક પૂરો પાડે છે. આ પ્રમાણે તેઓ ગરીબી, હતાશા ઇત્યાદિ પ્રત્યેક નકારાત્મક વિચાર પ્રવાહોથી સુરક્ષિત રહે છે. જો આપણે સફળતાના વિચાર વિચારીએ છીએ, સમૃદ્ધિનું લક્ષ્ય રાખીએ છીએ, પોતાના સફળ ભવિષ્યના માનસિક ચિત્રને જોયા કરીએ છીએ અને અપેક્ષા રાખીએ છીએ, તેને માટે પરિશ્રમ કરીએ છીએ, તો ભલે આપણે જાણતા હોઈએ કે ન જાણતાં હોઈએ, આ સફળતા અને સમૃદ્ધિ હાંસલ કરવાના અચૂક ઉપાય છે.

કેન્દ્રિત બનો : ડેવ થૉમસ ગરીબીમાં જનમ્યા અને ઊછર્યા અને મોટા થયા, પરંતુ તેમણે કદાપિ પોતાના આત્મ - વિશ્વાસને ગુમાવ્યો નહિ. તેમણે વેન્ડીઝ રેસ્ટોરન્ટની શૃંખલા બનાવી અને તેને અમેરિકાની અત્યંત સફળ ફાસ્ટફૂડ ચેન બનાવી દીધી.

જ્યારે તેમને પૂછવામાં આવ્યું કે તેમની સફળતા માટે કઈ કઈ બાબતો જવાબદાર હતી, ત્યારે તેમનો જવાબ હતો :

" પોતાના લક્ષ્ય ઉપર કેન્દ્રિત રહો. એકી સમયે ઘણી બધી વસ્તુઓ પ્રાપ્ત કરી લેવાના પ્રયાસો કરીને ધ્યાનને વિચલિત" થવા ન દો. એમાં કોઈ જ સંદેહ નથી કે પ્રેરણા જ સફળતાની ચાવી છે. આપણને એ ખબર હોવી જોઈએ કે આપણને કઈ બાબતથી પ્રેરણા પ્રાપ્ત થાય છે અને ધ્યાન રાખવું જોઈએ કે એ પ્રેરણા ખરી અને લાભદાયી હોય. જો આપણને ઘણી જુદી જુદી બાબતોથી

પ્રેરણા મળે છે, તો આપણે સંઘર્ષો અને ભુલભુલામણીમાં ગૂંચવાઈ જઈશું. ધ્યાન કેન્દ્રિત કરવું અનિવાર્ય છે. એ પણ જાણી લો કે આગામી પગલામાં આપણી પ્રેરણાઓ કેવી હશે. સ્વપ્ન ચોક્કસપણે જુઓ, પરંતુ દિવાસ્વપ્ન ન નિહાળો : જો આપણે પ્રશંસાની ખાતર કામ કરીએ છીએ, તો એ બાબતની આશંકા છે કે આપણે પોતાને છેલ્લે દગો કરીશું. સફળતાને નજીકથી નિહાળો, જેથી આપણે ખબર પડી જાય કે આ કેવી રીતે પ્રાપ્ત થાય છે અને તેને હાંસલ કરવા માટે કેવી કિંમત ચૂકવવી પડે છે."

જો કે, આપણે એ બાબતે પણ સાવધ રહેવું જોઈએ કે પ્રશંસાને કારણે આપણે ઘમંડી કે ખરાબ ન બની જઈએ. કેટલાક લોકો પ્રશંસાને પોતાના માથા ઉપર ચઢી જવા દે છે. તેઓ એટલા મંત્રમુગ્ધ બની જાય છે કે તેમને લાગે છે કે તેઓ સફળ બની ચૂક્યા છે, એ માટે તેઓ આગળ મહેનત કરવાની છોડી દે છે.

આનું વિપરીત પણ સત્ય છે. જ્યારે આપણી આલોચના થાય છે અથવા આપણાં વિચારોને અસ્વીકૃત કરી દેવામાં આવે છે, ત્યારે આપણે બહુ જલ્દી હાર સ્વીકારી લઈએ છીએ. નિશ્ચિત રૂપે, આપણે હંમેશાં સાચાં હોતા નથી, પરંતુ આપણને એ વિશ્વાસ છે કે આપણે યોગ્ય માર્ગ ઉપર છીએ, તો આપણે આપણાં લક્ષ્યને હાંસલ કરવા માટે પ્રયાસ કરતાં રહેવું જોઈએ.

આપણાં અથવા આપણાં સ્વપ્નાઓ વિશે બીજા લોકોના અભિપ્રાયોને ક્યારેય એ વાતની અનુમતિ ન આપો કે તેઓ આપણી આત્મ - પ્રેરણાને પ્રભાવિત કરે. જો બીજા લોકો આલોચનાત્મક છે, તો હતોત્સાહિત ન બનો ; જો તેઓ પ્રશંસાત્મક છે, તો ઘમંડી ન બનો.

આપણે એ બાબતને પોતાની અંદર એટલી સ્પષ્ટ રીતે સમજી લેવી જોઈએ કે આપણે ક્યાં જવા ઈચ્છીએ છીએ અને આપણે આપણી યોગ્યતા ઉપર વિશ્વાસ મૂકવો જોઈએ કે આપણે ત્યાં પહોંચી જઈશું. જો બીજા લોકો આપણાં વિશે આલોચનાત્મક છે, તો હતોત્સાહિત થશો નહિ ; જો તેઓ પ્રશંસાત્મક છે, તો ઘમંડી ન બનો.

આપણી અંદર એ બાબતની સ્પષ્ટ સમજણ હોવી જોઈએ કે આપણે ક્યાં જવા ઈચ્છીએ છીએ. અને આપણી યોગ્યતા ઉપર આપણને વિશ્વાસ હોવો જોઈએ કે આપણે ત્યાં પહોંચી જઈશું. લોકો આપણાં માટે જે કહે છે, તેને હંમેશાં પડકારના રૂપમાં લેવું જોઈએ.

સાંભળો - પડકાર આપો - આકલન કરો

આપણે હંમેશાં પ્રશંસા અને આલોચનાને પડકાર આપવો જોઈએ. દેખીતી રીતે, આપણે પોતાના વિશે બૉસ ની વાતને સાંભળવાની જ હોય છે. પરંતુ એ

જાણવાથી મદદ મળે છે કે આપણાં સહકર્મી અને તાબાના કર્મીઓ આપણાં વિશે શું કહે છે. એ સાંભળવું પણ એટલું જ મહત્ત્વપૂર્ણ છે કે આપણાં જીવનસાથી, માતા-પિતા, આપણાં સૌથી મોટા ગ્રાહક કે આપણાં સૌથી મોટા સમર્થક આપણાં માટે શું કહે છે.

સફળ લોકો પોતાના વિશે બીજાઓના અભિપ્રાયને સંતુલિત કરી લે છે. આપણે પણ મનુષ્ય છીએ. બની શકે છે જે આપણી પીઠ એ કારણે થપથપાવી રહ્યા હોય, કારણ કે આપણે હકીકતમાં તેના હકદાર છીએ. આમ તો એવું પણ બની શકે છે કે આપણાં બૉસ આપણી પીઠ એટલે થપથપાવી રહ્યા હોય, કારણ કે આપણને કોઈ અઘરું કામ સોંપવાના છે.

> **નાની-નાની બાબતોની વધારે ચિંતા ન કરો. નાની-નાની બાબતોને જીવનની ઉધઈઓને પોતાની ખુશીને કાતરવા ન દો.**
> **- ડેલ કારનેગી**

પ્રત્યેક વૃક્ષની પાછળ કોઈ બંદૂકધારીની શોધ કરવી એ ન તો સમજદારીપૂર્ણ છે, ન તો આવશ્યક. સફળ લોકો દોષદર્શી નથી હોતા. આપણે કટ્ટર સંદેહવાદીની જેમ સંસારમાં ફરતાં ફરતાં એવું ન કહી શકીએ, "મૅડમ, બસ મને તથ્ય આપો." પ્રત્યેક પ્રશંસા કૃત્રિમ હોતી નથી; ન તો પ્રત્યેક આલોચના ખોટો આરોપ હોઈ શકે છે. એ માટે આપણને પોતાની સ્પષ્ટ દિશાની ખબર હોવી જોઈએ અને આપણાં મનમાં પોતાના લક્ષ્યને પહોંચવા માટેનો વિશ્વાસ હોવો જોઈએ.

આપણે એ સત્યને જાણી લેવું જોઈએ કે જીવનની આંકણી કરવાના લાખો માપદંડ હોય છે. યોગ્ય સમયે યોગ્ય માપદંડનું ચયન કરવું સ્વ-પ્રેરણાના સૌથી મહાન સંકેતોમાંનું એક છે. જ્યાં સુધી તમે લક્ષ્ય સુધી ન પહોંચી જાઓ, પ્રેરિત રહો.

પોતાના કામનો આનંદ માણો

આપણે પોતાનો મહત્તમ સમય કામકાજમાં વ્યતીત કરીએ છીએ. જો આપણને આપણાં કામમાં આનંદ આવે છે, તો સમર્પિત બનવું નિશ્ચિત રૂપે સરળ બની જાય છે. એ માટે આપણે આપણાં કામના આનંદ માણવાના પ્રત્યેક સંભવ પ્રયત્ન કરવા જોઈએ. આનંદ લેવાની સાથે એ બાબત યાદ રાખો : આ કામ કરવાની જગ્યા છે ! આનંદ વાળા હિસ્સા સાથે કામના હિસ્સાને મજબૂત બનાવવો જોઈએ, તેનાથી ધ્યાન વિચલિત થવું જોઈએ નહિ.

ઈન્ટેલના સ્થાપક અને સીઈઓ ઍન્ડ્રયૂ ગ્રોવ પ્રબળતાપૂર્વક માને છે કે

આપણે આપણી સફળતાઓથી પ્રાપ્ત થનારી સંતુષ્ટિથી સ્વ-પ્રેરણા મળે છે. પ્રત્યેક વિજય વધારે મહાન વિજય પ્રાપ્ત કરવાનો વિશ્વાસ આપે છે; પ્રત્યેક ઉપલબ્ધિ અધિક ઉપલબ્ધિઓ તરફ દોરી જાય છે. સ્વ-પ્રેરણા વિશે તેમની વાતો ઉપર લક્ષ્ય આપો :

તેઓ કેટલાંક મુદ્દાઓની યાદી જણાવે છે, જેને કારણે તેમની સ્વ - પ્રેરણા જળવાઈ રહી :

૧. **ઉપલબ્ધિઓની ઉજવણી કરો :** અધિકમાં અધિક ઉપ-લક્ષ્ય બનાવો અને કોઈ મોટા પરિણામને નાના - નાના ડગલાંઓની શૃંખલામાં પરિવર્તિત કરી લો. કોઈ પણ ઉપ-લક્ષ્યની પ્રાપ્તિ થયે તેની ઉજવણી કરો. માત્ર એ ધ્યાન રાખો કે ઉજવણીને કારણે કામકાજ કરનારા લોકોના કામમાં વ્યવધાન આવવું જોઈએ નહિ. એક બીજાની હળવી મજાક-મશ્કરી કરો, જેમાં બૉસ પણ સામેલ છે. આંતરિક પ્રતિસ્પર્ધાને હળવી બનાવો.

૨. **કામકાજની અદલાબદલી કરો :** સંગઠનની અંદર ક્યારેક ક્યારેક કામકાજની અદલાબદલી કરવાના પ્રયાસ કરો. સર્વશ્રેષ્ઠ સંગઠનોમાં પણ પ્રત્યેક કામ થોડા સમય પશ્ચાત નીરસ બની જતું હોય છે. જો તમારે એક જ કામ કરવું પડે, તો ઊર્જા અને પ્રેરણા જાળવી રાખવી વધારે અઘરું બની જતું હોય છે. કામને બદલતા રહેવું અને ભિન્ન-ભિન્ન પદો ઉપર કામ કરવું, કામને રોચક બનાવવું તથા આપણી યોગ્યતાઓમાં વૃદ્ધિ કરવા માટેનો ઉત્કૃષ્ટ ઉપાય છે.

૩. **જે લોકો સાથે કામ કરો છો, તેનો આનંદ માણો :** આપણાં સહકર્મીઓ સામાન્ય રીતે આપણાં માટે મહત્ત્વપૂર્ણ હોય છે. આપણાં કામકાજની ગતિવિધિઓ હંમેશાં એક બીજા સાથે સંકળાયેલી હોય છે. પોતાના કાર્યને સારી રીતે કરવા માટે આપણે તેમના ઉપર તથા તેઓ આપણી ઉપર નિર્ભર હોય છે.

આપણે જે લોકો સાથે કામ કરીએ છીએ, તેઓ એ નક્કી કરવામાં મુખ્ય ભૂમિકા નિભાવે છે કે આપણું વ્યાવસાયિક જીવન સુખદ, અનુકૂળ કે રસપ્રદ છે કે નહિ. આપણે જે લોકો સાથે કામ કરીએ છીએ, હંમેશાં તેઓ પ્રત્યેની આપણી ભાવનાઓ જ એ નક્કી કરે છે આપણે સવારે ઑફિસ જવાનું પસંદ કરીએ છીએ કે નહિ. સહકર્મીઓની સાથેની સમસ્યાઓ આપણાં તથા સમગ્ર સમૂહના કામકાજને મહત્ત્વપૂર્ણ રીતે પ્રભાવિત કરી શકે છે. એવી

સમસ્યાઓને ઉકેલવી આપણી ઉત્પાદકતા તથા આપણાં ભાવનાત્મક સ્વાસ્થ્ય માટે મહત્ત્વપૂર્ણ હોય છે.

૪. **કામનો આનંદ માણો :** બધી જ બાબતોને પસંદ કરવી અશક્ય છે. ઘણી બધી વાર આપણે કામના અતિરેકને કારણે ચીડાઈ જઈશું, બાકીના સમયે કંટાળીશું, પરંતુ કુલ મળીને આપણે તેનો આનંદ માણવો જોઈએ. એ જોવાનો પ્રયાસ કરવો જોઈએ કે આપણે જે કરીએ છીએ, એ કેટલું મહત્ત્વપૂર્ણ છે. ઉત્સાહની સાથે, કદાચ વિનોદપ્રિયતાની સાથે પણ, કામ તરફ જાઓ. આમ કરવાથી થોડું હાસ્ય વિનોદ ઉત્પન્ન થાય છે, જ્યારે એની સૌથી વધારે આવશ્યકતા હોય છે અને જે સહચર્યભર્યા મૈત્રીસંબંધ તરફ દોરી જાય છે.

૫. **કામ પ્રત્યે સમર્પિત બનો :** અંતિમ પરિણામ એટલે કે આઉટપુટ પ્રત્યે સમર્પિત બનો. કેવી રીતે ત્યાં પહોંચવાનું છે અથવા તો આપણે સારા દેખાઈએ છીએ કે નહિ તેને માટે સમર્પિત બનશો નહિ. જે લોકો પોતાના કાર્યનું સન્માન કરે છે, એ બધાનું સન્માન કરો. કોઈ પણ મહત્ત્વહીન હોતું નથી. કોઈ સંગઠનને ચલાવવા માટે ઘણા બધા લોકોની આવશ્યકતા હોય છે. પ્રત્યેકની સાથે "ામાણિક રહો : આ સિદ્ધાંત ઉપર અમલ કરવો સરળ હોતું નથી. આમ - તેમ, થોડી - ઘણી સમજૂતી કરવાના અનેક કારણો અથવા બહાનાં હોય છે. આપણે એવો તર્ક આપી શકીએ કે લોકો વાસ્તવિકતા અથવા માઠા સમાચાર સાંભળવા માટે તૈયાર હોતા નથી, કે સમય યોગ્ય નથી અથવા તો એવી કોઈ પણ બાબત. આ લલચાવનારી બુદ્ધિસંગત વ્યાખ્યાઓની સમક્ષ ઘૂંટણ ટેકવી દેવા સામાન્ય રીતે એવા વ્યવહાર તરફ લઈ જાય છે, જે નૈતિક દૃષ્ટિએ અનુચિત હોય છે અને દરેક વખતે તે વિપરીત પરિણામ આપશે. જ્યારે કશું પણ ન સૂઝે, ત્યારે થોભીને સાર્થક ઉત્તરોની શોધ કરો.

પોતાના કાર્યને સમૃદ્ધ બનાવો

વ્યવહારવાદી વૈજ્ઞાનિક સામાન્ય રીતે માને છે કે જો કે અમને માન્યતા, પ્રશંસા, પડકાર અને નિષ્પક્ષ વ્યવહાર જેવા બાહ્ય ઘટકોમાંથી પ્રેરણા પ્રાપ્ત થાય છે, પરંતુ પ્રભાવશાળી પ્રેરણા તો પોતાના કામ દ્વારા પ્રાપ્ત થાય છે. જો આપણને પોતાના કામ, નીરસ અને પડકારરહિત લાગે છે, તો બાહ્ય પ્રેરણાઓ

ગમે તેટલી સારી કેમ ન હોય, આપણે સ્વયંને પ્રેરિત કરવામાં મુશ્કેલીઓનો અનુભવ થશે. બીજી બાજુએ, જો આપણને આપણાં કામમાં એટલી બધી મજા આવે છે કે આપણે પ્રત્યેક સવારે ઑફિસ જવા માટે ઉતાવળા બનીએ છીએ અને દરેક સાંજે મન મારીને ત્યાંથી પરત ફરીએ છીએ, તો આપણને પ્રેરિત રહેવા માટે વધારે કશું કરવાની આવશ્યકતા નથી.

દુર્ભાગ્યવશ, વર્તમાન ઉદ્યોગ-ધંધાઓની મહત્તમ નોકરીઓમાં માળખાકીય કામ હોય છે, એ માટે તેનાથી રોમાંચિત થવું ચોક્કસપણે મુશ્કેલ તો છે પરંતુ અસંભવ નથી. એમાંથી બહાર આવવાનો એક ઉપાય નોકરીને સમૃદ્ધ બનાવવાનો ઉપાય શોધવો છે.

પોતાની સાથે પ્રતિસ્પર્ધા

કૉમ્પ્યુટર ઑપરેટર ડિનીસ ઘરે રહીને કામ કરે છે. તે પોતાના નિયુક્તાના ડેટાને કૉમ્પ્યુટર પ્રોગ્રામોમાં દાખલ કરે છે, સ્પ્રેડશીટ બનાવે છે અને તેની સાથે સબંધિત કામ કરે છે. એક વાર જ્યારે તેણે આ કામમાં નિપુણતા પ્રાપ્ત કરી લીધી, ત્યારે તે ઉત્કૃષ્ટ કામ કરવા તથા ડેડલાઇનને પૂર્ણ કરવામાં નિષ્ણાત બની ગઈ.

અનેક મહિનાઓ પછી આ કામ એટલું નીરસ બની ગયું કે ડિનીસ તેનાથી કંટાળી જતી હતી અને કામ કરવાને ઉત્સુક બનવાને બદલે તેનાથી ગભરાવા લાગી હતી. તેણી પોતાના કામકાજી દિવસને શરૂ કરવામાં વધારેમાં વધારે મોડું કરવાનાં બહાનાં શોધવા લાગી હતી.

તેણે પોતાના બૉસને વધારે વૈવિધ્યપૂર્ણ કામ આપવાનો આગ્રહ કર્યો. બૉસે તેના આગ્રહનો સ્વીકાર કર્યો નહિ, ત્યારે તેણે પોતાની ઉદાસીનતામાંથી બહાર આવવાનો ઉપાય શોધી કાઢવાનો પ્રયાસ કર્યો. તેણે પોતાને જ કહ્યું, "હું એક પ્રતિસ્પર્ધી છું. જો પ્રતિસ્પર્ધીઓ સાથે વધારે ઝડપથી કામ કરવની હોડ લાગે, તો હું તે વિશે વધારે રોમાંચિત બની જઈશ. કારણ કે મારું કોઈ પ્રતિદ્વંદ્વી નથી, એ માટે મારે પોતાની સાથે જ સ્પર્ધા કરવી જોઈએ."

જ્યારે તેને આગામી કામ મળ્યું, ત્યારે તેણે તેના પ્રત્યેક તબક્કાની સમયમર્યાદા ઠરાવી, તેની ચકાસણી કરી અને ભૂલોને સુધારીને નોંધ કરી. તેણી આવું ત્યાં સુધી કરતી રહી, જ્યાં સુધી તેણે એક ચોક્કસ માપદંડ નિર્ધારિત ન કરી લીધો, જે કામના વૈવિધ્ય તરફ ધ્યાન દોરતો હતો. ત્યાર પછી તેણી તે માપદંડના આધારે પોતાના દરેક કામને તોળવા લાગી. આ પ્રતિસ્પર્ધાના પડકારે તેને પુનઃ પ્રેરિત કરી દીધી. હવે તેણી પોતાની સ્વ-પ્રેરણાને દૃઢ બનાવવા માટે બીજા પડકારોને નક્કી કરવા વિશે વિચારી રહી છે.

આપણે હંમેશાં એકલા કામ કરી શકતા નથી

જ્યારે જેનિફરે લાઆબિલિટી ઇન્શુરન્સ કંપનીમાં ક્લેઈમ પ્રોસેસિંગ ક્લાર્કના પદ ઉપર કામનો આરંભ કર્યો, ત્યારે તેને આ કામ નીરસ અને ગૂંગળાવી દેનારું લાગ્યું. દાવા પ્રોસેસિંગનું કામ "એસેમ્બલી લાઇન" જેવું કામ હતું. દરેક ક્લાર્ક ક્લેઈમ ફૉર્મના એક વિભાગની ચકાસણી કરતા હતા અને બીજા ક્લાર્ક તરફ આગળ મોકલી આપતા હતા, જે બીજા તબક્કાની ચકાસણી કરતા હતા અને આમ જ આ શૃંખલા ચાલતી રહેતી હતી. જો કોઈ ભૂલ કે વ્યાખ્યા સંબંધિત કોઈ પ્રશ્ન ઉપસ્થિત થતો, ત્યારે તેને વિશેષજ્ઞ સમક્ષ અલગથી મૂકી દેવામાં આવતું હતું. કાર્ય સંચાલનના દૃષ્ટિકોણથી આ અત્યંત કાર્યકુશળ હતું. પરંતુ તેને કારણે કામ અત્યંત કષ્ટદાયક અને પડકારરહિત બની જતું હતું. જેનિફરે પોતાના સુપરવાઇઝરને આ વિશે વાત કરી અને સૂચન કર્યું કે કામમાં વિવિધતા લાવવાથી આ ન તો વધારે રોચક, પરંતુ વધારે કાર્યકુશળ પણ બની શકશે. તેના સુપરવાઇઝરે તેની વાત માની લીધી અને તેઓએ સાથે મળીને એક પ્રણાલી તૈયાર કરી. "એસેમ્બલી લાઇન" ની જગ્યાએ એક એક એવી કાર્યપ્રણાલી આવી ગઈ, જેમાં એક ક્લાર્ક સમગ્ર ફૉર્મની ચકાસણી કરતો હતો અને વ્યાખ્યા કરતો હતો. આના માટે વધારે પ્રશિક્ષણની આવશ્યકતા પડી અને તેને કારણે આરંભમાં કામની ગતિ ધીમી પડી, પરંતુ આનો લાભ માત્ર જેનિફરને જ નહિ, સમગ્ર વિભાગને મળ્યો કારણ કે આનાથી કર્મચારીઓને એક અત્યંત પ્રેરિત ટીમ બની ગઈ, જેમને પોતાની નોકરીમાં ખરી રુચિ હતી. કર્મચારીઓનું નોકરી છોડીને જવું, અનુપસ્થિત રહેવું અને અસંતુષ્ટિ જેવી બાબતો મહત્ત્વપૂર્ણ રીતે ઓછી થઈ ગઈ. જ્યારે કાર્યપ્રણાલી સંપૂર્ણપણે સ્થાપિત થઈ ગઈ, ત્યારે ગતિ અને સટિકતામાં પણ વૃદ્ધિ આવી ગઈ.

> **તમે જે કરી રહ્યા છો, તેમાં વિશ્વાસ રાખો અને સ્વયં ઉપર વિશ્વાસ રાખો. કોઈ બાબત નિશ્ચિત રૂપે પ્રાપ્ત કરવાની ઇચ્છા રાખો**
> **- ડેલ કારનેગી**

હતાશાને ક્યારેય હાવી થવા ન દો

અમેરિકન ઉદ્યોગના ઇતિહાસમાં ચાર્લ્સ એમ. શ્વાબ સૌથી સફળ વ્યક્તિઓમાંના એક હતા. આરંભિક જીવનમાં તેઓ ગરીબ હતા, પરંતુ ત્યારે પણ તેમણે પોતાની જાતને સફળતાનો ખોરાક આપ્યો.

તેમણે ક્યારેય પોતાના મનમાંથી સફળતા અને સમૃદ્ધિના સંકલ્પને મંદ

પડવા દીધો નહિ. જો તેઓ નિરાશાઓની સામે હાર સ્વીકારી લેતા, તો ક્યારેય તેઓ મહાન ઉદ્યોગપતિ બની શક્યા ન હોત. તેમણે હંમેશાં સમૃદ્ધિ અને સફળતાના લક્ષ્ય ઉપર ધ્યાન કેન્દ્રિત કરીને નકારાત્મક, વિનાશકારી તથા હતાશાભર્યા વિચારો ઉપર વિજય હાંસલ કર્યો હતો.

આપણાં વિચાર, આપણાં સ્વપ્નો, આપણાં સંકલ્પ પ્રત્યેક દિવસે નવા હોય છે. આજ સમયે કાર્ય કરો. કાલે બીજી એક પ્રેરણા આવી શકે છે, નવા વિચાર આવી શકે છે, પરંતુ આજે આપણે આજની પ્રેરણા ઉપર કામ કરવું જોઈએ. ચિત્રકારના મસ્તિષ્કમાં એક ચિત્ર વીજળીની જેમ ઝબકે છે. તે તેને પોતાના મસ્તિષ્કમાં વારંવાર ઉથલાવ્યા પલટાવ્યા કરે છે. તે તેના આત્મા ઉપર હાવી થઈ જાય છે, પરંતુ તે પોતાના સ્ટુડિયોમાં નથી, ભાવિ ચિત્રને કેનવાસ ઉપર ઉતારવું આરામદાયક નથી અને ધીમે ધીમે તે ચિત્ર તેના મસ્તિષ્કમાંથી ઓઝલ બનવા લાગે છે.

લેખકના મસ્તિષ્કમાં એક શક્તિશાળી વિચાર હોય છે અને તેના મનમાં કલમ પકડવાનો પ્રબળ આવેગ ઉદ્ભવે છે, જેથી સુંદર ચિત્ર અને મનમોહક વિચારને તે કાગળ ઉપર ઉતારી લે. પરંતુ તે સમયે તેની પાસે ફુરસદ હોતી નથી અને પ્રબળ ઇચ્છા હોવા છતાં તે તેને એ સમયે લખતો નથી. ચિત્ર અને વિચાર વારંવાર આવે છે, પરંતુ તેને તે ટાળ્યા કરે છે. અંતતઃ એ ચિત્ર અસ્પષ્ટ બની જાય છે અને હંમેશને માટે ઓઝલ બની જાય છે.

યોજનાના ક્રિયાન્વયનથી જ સફળતા મળે છે. કોઈ પણ મનુષ્ય મહાન કાર્ય કરવાના સંકલ્પ લઈ શકે છે, પરંતુ દૃઢ ચરિત્ર જ એ સંકલ્પ અનુરૂપ કાર્ય કરે છે. દેખીતી રીતે, અનેક વાર એ વિચાર કે આવેગ એવા સમયે આવે છે, જ્યારે તેના ઉપર અમલ કરવાનું શક્ય નથી હોતું. આપણે હવાઈ જહાજ ઉપર લાંબી યાત્રા કરી રહ્યા છીએ; આપણે કોઈ વિશાળ પ્રોજેક્ટની વચ્ચે છીએ, ત્યારે અર્ધી રાત્રે તે વિચાર આપણાં મનમાં આવી ધમકે છે.

મહાન વિચારોને મરવા દેવા જોઈએ નહિ. બેન્જામિન ફ્રેન્કલિનની પાસે હંમેશાં એક ડાયરી અને પેન્સિલ રહેતા હતા - તેમના ખિસ્સામાં, તેમના માથાના તકિયા આગળ, ડેસ્ક ઉપર. તેમના મનમાં જે પણ વિચાર આવતો હતો, તેઓ તેને લખી લેતા હતા. સમય મળ્યે તે વિચારની સમીક્ષા કરતા હતા અને પ્રથમ તક મળ્યે તેના ઉપર કામ કરતા હતા. આજે આપણે જ્યાં કંઈ છીએ, પોતાના વિચારને પોતાના પીડીએ અથવા બ્લેકબેરીમાં ટાઇપ કરી શકો છો.

સફળતા અંદરથી આવે છે

સફળ કે નિષ્ફળ કોઈ પણ મનુષ્ય અત્યાર સુધી બીજા કોઈના જેવા

બનવાના પ્રયાસમાં ક્યારેય સફળ બનેલ નથી. સફળતાની નકલ કરી શકાતી નથી. તેનું સફળતાપૂર્વક અનુસરણ કરી શકાતું નથી. આ તો એક મૌલિક શક્તિ અને વ્યક્તિગત સર્જન છે.

જો આપણે પોતાના બદલે બીજા જેવા બનવા અથવા અભિવ્યક્તિ કરવાના પ્રયાસો કરીએ છીએ, ત્યારે આપણી નિષ્ફળ બનવાની આશંકા હોય છે. શક્તિ માત્ર અંદરથી જ ઉદ્ભવે છે. આપણે સ્વયં જેવા બનવું જોઈએ. આપણે અભ્યંતરના અવાજને સાંભળવો જોઈએ. પ્રત્યેક વ્યવસાય, વેપાર અને કારોબારમાં શ્રેષ્ઠતાનો અવકાશ હોય છે. સંસારને એવા લોકોની આવશ્યકતા છે, જેઓ નવીન રીતે અને શ્રેષ્ઠ રીતે ચીજોને કરી શકે. એવું ન વિચારો કે કોઈ પણ યોજના અથવા વિચારનું કોઈ પૂર્વ ઉદાહરણ નથી અથવા તો આપણે યુવાન તથા બિનઅનુભવી છીએ, એ માટે કોઈ આપણી વાત નહિ સાંભળે. જો આપણી પાસે સંસારને આપવા માટે કંઈક નવું અને મૂલ્યવાન છે, તો આપણી વાત સાંભળવામાં આવશે અને આપણું અનુસરણ કરવામાં આવશે. જો આપણે મૌલિક વિચાર વિચારવાનું સાહસ કરી શકીએ છીએ અને પોતાની પ્રણાલીઓ સ્વયં બનાવીએ છીએ, જો આપણે સ્વયં જેવા બનવાથી ભયભીત થતા નથી અને કોઈ અન્ય વ્યક્તિની પ્રતિલિપિ બનતા નથી, તો આપણને ઝડપથી માન્યતા પ્રાપ્ત થઈ જશે. કોઈ પણ વસ્તુ નિયુક્તા અથવા બાકી સંસારનું ધ્યાન આટલી ઝડપથી આકર્ષિત નહિ કરે, જેટલી તેઓ મૌલિકતા અને પ્રત્યેક બાબતોને કરવા અજોડ ઉપાયો કરશે, વિશેષ રૂપે જો તેઓ પ્રભાવશાળી હોય.

પોતાના વિચારોને નિયંત્રિત કરવા

મસ્તિષ્ક આપણાં સંસારની પ્રત્યેક વસ્તુઓને નિયંત્રિત કરે છે, એ માટે આપણે સ્વ - પ્રેરિત બનવું જોઈએ. હાલનાં વર્ષોમાં વિચારના નિયંત્રણ ઉપર ઘણું બધું અધ્યયન કરવામાં આવ્યું છે. આપણે હવે જાણી ચૂક્યા છીએ કે પોતાના ચરિત્રને પરિવર્તિત કરવા માટે આનો ઉપયોગ સંભવ છે. એટલે સુધી કે બાહ્ય પરિવેશને પણ પરિવર્તિત કરી શકાય છે. અધ્યયનોથી જાણવામાં આવ્યું છે કે આપણે આપણાં વિચારોને નિયંત્રિત કરીને પોતાના જીવનને બહેતર બનાવી શકીએ છીએ અને તંદુરસ્તી, ખુશી અને સફળતાને પ્રાપ્ત કરી શકીએ છીએ.

સફળતા સુધી લઈ જનારાં મહત્તમ કાર્યો માનસિક હોય છે, એ માટે જરા વિચારો કે આમાં વિચારની શક્તિ કેટલી બધી મહત્ત્વપૂર્ણ ભૂમિકા અદા કરે છે. ભલે યુદ્ધભૂમિમાં હોય કે વેપારમાં હોય અથવા નૈતિક સંઘર્ષોમાં હોય, વિજેતાઓએ મનના દૃષ્ટિકોણથી જ વિજય હાંસલ કર્યા, જ્યારે તેઓ એ કાર્યમાં જોતરાઈ ગયા, જે તેમને કરવાનું જ હતું.

એક વાર જ્યારે આપણને મહાન કાર્ય કરવાની આંતરિક ક્ષમતાની અનુભૂતિ થઈ જાય છે, જ્યારે આપણે એ વિશ્વાસ કરી લઈએ છીએ કે આપણને સફળ બનવા માટે બનાવવામાં આવ્યા છે અને આપણે આપણાં મનને નિયંત્રિત કરી શકીએ છીએ, તો આપણે આપણાં જીવનમાં ક્રાંતિ લાવી શકીએ છીએ અને આપણી મોટાભાગની સમસ્યાઓ અને મુશ્કેલીઓને સમાપ્ત કરી શકીએ છીએ.

જો આપણે હંમેશાં પોતાના ખરાબ સ્વાસ્થ્ય વિશે જ વિચાર કર્યા કરીશું અને બોલ્યા કરીશું અથવા તો એવું માની લઈશું કે આપણે ક્યારેય સ્વસ્થ નહિ થઈ શકીએ, તો આપણે કદાપિ સારા થવાની અને શક્તિશાળી બનવાની અપેક્ષા રાખી શકીએ નહિ. આ જ પ્રમાણે જો આપણે આપણી કાર્યક્ષમતા ઉપર સતત સંદેહ કર્યા કરીશું તો આપણે આપણી કાર્યકારિણી શક્તિઓને શક્તિશાળી અને દૃઢ બનવાવાની અપેક્ષા રાખી શકીએ નહિ. સ્વયંને નિર્બળ માનવા અને પોતાના લક્ષ્યને હાંસલ કરવાની યોગ્યતા ઉપર સંદેહ કરવાથી મસ્તિષ્ક જેટલું નબળું બને છે તેટલું જ પ્રભાવશાળી વિચારધારા માટે એટલુ જ ઉપયુક્ત બને છે, જેટલું બીજી કોઈ જ બાબતથી બનતું નથી.

વિચારો ઉપર નિયંત્રણ અને સ્વ-પ્રેરણાને સમજવાથી અધિક મહત્ત્વપૂર્ણ અધ્યયન હોઈ શકતું નથી. સ્વયંને અને પોતાની આસપાસના લોકો પ્રત્યે આના કરતાં બીજું કોઈ ઉચ્ચ કર્તવ્ય હોઈ શકે નહિ, કારણ કે આની પરાકાષ્ઠા સ્વ-વિકાસમાં હોય છે. વિચાર અમૂર્ત હોય છે અને જેના ઉપર આપણામાંથી મહત્તમ લોકોનું નિયંત્રણ બહુ જ ઓછું હોય છે, એ માટે એ ધારણા રહે છે કે આપણાં મસ્તિષ્કને દિશા આપવી એક કપરું અને રહસ્યમય કાર્ય છે, જેને કરવા માટે ગાઢ અધ્યયન, ફુરસદ અને પુસ્તકીય જ્ઞાનની આવશ્યકતા રહે છે. કોઈ પણ વસ્તુ વાસ્તવિકતાથી એથી વધારે દૂર હોઈ શકે નહિ. આપણાં શિક્ષણનું સ્તર ભલે ગમે તે હોય, આપણી સંસ્કૃતિનું સ્તર ભલે ગમે તે હોય, આપણે ભલે ગમે તેટલા વ્યસ્ત હોઈએ, આપણે આપણી બૌદ્ધિક પ્રકૃતિ, ચરિત્ર અને જીવનના પુનઃગઠન માટે જે બાબતોની આવશ્યકતા રહે છે, તે પ્રત્યેક આપણી અંદર જ હયાત છે.

પ્રત્યેક વ્યક્તિનું કામ જૂદું હોય છે, સમસ્યાઓ પણ જુદી હોય છે અને લક્ષ્ય પણ જુદા હોય છે, પરંતુ પ્રક્રિયા તો એક સમાન જ રહેતી હોય છે. કોઈ પણ એક મનુષ્ય માટે જે કાયકલ્પ સંભવ છે, તે બીજા માટે પણ એટલો જ સંભવ છે.

આપણે આપણાં લક્ષ્યો ઉપર ધ્યાન કેન્દ્રિત કરવું જોઈએ. આપણે લક્ષ્યના ચિત્રને પોતાના મનમાં એ પ્રમાણે નિહાળવું જોઈએ, જાણે આપણે તેને પ્રાપ્ત કરી ચૂક્યા છીએ. આપણે બધો સમય તેની નજીક પહોંચવાના સ્પષ્ટ ચિત્રને

નિહાળતાં રહેવું જોઈએ. અવરોધો એક પછી એક અદૃશ્ય થઈ જશે અને જેને હાંસલ કરવું એ અસંભવ લાગી રહ્યું હતું, હવે એ સરળ અને હાથવગું લાગવા માંડશે. સૌથી મોટી આવશ્યકતા એ છે કે આપણે લક્ષ્ય ઉપર આપણી દૃષ્ટિને સુદૃઢ રાખવાની છે, ક્યારેય રસને મંદ ન પડવા દો અને આંતરિક સ્વપ્નને ક્યારેય વિચલિત થવા ન દો. જે કાર્ય કરવાની આપણે સૌથી વધારે ઇચ્છા ધરાવીએ છીએ અથવા જે વસ્તુને આપણે ઝનૂનપૂર્વક પ્રાપ્ત કરવા ઝંખીએ છીએ, તેના સુધી પહોંચવાનો આ જ ઉપાય છે.

કાર્યનો કોઈ વિકલ્પ નથી

સફળતા વિશે વિચાર કર્યા કરવા એ પર્યાપ્ત નથી. બાહ્ય કાર્ય આંતરિક વિચારોને અનુરૂપ હોવા જોઈએ. ખરું ધ્યાન આપણને પરિશ્રમ કરવાની આવશ્યકતાથી મુક્ત કરતું નથી. એ તો આપણી સમક્ષ એ બાબતોને ખુલ્લી કરે છે કે આપણે કયા પ્રયાસો કરવાના છે અને તેને કેવી રીતે કરી શકાય.

વિચારને જકડી રાખો અને કામે લાગી જાઓ. યોગ્ય વિચારને પકડીને શરૂઆત કરો, એટલે કે પોતાનાં લક્ષ્યો પ્રત્યે યોગ્ય માનસિક દૃષ્ટિકોણ કેળવો અને ત્યાર પછી પોતાના સ્વપ્નને સાકાર કરવા માટે સંપૂર્ણ તાકાતથી જોતરાઈ જાઓ.

હકીકતમાં, જ્યાં સુધી મસ્તિષ્કમાં વિચારો ઉદ્ભવશે નહિ, ત્યાં સુધી કશું પણ થઈ શકશે નહિ. આ સંસારમાં કોઈ પણ વસ્તુનો આરંભ ત્યાં સુધી થતો નથી, જ્યાં સુધી કાર્ય પહેલાં વિચાર ન ઉદ્ભવે. વિચાર સંસારની પ્રત્યેક વસ્તુઓનો આરંભ છે. આપણે ઇન્દ્રિયોથી જે વસ્તુની અનુભૂતિ કરીએ છીએ, આ તેની મુખ્ય પ્રેરક શક્તિ છે.

> **કંઈક કરવાની ઇચ્છા કર્યા સિવાય તમે સંસારમાં ક્યાંય પહોંચી શકતા નથી**
> **- ડેલ કારનેગી**

વ્યવસાયને ખરેખર વિશાળ બનાવવાનો આ જ ઉપાય છે કે આપણે નિરંતર આપણાં વ્યવસાય વિશે વિચાર્યા કરીએ, તેને સફળ બનાવવાના ઉપાયો અને સાધનો વિશેની યોજનાઓ બનાવતા રહીએ, તેને વધારે શ્રેષ્ઠ બનાવવા તથા તેની સુધારણાની કાર્યયોજના બનાવતા રહીએ. આપણાં વિચાર, આપણી યોજના, ઉત્સાહ, સફળતાના સ્વપ્ન -આ બધી જ અતિ - મહત્ત્વપૂર્ણ શક્તિઓ છે, જે આપણી મનગમતી વસ્તુઓને આકર્ષિત કરવા માટે આપણાં માનસિક ચુંબકની શક્તિને નિરંતર વૃદ્ધિ આપ્યા કરે છે.

આપણાં કાર્ય અથવા આપણાં વ્યવસાયની પ્રકૃતિ ભલે ગમે તે હોય, સમૃદ્ધિ, ખુશી અને સદ્નસીબીનાં ચિત્રોને મનમાં ઠસાવી રાખવાની ટેવ અત્યંત લાભદાયક હોય છે. તે મનને એ લક્ષ્યો તરફ વાળી દે છે અને પ્રત્યેક પરિસ્થિતિઓમાં આપણી ઘણી સહાયતા કરે છે. આ માનસિક દૃષ્ટિકોણથી આપણાં આત્મવિશ્વાસમાં વૃદ્ધિ થશે, આપણે સ્વ-પ્રેરિત બનીશું અને આપણે આગળ વધવાની સંભાવનાઓને જોઈશું.

સમર્પણ

સ્વયંને પ્રેરિત કરવાના સૌથી પ્રભાવશાળી ઉપાયોમાંનો એક એ છે કે આપણે જે વસ્તુને હાંસલ કરવાની ઈચ્છા રાખીએ છીએ, તેના પ્રત્યે દૃઢતાપૂર્વક સમર્પિત થઈ જઈએ. જ્યારે પરિસ્થિતિઓ પ્રતિકૂળ હોય છે, જ્યારે અવરોધો દુર્ગમ જણાય છે, જ્યારે હતાશા માથું ઊંચકે છે, ત્યારે આપણું સમર્પણ જ આ બધાની સામે ઝઝૂમવા માટેની પ્રેરણા આપશે.

ચેમ્પિયન ક્યારેય નથી કહેતા, "આ નહિ કરી શકાય." તેઓ અવરોધોમાંથી બહાર આવવાના નીતનવા ઉપાયો શોધવાના પ્રયાસો કરતા રહે છે. ચેમ્પિયન ભલે હંમેશાં વિજેતા ન બની શકે, પરંતુ વિજેતા બનવાના પ્રયાસો કરવાથી ક્યારેય હારતા નથી, કારણ કે તેઓ જીતવા પ્રત્યે સમર્પિત હોય છે.

વિચારો

જો કામ અટપટું છે, તો યોજના બનાવવા માટે પણ એટલો સમય ફાળવવો જોઈએ. સેલ્સ કૉલ્સ કરતાં પહેલાં સેલ્સ પ્રતિનિધિઓ સામે આવનારી સમસ્યાઓ તથા તેના સમાધાનો વિશે સાવચેતીપૂર્વક વિચારણા કરી લે છે. અધિકારી નિર્ણય લેતા પહેલાં પોતાના નિર્ણયનાં પ્રત્યેક સંભવિત પરિણામો વિશે વિચારણા કરી લેતા હોય છે. થિએટર, સિનેમા, ટેલિવિઝન અથવા રમતમાં અગ્રગણ્ય પ્રદર્શન કરનારા લોકો માટે પણ આજ વાસ્તવિકતા છે.

વિચારણા સ્વ-પ્રેરણાનો પાયાનું ઘટક છે. કોઈ પણ પ્રોજેક્ટને શરૂ કરતાં પહેલાં તેના વિશે સારી રીતે વિચારણા કરવી અનિવાર્ય છે. ઉત્કૃષ્ટ પ્રદર્શન કરનારા આરંભ કરતાં પહેલાં સંપૂર્ણપણે વિચારણા કરે છે કે આ કામ તે કેવી રીતે કરશે.

જો કામ અટપટું છે, તો યોજના બનાવવા માટે પણ એટલો સમય ફાળવવો જોઈએ. સેલ્સ કૉલ્સ કરતાં પહેલાં સેલ્સ પ્રતિનિધિઓ સામે આવનારી સમસ્યાઓ

તથા તેના સમાધાનો વિશે સાવચેતીપૂર્વક વિચારણા કરી લે છે. અધિકારી નિર્ણય લેતા પહેલાં પોતાના નિર્ણયનાં પ્રત્યેક સંભવિત પરિણામો વિશે વિચારણા કરી લેતા હોય છે. થિએટર, સિનેમા, ટેલિવિઝન અથવા રમતમાં અગ્રગણ્ય પ્રદર્શન કરનારા લોકો માટે પણ આજ વાસ્તવિકતા છે.

ન્યૂયૉર્ક સિટીમાં એક ઔદ્યોગિક કૉન્ટ્રાક્ટર નૉર્મન સ્ટ્રૉસની સમક્ષ એક મોટી સમક્ષ એક મોટી સમસ્યા આવી ગઈ. તેમણે સપ્તાહના અંત સુધી ન્યૂયૉર્કના સૌથી વિશાળ ઇનડોર સ્પૉર્ટ્સ એરિના મેડિસન સ્ક્વેયર ગાર્ડનના રંગરોગાનના કામની નિવિદા(ટેન્ડર) મોકલવાની હતી. સૌથી મોટી સમસ્યા જમીનથી ઊંચે રહેલી ૧૧૦ ફૂટની છતને રંગવાની હતી.

છત સુધી પહોંચવાનો સામાન્ય ઉપાય એ હતો કે પાઈપનો એક મંચ બનાવવામાં આવે અને તેના ઉપર ઊભા રહીને છત ઉપર સ્પ્રે કરવામાં આવે. મંચ બનાવવાનો ખર્ચ પ્રત્યેક આવેદકો માટે એક સમાન હતો. નિવિદા(ટેન્ડર)ની રકમને મહત્ત્વપૂર્ણ રીતે ઓછી કરવાનો એકમાત્ર ઉપાય એ હતો કે પાઈપનો મંચ બનાવ્યા સિવાય છતનું રંગકામ કરવા માટેનો કોઈ ઉપાય શોધવામાં આવે. પ્રત્યેકને ખબર હતી કે આમ કરી શકાય નહિ, એ માટે શા માટે જહેમત ઉઠાવવી.

પરંતુ નૉર્મન સ્ટ્રૉસ સરળતાથી હાર માને તેમ નહોતા. તેઓ તો સફળતા હાંસલ કરવા માટે સમર્પિત હતા અને તેઓ જાણતા હતા કે મનુષ્યએ સમસ્યાને ઉકેલવાના પ્રયાસો ક્યારેય છોડી દેવા જોઈએ નહિ. એ સાંજે નૉર્મને એક ઈલેક્ટ્રિકલ કંપનીને એક ઊંચી સ્ટ્રીટ લાઇટને રંગ કરતા જોઈ. આ લાઇટ સુધી પહોંચવા માટે તેઓ એક “ચૅરી પિકર” નો ઉપયોગ કરી રહ્યા હતા, જે એલિવેટર યુક્ત ટ્રક હતો, જેને વિભિન્ન ઊંચાઈ સુધી ઉપર લઈ જઈ શકાય તેવી સુવિધા હતી. નૉર્મને વિચાર કર્યો, મેડિસન સ્ક્વેયર ગાર્ડનની છત સુધી પહોંચવા માટે શા માટે “ ચૅરી પિકર ” નો ઉપયોગ કરવામાં ન આવે? આગલા દિવસે તપાસ કરતાં તેમને જાણ થઈ કે આ શક્ય પણ હતું તથા સસ્તું પણ હતું. નૉર્મન સ્ટ્રૉસ પોતાના હરીફો કરતાં અત્યંત કિફાયતી દરો ઉપર નિવિદા (ટેન્ડર) રજૂ કરવામાં સફળ રહ્યા અને તેમને એ કામ મળી ગયું.

સ્વ-પ્રેરણા નિરંતર ચાલુ

જે પણ વ્યક્તિ વિકાસ કરવા ઇચ્છે છે, પોતાની યોગ્યતામાં વૃદ્ધિ કરતા રહેવા ઇચ્છે છે, પોતાના ગુણોને બહુગુણિત કરવા ઇચ્છે છે, તેણે હંમેશાં પોતાના પાછલા કીર્તિમાનને તોડવાના પ્રયાસો કરવા જોઈએ. તેણે વ્યક્તિગત સુધારણા, વ્યવસાય અથવા તો ધંધામાં પ્રગતિ સાધવા માટે પ્રત્યેક માન્ય તકોનો લાભ લેવા માટે તૈયાર રહેવું જોઈએ.

મનુષ્યનો વ્યવસાય ભલે ગમે તે હોય, પ્રગતિ સુનિશ્ચિત કરવા માટે માત્ર એક જ ઉપાય છે અને તે તો છે પોતાને સર્વશ્રેષ્ઠ બનાવવવાનો નિરંતર પ્રયત્ન કરવો. અનિયમિત પ્રયત્નથી આ સંભવ થશે નહિ, ભલે એ ગમે તેટલા શક્તિશાળી કેમ ન હોય. દૈનિક પ્રગતિ જ અંતતઃ વધારે અર્થ ધરાવે છે.

આપણે કાલે એક સારું કામ અથવા સર્વશ્રેષ્ઠ બાબત કરી હતી, એ માટે આજે આરામથી હાથ ઉપર હાથ ધરીને બેસી શકાય નહિ. તેને બદલે આપણે આવનાર કાલમાં વધારે આગળ જવા માટે પ્રેરિત બનવું જોઈએ.

આપણે સ્વયંને અથવા બીજાને એ અનુમતિ આપવી જોઈએ નહિ કે તેઓ આપણાં આત્મવિશ્વાસને વિચલિત કરી શકે અથવા તો આપણી આત્મનિર્ભરતાને નષ્ટ કરી શકે, કારણ કે આજ સમગ્ર ઉપલબ્ધિનો આધાર છે. જ્યારે આ આધાર જ ચાલ્યો જાય છે, તો આપણું સમસ્ત તંત્ર કડડભૂસ થઈ જઈ શકે છે; જ્યાં સુધી એ આપણી પાસે છે, ત્યાં સુધી સફળતાની અપેક્ષા કરી શકાય છે. સ્વયં ઉપર અડગ વિશ્વાસ, જે ઘણી વાર સાહસની સીમા સુધી હોય છે, પ્રત્યેક મહાન કાર્યો માટે અત્યંત આવશ્યક હોય છે.

સાર

સફળ લોકોના પદચિહ્નો ઉપર ચાલો, સફળતાના વિચાર વિચારો. સૌથી સારો પ્રેરણાસ્રોત આપણી અંદર હોય છે. જો આપણે સ્વયં ઉપર અને પોતાની સંભવિત ભાવિ સફળતા ઉપર વિશ્વાસ ધરાવીએ છીએ, તો આપણી અંદર ઈંધણનો સ્રોત સતત વહ્યા કરશે, જે આપણને ગતિશીલ બનાવશે અને રાખશે. આપણાં કે આપણાં સ્વપ્નો વિશે અન્ય લોકોના અભિપ્રાયોને ક્યારેય એવી અનુમતિ ન આપો કે તેઓ આપણી આત્મપ્રેરણાને પ્રભાવિત કરી શકે. જો બીજા લોકો આલોચનાત્મક છે, તો હતોત્સાહિત ન બનો; જો તેઓ પ્રશંસાત્મક છે, તો ઘમંડી ન બનો.

જો આપણને આપણાં કામમાં એટલો બધો આનંદ આવે છે કે આપણે દર સવારે ઑફિસ જવા માટે ઉતાવળા થઈ જઈએ છીએ અને દર સાંજે મન મારીને ત્યાંથી પરત આવીએ છીએ, તો આપણે પ્રેરિત બની રહેવા માટે વધારે કશું કરવાની આવશ્યકતા નથી.

જો આપણે મૌલિક વિચાર વિચારવાનું સાહસ કરી શકીએ છીએ અને પોતાની પ્રણાલીઓ સ્વયં બનાવીએ છીએ, જો આપણે સ્વયં જેવા બનવાથી ભયભીત થતા નથી અને કોઈ અન્ય વ્યક્તિની પ્રતિલિપિ બનતા નથી, તો આપણને ઝડપથી માન્યતા પ્રાપ્ત થઈ જશે. આપણે આપણી બૌદ્ધિક પ્રકૃતિ, ચરિત્ર અને જીવનના પુનઃ ગઠન માટે જે બાબતોની આવશ્કયતા હોય છે, તે બધી જ આપણી અંદર હયાત છે.

૯. સકારાત્મકતા ઉપર ભાર આપો

સકારાત્મક દૃષ્ટિકોણ આપણાં ચિત્રના પ્રત્યેક પાસાંઓમાં મહત્ત્વપૂર્ણ હોય છે, પરંતુ આ સ્વયં પ્રત્યેના દૃષ્ટિકોણ માટે જેટલો મહત્ત્વપૂર્ણ હોય છે, એટલો બીજી કોઈ જગ્યાએ હોતો નથી. એલીનોર રૂઝવેલ્ટએ કહ્યું હતું, "કોઈ પણ વ્યક્તિ તમારી પોતાની સંમતિ સિવાય તમને હીન અનુભવ કરાવી શકતી નથી."

ભલે આપણે ગમે તેટલા સફળ દેખાતા હોઈએ, આપણામાંથી મોટાભાગના લોકો એક માનસિક સૂટકેસ લઈને ચાલીએ છીએ. જેમાં આપણાં વિશે નકારાત્મક સંદેશા ભરેલા હોય છે. આ સંદેશા માતા-પિતા પાસેથી, શિક્ષકો પાસેથી, માલિકો પાસેથી, સહકર્મીઓ પાસેથી અથવા તો આપણી પોતાની કલ્પનાઓમાંથી ઉદ્‌ભવતાં હોય છે. જો કે, એ જાણી લો કે આપણામાં એ સંદેશાને પરિવર્તિત કરવાની અને સકારાત્મક ધારણાઓને પસંદ કરવાની ક્ષમતા હોય છે.

અનેક વાર આપણને પોતાના વિશે બીજા પાસેથી નકારાત્મક ચિત્રો પ્રાપ્ત થતાં હોય છે. જેમ અધ્યાય - ૧માં સૂચન આપવામાં આવ્યું છે. તેને એકઠાં કરી લો ! એક ફાઈલ ફોલ્ડર અથવા તો નૉટબુક બનાવો અને તેમાં આભાર, ધન્યવાદ પત્ર, શાનદાર સમીક્ષા, સારા મૂલ્યાંકન અને આપણી યોગ્યતાઓ અન્ય મૂર્ત પ્રમાણો સંગૃહીત કરો.

આશાવાદી દૃષ્ટિકોણ જાળવી રાખો

આશાવાદી દૃષ્ટિકોણ રાખવાની ટેવ કરતાં વધારે પ્રેરક ટેવ બીજી કોઈ નથી. આશાવાદી દૃષ્ટિકોણનો અર્થ છે એવો વિશ્વાસ કરવો કે બાબતો ખરાબ નહિ, સારી બનશે; આપણે નિષ્ફળ નહિ, સફળ બનીશું; ભલે ગમે તે થઈ જાય આપણે ખુશ રહીશું.

આશાવાદી, અપેક્ષાવાદી દૃષ્ટિકોણને જાળવી રાખવાથી વધારે સહાયતા બીજી કોઈ જ બાબતથી મળી શકતી નથી. આ દૃષ્ટિકોણ કાયમ સર્વશ્રેષ્ઠ, સર્વોચ્ચ અને સૌથી સુખદની શોધ અને આશા રાખે છે. આ આપણને ક્યારેય

નિરાશાવાદી, હતાશ મનોદશામાં ગરકાવ થવા દેશે નહિ.

આપણે આપણાં સંપૂર્ણ હૃદયથી એવો વિશ્વાસ કરવો જોઈએ કે આપણે એ જ કરીશું, જે કરવા માટે આપણને બનાવવામાં આવ્યા છે. ક્યારે પણ, ક્ષણભર માટે પણ, આ અંગે રજભર પણ સંદેહ ન રાખો. આપણે માત્ર "વિચાર મિત્રો"નું જ સ્વાગત કરવું જોઈએ - જે આપણને એ દિશા તરફ લઈ જાય છે, જેને હાંસલ કરવાનો આપણે સંકલ્પ લીધો છે. આપણે પ્રત્યેક " વિચાર શત્રુઓ "નો તિરસ્કાર કરી દેવો જોઈએ - હતાશાના દરેક વિચાર, જે નિષ્ફળતા અથવા અપ્રસન્નતાના પ્રસ્તાવ આપતા હોય.

એ બાબતથી કોઈ તફાવત પડતો નથી કે આપણે શું કરવા અને શું બનવાના પ્રયત્ન કરી રહ્યા છીએ, જ્યાં સુધી આપણે હંમેશાં તેના પ્રત્યે એક અપેક્ષાવાદી, આશાવાદી, નિર્મળ દૃષ્ટિકોણ કાયમ રાખીએ છીએ. એનાથી આપણે આપણી શક્તિઓના વિકાસના માર્ગે પહોંચી જઈશું અને દરેક ક્ષેત્રોમાં બહેતર બની જઈશું.

વિશાળ સફળતા પ્રાપ્ત કરનારા લોકો સકારાત્મક ચિંતક હોય છે

મહાન કે વિશાળ સફળતા પ્રાપ્ત કરનારા દરેક લોકોમાં એ ગુણ હોય છે કે તેઓ નિરંતર સ્વયં ઉપર વિશ્વાસ કરે છે કે જે તેમણે આરંભ કર્યો છે, તેને તેઓ પૂર્ણ કરી લેશે. તેઓ ક્યારેય કોઈ પણ બાબતે આ વિશ્વાસને નિર્બળ નહિ થવા દેશે નહિ. જે સ્ત્રી-પુરુષોએ માનવ સભ્યતાને મહાન પ્રેરણા આપી, તેઓમાંના મોટાભાગનાઓએ ગરીબીમાંથી આરંભ કર્યો હતો. તેમને અનેક અંધકારમય વર્ષો સુધી પોતાના લક્ષ્યને પ્રાપ્ત કરવા માટેની કોઈ જ અપેક્ષા જણાઈ નહોતી; તેમ છતાં તેઓ કાર્ય કરતા રહ્યા અને વિશ્વાસ કરતા રહ્યા કે કોઈ ને કોઈ દિવસે ચોક્કસપણે માર્ગ ખૂલી જશે. જરા વિચારો, આશાવાદ અને વિશ્વાસના આ દૃષ્ટિકોણથી સંસારના મહાન આવિષ્કારકોએ કેટલું બધું કર્યું છે. તેઓમાંના મહત્તમ લોકોએ તનતોડ પરિશ્રમ કર્યો, ત્યાર પછી જ તેમને પ્રકાશ દેખાયો. જો તેઓમાં વિશ્વાસ, આશા અને નિરંતર પરિશ્રમની ભાવના ન હોત, તો તેઓને પ્રકાશ ક્યારેય ન દેખાયો હોત.

તમારી પાસે શું છે કે તમે કોણ છો કે તમે શું કરી રહ્યા છો, તે તમને ખુશ કે નારાજ બનાવી શકતું નથી. અસલ વાત તો એ છે કે તમે શેના વિશે વિચારો છો.
- ડેલ કારનેગી

આપણી સાથે સર્વશ્રેષ્ઠ થશે, હંમેશાં આ અપેક્ષા રાખવાની ટેવ જેટલી મૂલ્યવાન છે, તેવી બીજી કોઈ ટેવ નથી. સૌથી ખરાબની કલ્પના કરવાને બદલે એવું માનીને ચાલવું કે આપણે જે પણ કરીએ છીએ, તેમાં આપણે જીતવા જઈ રહ્યા છીએ.

ઘણા લોકો આરંભમાં જ એવું વિચારી લે છે કે તેઓ નિષ્ફળ થઈ જશે અને સંભાવનાઓ તેમની વિપરીત છે. આ રીતે તેઓ પોતાની શક્યતાઓનો જ નાશ કરી નાંખે છે. બીજા શબ્દોમાં, તેમનો માનસિક દૃષ્ટિકોણ એ સફળતાને પ્રાપ્ત કરવાને અનુકૂળ રહેતો નથી, જેને તેઓ પ્રાપ્ત કરવાના પ્રયાસ કરી રહ્યા છે. આ દૃષ્ટિકોણ નિષ્ફળતાને આકર્ષિત કરી લે છે. સફળતા પ્રથમ માનસિક રૂપે પ્રાપ્ત કરવામાં આવે છે. જો માનસિક દૃષ્ટિકોણ સંદેહનો છે, તો પરિણામ પણ એવાં જ હશે. જીતવા માટે નિરંતર આસ્થા અને સતત વિશ્વાસ હોવા જોઈએ. ડગુમગુ થનારું અને શંકાશીલ મન હંમેશાં ડગમગતાં અને શંકાશીલ પરિણામ જ આપશે.

આશાવાદી, અપેક્ષાવાદી દૃષ્ટિકોણને જાળવી રાખવાથી મળતી સહાયતા બીજી કોઈ પણ બાબતથી પ્રાપ્ત થતી નથી. આ દૃષ્ટિકોણ કાયમ સર્વશ્રેષ્ઠ, સર્વોચ્ચ અને સૌથી સુખદની શોધ અને આશા રાખે છે. આ આપણને ક્યારેય નિરાશાવાદી, હતાશ મનોદશામાં ગરકાવ થવા દેશે નહિ.

ઉત્કૃષ્ટ બનવાનો પ્રયાસ કરો

આપણાં કામ અથવા આપણાં વ્યવસાયની પ્રકૃતિ ભલે ગમે તે હોય, સમૃદ્ધિ, ખુશી અને સદ્નસીબના ચિત્રો મનમાં સતત સુરક્ષિત રાખવાની ટેવ અત્યંત લાભદાયક હોય છે. આ મનને એવાં લક્ષ્યો તરફ વાળી દે છે અને પ્રત્યેક પરિસ્થિતિઓમાં તથા પ્રત્યેક પ્રયાસોમાં આપણી પુષ્કળ સહાયતા કરે છે. આ માનસિક દૃષ્ટિકોણને કારણે આપણા આત્મવિશ્વાસમાં અત્યંત વૃદ્ધિ થાય છે.

સફળતાનાં પુરસ્કારો પ્રાપ્ત કરવા પ્રયત્ન કરો

ઘણો લોકોને મૂર્ત પુરસ્કારોથી પ્રેરણા મળતી હોય છે. તેઓ એક સુંદર ઘરના માલિક બનવાની પ્રબળ ઈચ્છા ધરાવતા હોય છે, વિલાસિતાપૂર્ણ કાર ચલાવવા ઈચ્છે છે, મોંઘા રેસ્ટોરેન્ટોમાં મિજબાની માણવા ઈચ્છા રાખે છે. આલીશાન રિસૉર્ટમાં વેકેશન માણવાની ઝંખના રાખે છે - બધું મળીને, શ્રીમંત બનવા માગે છે.

જે. પી. મૉર્ગન પોતાના પેઢીના સૌથી શ્રીમંત લોકોમાંના એક હતા. એક

વાર તેમને પૂછવામાં આવ્યું કે જ્યારે તેમની પાસે પ્રથમથી જ પ્રત્યેક વિલાસિતાનાં સાધનો છે, જે નાણાંથી ખરીદી શકાય છે, તો પછી તેમને વધારે નાણાં કમાવવાની પ્રેરણા ક્યાંથી પ્રાપ્ત થાય છે? તેમણે ઉત્તર આપ્યો, "નાણાં તો સ્કોરબૉર્ડ છે, જેનાથી હું મારી સફળતાની માપણી કરું છું. મારે નાણાં ખાતર નાણાંની જરૂર નથી, પરંતુ દોલતમાં વૃદ્ધિ કરીને હું મારી સમક્ષ એ પુરવાર કરવાનો પ્રયાસ કરું છું કે હું હજુ પણ સફળ છું."

ટેડી એલ પોતાની કંપનીના અગ્રગણ્ય દશ સેલ્સ પ્રતિનિધિઓમાંના એક હતા. તેમને પૂછવામાં આવ્યું કે તેમને કઈ કઈ બાબત પ્રેરિત કરે છે કે તેઓ દરરોજ ઘરની બહાર નીકળે અને એક પછી એક ગ્રાહકોને મળવા માટે જાય. તેમણે ઉત્તર આપ્યો કે તેઓ એક ગરીબ પરિવારમાં જનમ્યા હતા અને તેમનું સમગ્ર બાળપણ એક ચાલીમાં ન્યૂનતમ સગવડો વાળા ફ્લેટમાં પસાર થયું હતું. તેમણે જણાવ્યું, "મેં હંમેશાં એવું સ્વપ્ન નિહાળ્યું હતું કે કોઈ એક દિવસે હું મારા પોતાના ઘરનો માલિક બનીશ, જે મારા નગરના શ્રીમંત લોકોના જેવું હશે."

"જ્યારે મેં વેચાણનું કાર્ય શરૂ કર્યું, ત્યારે હું સામાન્ય સેલ્સમૅન હતો. માત્ર ક્વૉટા પૂર્ણ કરવા લાયક વેચાણ કરતો હતો, સારી આવક મેળવતો હતો, સારા એપાર્ટમેન્ટમાં રહેતો હતો. એક દિવસ હું નગરના એ ભાગમાં ગયો, જ્યાં શ્રીમંત લોકો રહેતા હતા. મને તેઓના જેવા ઘરના માલિક હોવાનું સ્વપ્ન સાંભરી આવ્યું. મેં ત્યાંજ ઊભા રહીને સંકલ્પ કર્યો કે હું એટલા નાણાં કમાઈશ કે આવું ઘર ખરીદી શકું. " ક્વૉટા

"તે દિવસે હું રીઅલ એસ્ટેટની ઑફિસમાં ગયો અને એ વિસ્તારના થોડાંક વેચાણલાયક મકાનોના ફોટાઓ લઈ આવ્યો. મેં એક ફોટો પોતાના પલંગની પાસે રહેલા ટેબલ ઉપર મૂકી દીધો. એક બીજા મકાનનો ફોટો બાથરૂમના અરીસા ઉપર લગાવી દીધો. એક બીજો ફોટો મારી કારમાં લગાવી દીધો. દરરોજ રાત્રે સૂતાં પહેલાં હું ફોટા જોતો હતો; દરરોજ સવારે દાઢી બનાવતો હતો, ત્યારે હું ફોટો જોતો હતો; દરરોજ હું મારા ગ્રાહકોને મળવા માટે જતો હતો ત્યારે ફોટો જોતો હતો. મેં સંકલ્પ લીધો હતો કે એક દિવસે હું આવું જ એક મકાન ખરીદીશ."

"હું મારા મનમાં એ ચિત્ર જોઈ શકતો હતો કે હું તથા મારો પરિવાર એ મકાનમાં વસવાટ કરી રહ્યા છીએ. હું જોઈ રહ્યો હતો કે અમે વિશાળ ડાઈનિંગ રૂમમાં ભોજન લઈ રહ્યા છીએ, બેઠકમાં આરામ કરી રહ્યા છીએ, મારી પત્ની આધુનિક કિચનમાં ભોજન બનાવી રહી છે, અમે દરેક વૃક્ષની છાયાવાળી

લૉનનો આનંદ માણી રહ્યા છીએ. આ વિચારોએ મને સેલ્સ કૉલ્સમાં વધારે મહેનત કરવા માટે પ્રેરિત કર્યો. આ જ વિચારોએ મને દરરોજ એક વધારે મુલાકાત લેવા માટે પ્રેરિત કર્યો. તેના કારણે જ મને અધિક પ્રભાવશાળી વેચાણની નીતિઓ શીખવા અને તેના ઉપર અમલ કરવા માટે પણ પ્રેરિત કર્યો."

"આગામી થોડા જ મહિનાઓમાં મારું વેચાણ વધી ગયું. એક વર્ષની અંદર જ મારું વેચાણ બમણું બની ગયું અને એક વર્ષ બાદ જ હું મારા સ્વપ્નાનું મકાન ખરીદવા માટે સક્ષમ બની ગયો."

એ જરૂરી નથી કે પુરસ્કાર ભૌતિક જ હોય. કેટલાક લોકો પોતાના સ્વપ્નપ્રાપ્તિની સંતુષ્ટિનો પુરસ્કાર ઇચ્છે છે. જૉન બુરોજ સફળ હતા, પરંતુ શ્રીમંત નહોતા. તેઓ સાધારણ પરિસ્થિતિઓમાં રહેતા હતા. નાણાં તેમને માટે મહત્ત્વપૂર્ણ નહોતા. તેઓ કદાચ પોતાના યુગના સૌથી મહાન પ્રકૃતિવિજ્ઞાની હતા. તેમણે પ્રકૃતિ વિશે અધ્યયન કરવામાં તથા લખવામાં પોતાનું સમસ્ત જીવન સમર્પિત કરી દીધું હતું.

તેમને પ્રકૃતિના આશ્ચર્યોમાંના એક બનવાની મહાન સંતુષ્ટિનો પુરસ્કાર મળ્યો. તેમણે કહ્યું, "હું મારા જીવનને વ્યાપક બનાવવા અને આનંદ માણવા માટે જીવું છું. મારો વિશ્વાસ છે કે હું એ કરું છું, જે પ્રત્યેક માટે સર્વશ્રેષ્ઠ છે. જો હું પક્ષીઓ વિશે લખવા માટે તેમની પાછળ દોડતો, તો મારે એવી કોઈ બાબત ક્યારેય ન લખવી જોઈએ , જેને કોઈ બીજું વાંચવાની દરકાર કરે. મારે સહાનુભૂતિ અને પ્રેમથી - એટલે કે આનંદથી - લખવું જોઈએ, અન્યથા લખવું જોઈએ નહિ. કાર્ય જ આનંદ છે અને પરિણામ આનંદ આપે છે."

આપણે જે પુરસ્કાર ઇચ્છીએ છીએ, તેને પોતાના મગજની સમક્ષ રાખો. પુરસ્કાર મૂર્ત હોઈ શકે છે, જેમ કે એક નવી કાર, સારું ઘર, પોતાના રિટાયરમૅન્ટ માટે નાણાં. પુરસ્કાર અમૂર્ત પણ હોઈ શકે છે, જેમ કે પોતાના સ્વપ્નાઓને સાકાર કરવાની સંતુષ્ટિ. પુરસ્કાર મૂર્ત હોય કે અમૂર્ત, તેને પોતાના મગજમાં રાખવાથી આપણને એ લક્ષ્યને હાંસલ કરવા અને પુરસ્કાર પ્રાપ્ત કરવા માટે કઠોર પરિશ્રમ કરવાની પ્રેરણા મળે છે.

મુશ્કેલીઓ ના શોધો

કેટલાક લોકો દરેક સ્થિતિમાં હંમેશાં નકારાત્મક બાજુની શોધ કરે છે. આવા પ્રયાસો અત્યંત હાનિકારક હોય છે, એ માટે આ આશ્ચર્યજનક છે કે આટલા બધા લોકો મુશ્કેલીઓની શોધ કર્યા કરે છે, અને પોતાનું ધ્યાન તેના તરફ જ કેન્દ્રિત કરે છે અને આ રીતે તેને પોતાની તરફ આકર્ષિત કરી લે છે. ઈતિહાસ સાક્ષી છે કે જેણે પણ મુશ્કેલીની શોધ કરી છે, તેઓને તે વિપુલતામાં

મળી છે. આવું એ માટે છે, કારણ કે જો માનસિકતા નકારાત્મક હોય, તો મનુષ્ય કોઈ પણ બાબતને મુશ્કેલ બનાવી શકે છે.

કહેવાય છે કે પશ્ચિમના વિકાસ દરમિયાન સીમા જીવનકાળ દરમિયાન જે લોકો કાયમ પિસ્તોલ, રિવૉલ્વર અને ચાકુઓથી લેસ થઈને જતા હતા, તેઓ કાયમ મુશ્કેલીઓમાં મુકાઈ જતા હતા, જ્યારે હથિયાર સિવાય જનારા લોકો ભાગ્યે જ કોઈ મુશ્કેલીઓમાં સપડાતા હતા, કારણ કે તેઓને પોતાની સમજદારી, આત્મ-નિયંત્રણ, ચાતુર્ય અને હાસ્યબોધ ઉપર વધારે ભરોસો રહેતો હતો. જે ઘટના હથિયારબંધ લોકોને ઝઘડા જેવી લાગતી હતી, એ જ વધારે સમજદાર હથિયારરહિત લોકોને માત્ર મજાક સમાન લાગતી. મુશ્કેલીઓ શોધનારા લોકોની સાથે આમ જ બનતું હોય છે. હતાશા, નિરાશા, ઉદાસી અને નકારાત્મક વિચારધારાને કાયમ રાખવાથી તેમને વધારે નિરાશા અને હતાશા મળશે. કોઈ ખુશખુશાલ મનુષ્ય માટે જે ઘટના નાનકડી હશે, જેના ઉપર હસીને તેને પોતાના મગજમાંથી કાઢી નાખવામાં આવે, એ જ બાબત નિરાશાવાદીના મનમાં ભીતિ અને નિરાશાનું કારણ બની જાય છે.

કલ્પનાનો ખોટો ઉપયોગ કરવાથી એ આપણી સૌથી મહાન શત્રુઓમાંની એક બની જાય છે. અમુક લોકો નિરંતર દુઃખ અને કષ્ટમાં માત્ર એ કારણે જીવે છે, કારણ કે તેઓ કલ્પના કરે છે કે તેમનું અપમાન થઈ રહ્યું છે, તેમને નીચા દેખાડવામાં આવી રહ્યા છે, તેમની ઉપેક્ષા કરવામાં આવી રહી છે અને તેમના વિશે આલોચનાત્મક વાતચીત કરવામાં આવી રહી છે. તેઓ સ્વયંને દરેક પ્રકારની ભૂંડાઓનું લક્ષ્ય માને છે; તેમને લાગે છે કે તેઓ ઈર્ષા, દ્વેષ અને દરેક પ્રકારના દુર્ભાવોનું કેન્દ્ર છે. આવા મોટાભાગના તેમના વિચારો તેમના મગજનો વહેમ હોય છે અને તેમાં સ્હેજ પણ વાસ્તવિકતા હોતી નથી. આ અત્યંત દુર્ભાગ્યપૂર્ણ માનસિક અવસ્થા છે. આ ખુશીઓનું ગળું રહેંસી નાખે છે, ઉપયોગિતાને નિરુત્સાહિત કરી દે છે, મનના સંતુલનને નષ્ટ કરી દે છે અને જીવનને અસંતોષપૂર્ણ બનાવી મૂકે છે.

આવા વિચારો ધરાવનારા લોકો હંમેશાં દુઃખી રહ્યા કે છે, કારણ કે તેમનો માનસિક પરિવેશ નિરાશાવાદી હોય છે. એક રીતે તેઓને પોતાની આજુબાજુની પ્રત્યેક બાબતો કાળી જ દેખાય છે; તેમને ચારેય બાજુએ કાળા સિવાય બીજું કંઈ દેખાતું નથી. તેમના સંસારમાં કોઈ સુખદ કે ઉજળી બાબતો હોતી નથી. આવા લોકો ગરીબી, નિષ્ફળતા, કમનસીબી, દુર્ભાગ્ય અને મુશ્કેલ સમયની એટલી હદ સુધી વાતો કરી છે કે તેમનું સમગ્ર જીવન હવે નિરાશાવાદથી છલોછલ ભરાઈ ગયું છે. મનના ઉજ્જવળ ગુણો ઉપેક્ષા અને અનુપયોગિતાને કારણે ચીમળાઈ ગયા છે, જ્યારે તેમની નિરાશાવાદી પ્રવૃત્તિઓ એટલી બધી

વિકસિત બની જાય છે મન સામાન્ય, સ્વસ્થ અને પ્રસન્નચિત્ત સંતુલનને પુનઃ ક્યારેય પ્રાપ્ત કરી શકતું નથી.

> **તમે જે કરી રહ્યા છો, તમને જો તેમાં વિશ્વાસ છે, તો પોતાના કામમાં કોઈ પણ બાબતને બાધક ન બનવા દો. સંસારના મોટાભાગનાં સર્વશ્રેષ્ઠ કામો અસંભવ દેખાતા અવરોધોની વિરુદ્ધ કરવામાં આવ્યા છે. - ડેલ કારનેગી**

આવા લોકો જ્યાં પણ જાય છે, પોતાની સાથે ઉદાસીપૂર્ણ, અપ્રિય, અસહજ પ્રભાવ લઈને જતા હોય છે. કોઈ પણ તેમની સાથે વાત કરવાનું પસંદ કરતા હોતા નથી, કારણ કે તેઓ હંમેશ માટે પોતાની કમનસીબી અને દુર્ભાગ્યની ગાથા ગાવા બેસી જતાં હોય છે. તેમના મામલામાં સમય કાયમ મુશ્કેલ હોય છે, નાણાની ખેંચ રહે છે અને સમાજ "રસાતાળ જવા બેઠો છે". થોડા જ સમય પશ્ચાત તેઓ એટલા નિરાશાવાદી અને તામસી બની જાય છે, તેમને માનસિક રોગ લાગુ પડી જાય છે અને લોકો તેમનાથી દૂર ભાગવા લાગે છે.

બીજા લોકોમાં ક્ષતિઓ શોધવી અને સતત તેની આલોચના કર્યા કરવી એક રીતે તો મુશ્કેલીઓને આમંત્રણ આપવા જેવી અત્યંત હાનિકારક અને અપ્રિય રીત છે. કેટલાક લોકો બીજાઓ પ્રત્યે ક્યારેય ઉદાર કે સહૃદયી બની શકતા નથી. તેઓ પ્રશંસા કરવાની બાબતમાં પણ કંજૂસ હોય છે, બીજાને ભાગ્યે જ તેઓ લાયક ગણે છે અને તેમના પ્રત્યેક કામની આલોચના કરે છે.

આલોચના, નિંદા અથવા ફરિયાદ ન કરો

આપણાં જીવનના આરંભથી જ દઢતાપૂર્વક આપણાં મનને દઢ કરી લેવું જોઈએ કે આપણે બીજાની નિંદા અથવા આલોચના નહિ કરીએ અને તેઓમાં ભૂલો, ક્ષતિઓ અથવા દોષ શોધીશું નહિ. દોષ શોધવા, મહેણાં મારવા, કટાક્ષપૂર્ણ વાતો કહેવી, દરેક બાબતમાં, દરેક વ્યક્તિમાં ભુલો શોધવી, પ્રશંસાને બદલે નિંદા કરવા માટેની બાબતોની શોધ કરવી એ અત્યંત ખતરનાક ટેવ છે. આ ગુલાબની કળી કે ફૂલના હૃદયને કોરી ખાનારો ઘાતક કીડો છે, જો આપણાં પોતાના જીવનને ગ્રંથિયુક્ત, વિકૃત અને કટુતાપૂર્ણ બનાવી મૂકે છે.

જ્યારે આ હાનિકારક ટેવ પડી જાય છે, ત્યાર બાદ સુસંવાદિત અને સુખી જીવન કોઈ જીવી શકતું નથી. જે લોકો આલોચના કરવા માટે હંમેશાં કોઈને કોઈ બાબત શોધ્યા કરે છે, તેઓ પોતાના ચરિત્રને બરબાદ કરી લે છે અને અને પોતાની શુદ્ધતાને નષ્ટ કરી લેતા હોય છે.

આપણે દરેક ઉજ્જવળ, દેદીપ્યમાન, ખુશખુશાલ, આશાવાદી લોકોને પસંદ કરીએ છીએ. કોઈ પણ ફરિયાદ કરનારા, ક્ષતિઓ શોધનારા, ચાડીઓ કરનારા અથવા નિંદા કરનારાઓને પસંદ કરતા નથી. મહાન અમેરિકન દાર્શનિક રાલ્ફ વૉલ્ડો ઇમર્સને લખ્યું હતું, "સંસાર એવા માણસોને પસંદ કરે છે, જેઓ પોતાના ઉદ્દેશ્યોમાં દીર્ઘાયુ અને ભવિષ્યમાં સારાપણાને નિહાળતા હોય છે, જે લોકોના નિકૃષ્ટતમ પાસાને બદલે સર્વશ્રેષ્ઠ પાસાંઓ ઉપર ભરોસો કરે છે."

અર્થહીન ગપસપ કરનારા સર્પની જેમ જીભને લપકારા મારતા પોતાના ક્રોધને બહાર કાઢે છે, પરંતુ તેમને માત્ર ક્ષણિક સંતુષ્ટિ પ્રાપ્ત થાય છે. તત્પશ્ચાત્ તેઓ પોતાના ખરાબ સ્વભાવને કારણે હેરાન થતા હોય છે. તેઓ એ બાબતથી આશ્ચર્યચકિત રહેતા હોય છે કે બાકીના લોકો જીવનનો આનંદ માણી શકે છે, પરંતુ તેઓ તે આનંદ શા માટે માણી શકતા નથી.

જીવન વ્યતીત કરવાનો એક સારો ઉપાય આ છે કે કુરૂપતાને બદલે સારા અને સુંદરને નિહાળીએ, ગૌણને બદલે શ્રેષ્ઠ બનીએ, અંધકારભર્યા અને ઉદાસીનતા વાળા દૃષ્ટિકોણને બદલે આશાવાદી બનો. સૂર્યપ્રકાશ તરફ હંમેશાં પોતાનું મુખ રાખવું એટલું જ સરળ છે, જેટલું હંમેશાં પડછાયા તરફ જોયા કરવું. આપણે નકારાત્મક છીએ કે સકારાત્મક, એનાથી આપણાં જીવનની સંતુષ્ટિ, ખુશી અને દુઃખની વચ્ચે તફાવત આવતો હોય છે. એનાથી આપણાં જીવનમાં સમૃદ્ધિ અને વિપત્તિ, સફળતા અને નિષ્ફળતાની વચ્ચે તફાવત આવતો હોય છે.

આવો, આપણે હવે શીખીએ કે પ્રકાશની શોધ કેવી રીતે કરી શકાય. આપણે શીખીએ કે પડછાયાઓ, કલંકો, નકારાત્મક ચિત્રો અને ખરાબ ચિત્રોને કેવી રીતે દૂર રાખી શકાય. એ બાબતો મનમાં રાખો, જે ખુશી આપે, જે સહાયતા કરે, જે પ્રેરિત કરે. આ રીતે આપણે બાબતોને નિહાળવાના આપણાં દૃષ્ટિકોણને સંપૂર્ણપણે બદલી શકીશું અને બહુ થોડા સમયમાં પોતાના વ્યક્તિત્વનો કાયાકલ્પ કરી શકીશું.

આશાવાદ ઉપલબ્ધિ તરફ લઈ જાય છે

હેલન કેલર દૃષ્ટિહીન અને બધિર મહિલા હતાં, જેમની પાસે પોતાના ભાગ્ય ઉપર અફસોસ કરવા અને નિરાશાવાદી બનવાનું દરેક કારણ હતું, પરંતુ તેમણે કહ્યું, "આશાવાદ આસ્થા છે, જે ઉપલબ્ધિ તરફ દોરી જાય છે ; આશા સિવાય કશું કરી શકાતું નથી."

જે લોકો જીવનમાં સૌથી સારી રીતે સફળ થયા છે, તેઓ હંમેશાં ખુશખુશાલ અને આશાવાદી રહે છે, જેઓ પોતાના મુખ ઉપર હાસ્ય રાખીને પોતાનું કાર્ય કરતા રહ્યા, જેઓએ આ નશ્વર જીવનના પરિવર્તનો તથા ઘટનાઓને પરિપક્વ વયસ્કોની જેમ લીધાં, જેઓએ સંયમ રાખીને સારી અને માઠી પ્રત્યેક પરિસ્થિતિઓનો સામનો એકસરખી રીતે કર્યો.

આશાવાદી લોકોમાં આવી સર્જનાત્મક શક્તિ હોય છે, જે નિરાશાવાદી લોકોમાં ક્યારે હોતી નથી. આવો ખુશખુશાલ અને આશાવાદી સ્વભાવ જીવનને મધુર બનાવે છે, અપ્રિયતાને દૂર રાખે છે, જીવનના આંચકાઓનો એટલો દુષ્પ્રભાવ પડવા દેતો નથી. જો માનસિક યોગ્યતા સમાન હોય, તો આશાવાદી માનસિકતાવાળી વ્યક્તિમાં નિરાશાવાદી માનસિકતાવાળી વ્યક્તિ કરતાં અધિક શક્તિ હોય છે. આશાવાદ મસ્તિષ્કને સુચારુ રૂપે સંચાલિત કરનાર સ્નિગ્ધતા છે. આ ખુશીનું એવું તેલ છે, જે ઘર્ષણ, ચિંતાઓ, તણાવ અને અપ્રિય અનુભવોને દૂર રાખે છે. આશાવાદીના જીવનનું મશીન એટલું ઝડપથી ઘસાઈ જતું કે ખરાબ થઈ જતું નથી, જેટલી ઝડપે એવી વ્યક્તિનું થાય છે, જેની મનોદશા અને સ્વભાવ નબળાં કળપુર્જાઓને ઘસી નાખે છે અને સમગ્ર મશીનને અસંતુલિત કરી દે છે.

નકારાત્મકતાને સકારાત્મકતામાં બદલવી

નકારાત્મકતાથી ક્યારેય કોઈ સારી વસ્તુ પ્રાપ્ત નથી થઈ શકતી. નકારાત્મકતામાં કોઈ જીવન નથી. એમાં માત્ર ક્ષરણ, વિનાશ અને મૃત્યુ છે. નકારાત્મકતા સફળતા ઈચ્છતા લોકોની પરમ શત્રુ છે. જે લોકો હંમેશાં દરેક વસ્તુને ખરાબ બતાવે છે, દરેક પળ મુશ્કેલ સમય, ખરાબ કારોબાર, ખરાબ સ્વાસ્થ્ય અને ગરીબીના રોદણાં રોતા રહે છે, તેઓ પોતાની તરફ વિધ્વંસકારી, નકારાત્મક પ્રભાવોને આકર્ષિત કરી લે છે અને એમની બધી મહેનત બેકાર જાય છે.

સર્જનાત્મક સિદ્ધાંત નકારાત્મક, વિધ્વંસકારી વાતાવરણમાં જીવિત રહી શકતા નથી. આવા વાતાવરણમાં કોઈ પણ મહત્ત્વપૂર્ણ ઉપલબ્ધિ પ્રાપ્ત થઈ શકતી નથી. એ માટે નકારાત્મક લોકો હંમેશાં અવનતિના માર્ગે ચાલતા હોય છે, કાયમ નિષ્ફળ પુરવાર થતા હોય છે. તેઓ દૃઢ કથનની શક્તિ ગુમાવી બેસે છે અને ભટકતા રહે છે. જેઓ જીવનની દોડમાં આગળ નીકળવામાં અક્ષમ સાબિત થાય છે.

નકારાત્મક બાબતો મહત્ત્વાકાંક્ષાને પંગુ બનાવી દે છે. તે આપણાં જીવનમાં

વિષ ઘોળી દે છે. તેઓ આપણી શક્તિઓ હણી લે છે. તેઓ આપણાં આત્મવિશ્વાસનું ગળું રૂંધી નાખે છે. તેઓ આપણને સ્થિતિઓના સ્વામીને બદલે તેના શિકાર બનાવી દે છે. શક્તિ મહદ્અંશે આત્મવિશ્વાસની બાબત હોય છે. આપણે કોઈ પણ કાર્ય ત્યાં સુધી કરી શકતા નથી, જ્યાં સુધી આપણે એવું વિચારી ન લઈએ કે આપણે તેને કરી શકીએ છીએ. આપણે ત્યાં સુધી તેમાં નિષ્ણાત નહિ બની શકીએ, જ્યાં સુધી આપણે મનમાં એવી અનુભૂતિ નહિ કરીએ કે આપણે તેમાં નિષ્ણાત બની શકીએ છીએ. સર્જન પહેલાં મનમાં થાય છે, તત્પશ્ચાત્ બાહ્ય સંસારમાં થતું હોય છે. ભૌતિક સફળતા કરતાં માનસિક સફળતા પહેલાં આવે છે.

ઘણા લોકો જ્યાં પણ જાય છે, ભય, શંકા અને નિષ્ફળતાના વિચારોને વિખેરી દેતા હોય છે. તેમના આવા વિચારો બીજા લોકોનાં મનોમાં મૂળિયાં જમાવી દે છે, તે વિના જે ખુશ, આત્મવિશ્વાસી અને સફળ થઈ શકતા હતા.

જ્યારે આપણે કોઈ બીજાના પ્રત્યે ખરાબ કે પ્રતિકુળ વિચાર ધરાવીએ છીએ, તો એ સમજી લો કે આપણાં મનમાં કોઈ ને કોઈ ગરબડ છે. આપણે સ્વયંને કહેવું જોઈએ, “થોભી જાઓ ! પાછા વળી જાઓ !! ” સકારાત્મક પાસું નિહાળો, એ નિર્ણય લો કે જો આપણે સંસારમાં કોઈ ભલાઈ કરી શકતાં નથી, તો આપણે વિષ અને તિરસ્કારના બી પણ નહિ વેરીએ.

જો આપણે દરેક પ્રત્યે દયાળુપૂર્ણ, પરોપકારી, ઉદાર, પ્રેમપૂર્ણ વિચાર ધરાવીએ છીએ, તો આપણે તેમને ઉદાસ અને બાધિત કરીશું નહિ. આપણે દુ:ખ અને નિરાશાને બદલે સુખ અને પ્રસન્નતાને વેરીશું. આપણે હતાશાને સ્થાને સહાયતા અને પ્રોત્સાહનને વેરીશું.

ઘણા લોકો કાયમ સફળતાના વિચાર, સ્વાસ્થ્યના વિચાર, ખુશીના વિચાર, મનોબળ વધારનારા, મદદગાર વિચારોને વેરતા રહે છે. તેઓ જ્યાં પણ જાય છે, એ જગ્યાને પ્રકાશિત કરી દે છે. આવા લોકો સંસારમાં સહાયક હોય છે, બીજાના બોજાઓને હળવા બનાવે છે, જીવનના આંચકાઓને સહ્ય બનાવે છે, ઘાયલ લોકોના ઘાને મલમ લગાવે છે અને હતાશ લોકોને સાંત્વના આપે છે.

આપણે પણ આવા લોકો જેવા બની શકીએ છીએ, જો આપણે કૃપણતાને બદલે ઉદારતાથી ખુશીને વેરવાનું શીખી લઈશું. આપણે કોઈ પણ સંકોચ વગર એ શીખી લેવું જોઈએ. આપણે આને ઘરમાં, સડક ઉપર, કારમાં, સ્ટોરમાં પ્રત્યેક જગ્યાએ સંપ્રેષિત કરવાનું શીખી લેવું જોઈએ.

અંધકારને બહાર રાખવાનો સૌથી સારો ઉપાય જીવનને પ્રકાશથી ભરી દેવાનો છે. નકારાત્મક વિચારોને મગજમાંથી બહાર રાખો; મનને સદ્ભાવથી

ભરી લો. ભૂલોને બહાર રાખો; મનને સત્યતાથી છલોછલ ભરેલું રાખો. કુરૂપતાને બહાર રાખો; સૌંદર્ય અને મનોરમ્યતા ઉપર વિચાર કરો. જે પણ અનુચિત છે અને બિનસ્વાસ્થ્યપ્રદ છે, તેનાથી મુક્તિ પ્રાપ્ત કરો; જે મધુર અને સ્વસ્થ છે, તેના વિશે વિચારો. વિપરીત વિચાર મનમાં એકજ સમયે હંમેશ માટે રહી શકતા નથી.

આપણે આરંભથી જ પોતાના મનથી દરેક અપ્રિય, અસ્વસ્થ, મૃત્યુ સાથે સંકળાયેલા વિચારોને નષ્ટ કરી દેવાની ટેવ કેળવી લેવી જોઈએ. આપણે આપણી માનસિક વીથિકાથી દરેક પ્રતિકૂળ ચિત્રોને ખસેડી દેવાં જોઈએ અને તેને સ્થાને સામંજસ્યપૂર્ણ, મનોબળમાં વૃદ્ધિ કરનારાં, જીવનદાયક ચિત્રોને લગાવી દેવા જોઈએ.

શિકાગોના સફળ માર્કેટિંગ એક્ઝિક્યુટિવ ફ્રેન્ક એ. ટી.વી. ઉપર ઇન્ટરવ્યૂ આપી રહ્યા હતા. તેમને જ્યારે પૂછવામાં આવ્યું કે તેમણે પોતાની નોકરીના દબાણો હોવા છતાં પોતાની માનસિક શાંતિ કેવી રીતે જાળવી રાખી શકે છે, ત્યારે તેમણે કહ્યું કે તેઓ સવાર સુધી ઑફિસ જતા નથી જ્યાં સુધી તેઓ પોતાના મનને સાથે આદર્શ સામંજસ્યમાં ન લાવી દે. જો તેમને ઈર્ષા કે દ્વેષની સહેજ પણ લાગણી અનુભવાય છે, જો તેમને એવો અનુભવ થાય છે કે તેઓ સ્વાર્થી અને પક્ષપાતી છે, જો પોતાના સહભાગી અથવા કોઈ કર્મચારી પ્રત્યે તેમનો દૃષ્ટિકોણ ઉચિત નથી હોતો, ત્યારે તેઓ ઑફિસે જતા નથી, જ્યાં સુધી તેમનું વાદ્ય યંત્ર સંપૂર્ણપણે સુરીલું ન બની જાય, જ્યાં સુધી તેમના મનમાંથી દરેક પ્રકાર વિસંવાદિતા સૂસ્પષ્ટ ન થઈ જાય.

તેઓ કહે છે કે જો તેઓ સવારમાં દરેક પ્રત્યે ઉચિત માનસિક દૃષ્ટિકોણથી શરૂઆત કરે છે, તો તેમને એ દિવસે ઘણું બધું પ્રાપ્ત થઈ જાય છે, જે આ દૃષ્ટિકોણ સિવાય મળી શકત નહિ. તેમણે જણાવ્યું કે પહેલાં જ્યારે તેઓ પોતાના મનમાં નકારાત્મક વિચારો લઈને ઑફિસમાં જતા હતા, ત્યારે તેમને સારાં પરિણામ પ્રાપ્ત થતાં નહોતાં. નકારાત્મક માનસિકતાને કારણે તેમને અધિક થાકનો અનુભવ થતો હતો અને તેમણે પોતાની આસપાસના લોકોને પણ દુ:ખ પહોંચાડ્યું હતું.

પોતાના જીવનમાં દુર્ભાવની જગ્યાએ સદ્‌ભાવ રાખો

ભલે આપણે સકારાત્મક અનુભવ કરીએ કે ન કરીએ, આપણે દૃઢ કથન કરતા રહેવું જોઈએ કે આપણે સકારાત્મક અનુભવીએ છીએ, કે આપણે સકારાત્મક અનુભવીશું, આપણે સકારાત્મક કાર્ય કરવાની સર્વશ્રેષ્ઠ સ્થિતિમાં

છીએ. આ સંકલ્પની સાથે બોલો, તેને દૃઢતાપૂર્વક બોલો અને એ ખરું બની જશે. જેમ બાઈબલ જણાવે છે, "મનુષ્ય પોતાના હૃદયમાં જેવું વિચારે છે, એવો જ તે હોય છે."

યાદ રાખો, ખુશી એ બાબત ઉપર નિર્ભર હોતી નથી કે તમે કોણ છો કે તમારી પાસે શું છે; એ તો સંપૂર્ણપણે એ બાબત ઉપર નિર્ભર હોય છે કે તમે શું વિચારો છો.
- ડેલ કારનેગી

અનેક સામાન્ય બાબતો કરનારા લોકોમાં હકીકતમાં અનેક યોગ્યતાઓ હોય છે, પરંતુ નકારાત્મક હોવાને કારણે તેઓ પ્રભાવશાળી કાર્ય કરી શકતા નથી. જો તેમની પાસે કોઈ એવું હોત, જે તેમનું દિશાનિદર્શન કરે, તેમના માટે યોજનાઓ બનાવે, તેમને મનભેદથી દૂર રાખે અને સદ્ભાવમાં તેમની સહાયતા કરે, તો તેઓ ઉલ્લેખનીય બાબતો કરી શક્યા હોત. જો કે મોટાભાગના લોકો પાસે આવા "સંરક્ષક દેવદૂત" હોતા નથી, એ માટે આ કામ તેમણે જાતે જ કરવાનું છે. કોઈ બીજું આપણાં માટે આ કામ કરી શકતું નથી. આપણે આ સંસારમાં કોઈ મહાન બાબત ત્યાં સુધી પ્રાપ્ત કરી શકતા નથી, જ્યાં સુધી આપણે આપણું ધ્યાન વિચલિત કરી દેનારી હજાર વસ્તુઓના પ્રલોભનથી દૂર રહીશું નહિ. દુર્ભાગ્યવશ, ઘણા પ્રસંગો ઉપર આપણે અપ્રિય અને ક્રુદ્ધ બની જઈએ છીએ. આ આપણોં સ્વભાવ નથી. આપણાં રૂક્ષતાપૂર્ણ અને સદ્ભાવના અભાવનું કારણ એ હોય છે કે આપણે થાકેલા અથવા તો તણાવગ્રસ્ત હોઈએ છીએ. આપણે એ જાણી લેવું જોઈએ કે આવું ક્યારે બને છે અને એમાંથી પુનઃ પ્રાપ્તિના પ્રત્યેક પ્રયાસો કરવા જોઈએ.

આપણે હંમેશાં એવા લોકોને જોઈએ છીએ, જેઓ એક વર્ષ સુધી કઠોર પરિશ્રમ કર્યા પછી અસહનીય લાગે છે, પરંતુ જ્યારે તેઓ રજાઓ ગાળીને પરત ફરે છે, ત્યારે તેમનો કાયાકલ્પ થઈ જતો હોય છે. તેઓ રજાઓ પહેલાં જેવા દેખાતા હતા, હવે તેવા નથી દેખાતા. રજાઓ પહેલાં તેઓ નાની નાની વાતોમાં ઉશ્કેરાઈ જતા હતા, હવે તેમના ઉપર તેની કોઈ અસર થતી નથી.

જે પ્રમાણે ચૂં-ચૂં કરતી એક્સલ ચિકાશની ઊણપની ચેતવણી આપે છે, એ જ પ્રમાણે ભૌતિક જગતમાં ક્યાંય પણ ઘર્ષણ અથવા મનભેદ આ બાબતની ચેતવણી છે કે કોઈ બાબત ગરબડ છે. નાસ્તાના ટેબલ ઉપર વિવાદ કે સવારની નાની-મોટી તકરાર ઘરની દિવસપર્યંતની શાંતિ હણી શકે છે. ક્ષણભરનો ક્રોધ કોઈ સારી મિત્રતાને આજીવન માટે નષ્ટ કરી શકે છે.

જ્યારે આપણે હારેલા-થાકેલા હોઈએ છીએ, જ્યારે આપણી સ્ફૂર્તિ છૂમંતર થઈ જાય છે અને આપણાં અતિ મહત્ત્વપૂર્ણ માપદંડો મંદ પડી જાય છે, ત્યારે

પણ આપણે આપણી દૈનિક પ્રવૃત્તિઓમાં સ્વયંને કાર્ય કરવા માટે વિવશ કરીએ છીએ. આપણે દરેક પ્રકારના ઉદ્દીપકો અને ઈચ્છા શક્તિથી સ્વયંને વિવશ કરીએ છીએ. આપણાં મન અને શરીરની નાજુક પ્રણાલીઓ ઉપર દબાણ ઉત્પન્ન કરીએ છીએ. પરિણામ એ આવે છે કે તે હંમેશાં અસમયે પોતાનું સર્વશ્રેષ્ઠ કાર્ય કરવા માટે અનુપયુક્ત બની જાય છે અથવા અતિશય દબાણ હેઠળ આવી જાય છે.

આપણાં દરેકમાં એવી સંભાવનાઓ હોય છે, જેની આપણને જાણ પણ હોતી નથી. આપણે એવી બાબતો કરી શકીએ છીએ, જે વિશે આપણે સ્વપ્નમાં પણ વિચાર શકતા નથી. - ડેલ કારનેગી

આપણે સ્વયંને શિક્ષિત કરવા જોઈએ કે ભલે ગમે તે થઈ જાય, આપણાં મનની તત્પરતા અને સંતુલનને ગુમાવીશું નહિ. આપણે આપણું સંતુલન જાળવી રાખવું જોઈએ, જેથી દરેક પરિસ્થિતિમાં આપણે શાંતિની બાબતો જ કરીએ, સમજદારીપૂર્ણ બાબતો જ કરીએ, ઉચિત બાબતો કરીએ.

સ્વયંને પરાજિત કરનારી વૈચારિક પદ્ધતિઓ : અનેકવાર આત્મવિશ્વાસના અભાવે અને પોતાના નકારાત્મક પરિવેશને કારણે આપણે આપણી યોગ્યતાઓ અને આપણી ઉપલબ્ધિઓ ઉપર સંદેહ કરવા લાગીએ છીએ. પરિસ્થિતિઓ ત્યારે વધારે વણસી જતી હોય છે, જ્યારે આપણે એવું વિચારવા લાગીએ છીએ કે બીજા શું વિચારે છે, જેથી આપણે આપણી યોગ્યતા અને ઉપલબ્ધિઓનું મૂલ્યાંકન કરી શકીએ. આવી માનસિકતા આપણને નિષ્ફળતાના ભયને કારણે જોખમથી બચવા તરફ દોરી જાય છે. આ પ્રકારની માનસિકતાથી આપણે સ્વયંને હીન માનવા લાગીશું, સકારાત્મક પ્રશંસાને અમાન્ય કરી દઈશું, જેને કારણે સ્વયંને પરાજિત કરનારા વૈચારિક માળખાં અને નકારાત્મક દૃષ્ટિકોણ વધુ શક્તિશાળી બની જશે. કેટલીક આત્મપરાજયી વૈચારિક પદ્ધતિઓ ઉપર ધ્યાન આપો :

અતિવાદી વિચારધારા : જ્યારે બાબતો આ પાર કે પેલે પાર વાળી હોય અને કોઈ જ મધ્યમ માર્ગ ન હોય. આપણે વિચારીએ છીએ: "જો મારું પ્રદર્શન આદર્શ નથી, તો હું સંપૂર્ણપણે નિષ્ફળ છું."

વિપત્તિ : વિપત્તિઓ પ્રત્યેક વળાંકો ઉપર ઝળુંબતી હોય છે અને આપણે તેની અપેક્ષા પણ રાખતા હોઈએ છીએ. ઉદાહરણ રૂપે, એક નકારાત્મક

વિવરણ, આલોચના અથવા ઉપરછલ્લી ટિપ્પણી સમગ્ર વાસ્તવિકતા ઉપર પાણી ફેરવી દે છે. જેને કારણે આપણે કહેવા લાગીએ છીએ, "હું એ પ્રસ્તુતિકરણ યોગ્ય રીતે કરી શક્યો નહિ, એ માટે હવે મને ક્યારેય પ્રમોશન મળશે નહિ."

નકારાત્મકતાને અતિશયોક્તિપૂર્વક જોવી : સારી બાબતો ખરાબ બાબતો જેટલું મહત્ત્વ ધરાવતી નથી. જેને લીધે આપણે કહેવા લાગીએ છીએ, " હું જાણું છું કે પાછલા ત્રણ મહિનાઓમાં મારો વેચાણ રેકૉર્ડ સર્વશ્રેષ્ઠ હતો, પરંતુ આ મહિને ત્રીજા સ્થાને રહેવા પણ હું પોતાના માટે અત્યંત ખરાબ અનુભવું છું."

"જોઈએ" વાળા કથનો ઉપર વધારે ભાર મૂકવો : "જોઈએ" કથન આપણને આદર્શ પરિદશ્ય તરફ દોરી જાય છે, આપણે જે હોવું જોઈએ, તેને પ્રાપ્ત કરવા માટે સૌ પ્રથમ તો "યથાસ્થિતિ" નું આકલન કરવું જોઈએ. ત્યાર પછી આપણે એ યોજના ઘડી શકીએ છીએ કે આપણે જ્યાં છીએ, ત્યાંથી "હોવું જોઈએ" સુધી કેવી રીતે પહોંચીએ. આપણે "જોઈએ"ની નજીક નથી, એ માટે થોભી જવાની અને પ્રયાસોને છોડી દેવાની કોઈ જ આવશ્યકતા નથી.

સ્વયંને દોષ આપવો : સ્વયંને દોષ આપવો એ અતાર્કિક વિચારપ્રક્રિયા છે, જેમાં આપણે પોતાને જ દોષી માનીએ છીએ. આ અત્યંત સહેલું હોય કે આપણે આરંભિક પરાજયોને પોતાની દીર્ઘકાલીન માનસિકતા નક્કી કરવા દઈએ. આવા વિચારની જાળમાં સપડાશો નહિ, "હું તો નિષ્ફળ છું અને હું ક્યારેય કંઈ બની શકીશ નહિ."

પ્રશંસાનો સ્વીકાર કરવામાં મુશ્કેલી અનુભવવી : જ્યારે કોઈ આપણી પ્રશંસા કરે છે, ત્યારે આપણે તેનો સ્વીકાર કરવો જોઈએ. આપણે આવા પ્રકારની ટિપ્પણીઓથી તેને ઓછી કરવી જોઈએ નહિ, જેમ કે, " આપને આ પ્રસ્તુતિકરણ પસંદ પડ્યું. એ ખાસ નહોતું મેં તો આના કરતાં બહેતર પ્રસ્તુતિકરણ આપ્યા છે. " તેને બદલે કહો, "આભાર." આ રીતે તમે પ્રશંસા કરનારને દર્શાવો છો કે તમે તેમની ટિપ્પણીની કદર કરો છો, પરંતુ તેના કરતાં પણ મહત્ત્વપૂર્ણ, તમે તમારા આત્મવિશ્વાસને અને આત્મછબિને વધારે બળવાન બનાવો છો.

આત્મવિશ્વાસ વધારવાની રણનીતિઓ

આ આત્મપરાજયી વિચાર આપણને આશાવાદીના બદલે નિરાશાવાદી

બનાવી શકે છે, સકારાત્મક ચિંતકના સ્થાને નકારાત્મક ચિંતક બનાવી શકે છે અને સફળતા-કેન્દ્રિતના સ્થાને નિષ્ફળતા-કેન્દ્રિત બનાવી શકે છે. નીચે દર્શાવેલ રણનીતિઓ સ્વયંને પરાજિત કરનારી વૈચારિક પદ્ધતિઓમાંથી બહાર આવવામાં આપણી સહાયતા કરી શકે છે :

આત્મ-સ્વીકૃતિ : આ આપણી યોગ્યતાઓમાંથી આવે છે કે આપણે પોતાને મનુષ્યના રૂપમાં સ્વીકારીએ આત્મસ્વીકૃતિ મનુષ્યના રૂપમાં સ્વયંને સ્વીકાર કરવાની યોગ્યતા છે. આપણે પોતાના સકારાત્મક પાસાંઓ - આપણાં ગુણો, શક્તિઓ અને યોગ્યતાઓ ઉપર ધ્યાન કેન્દ્રિત કરવું, જે બધું મળીને આપણાં અજોડ વ્યક્તિત્વનું નિર્માણ કરે છે. આત્મછબિ ઉપર ધ્યાન કેન્દ્રિત કરવાથી આત્મવિશ્વાસ અને આત્મગૌરવ બન્ને ઉપર સકારાત્મક પ્રભાવ ઉદ્ભવે છે. પરંતુ સામાન્ય રીતે જોવા મળે છે કે લોકો પોતાની શક્તિઓને બદલે પોતાની નબળાઈઓ ઉપર વધારે ધ્યાન કેન્દ્રિત કરે છે અને પોતાનું નુકસાન વહોરી લે છે. આપણે સકારાત્મક ચિત્રો ઉપર ધ્યાન કેન્દ્રિત કરીને પોતાની અને બીજાની મદદ કરવી જોઈએ.

આત્મ-સન્માન : અહીં ચાવી પાછલી સફળતાઓ અને ઉપલબ્ધિઓ ઉપર ધ્યાન કેન્દ્રિત કરવું એ છે. આપણે ભૂતકાળમાં જે સારાં કાર્યો કર્યાં છે, તેને માટે સ્વયંની પ્રશંસા કરો અને સન્માન આપો. નિષ્ફળતાઓ ઉપર ધ્યાન કેન્દ્રિત કરવું વધારે સરળ હોય છે, કારણ કે આપણે બીજાઓને હંમેશાં તેના વિશે જણાવતાં રહીએ છીએ. પરંતુ જ્યારે આપણે જીવનની સફળતાઓ વિશે વિચારવામાં સમય વ્યતીત કરીએ છીએ, ત્યારે દૃષ્ટિકોણ પરિવર્તિત થઈ જાય છે, ત્યાર પછી આત્મવિશ્વાસ આવે છે.

વિચારો ઉપર નિયંત્રણ : પોતાની તથા આસપાસના લોકો પ્રત્યે વિચારોનું નિયંત્રણ અથવા આત્મનિયંત્રણથી ઉચ્ચ કર્તવ્ય અથવા એ કરતાં અધિક મહત્ત્વપૂર્ણ અધ્યયન નથી, કારણ કે આના કારણે આપણો વિકાસ થાય છે. વિચાર પોતાનામાં અમૂર્ત હોય છે અને આપણામાંથી મોટાભાગના લોકોનું આના ઉપર બહુ ઓછું નિયંત્રણ હોય છે. કદાચ એટલે જ એવું લાગે છે કે મસ્તિષ્કની વિચારવાની પ્રક્રિયાને માર્ગદર્શન આપવું અત્યંત અઘરું અને મુશ્કેલ બાબત છે. આપણને લાગે છે કે આના માટે ઘણું અધ્યયન, નવરાશ અને પુસ્તકો વાંચવાની આવશ્યકતા ઊભી થશે. કોઈ બીજી બાબત વાસ્તવિકતાથી આટલી દૂર હોઈ શકે નહિ. આપણાં દરેકની અંદર એ તમામ બાબતો છે, જે આપણાં બૌદ્ધિક સ્વભાવ, ચરિત્ર અને જીવનને બહેતર બનાવવા માટે આવશ્યક છે.

૧૦. મુશ્કેલ લોકો સાથે વ્યવહાર

આપણામાંથી ઘણા લોકો કપરા લોકોથી બચવા ઈચ્છે છે, કારણ કે એ વ્યક્તિ અથવા સ્થિતિનો સામનો કરવાથી તમે થાકી જાઓ છો અને ભાવનાત્મક ઊર્જા સમાપ્ત થઈ જાય છે. પરંતુ આવા લોકોથી કે સ્થિતિઓથી બચવાનાં પરિણામો બદતર હોઈ શકે છે. આ વણઉકલ્યા સંઘર્ષો તથા વાર્તાલાપની ગેરસમજણો તરફ લઈ જઈ શકે છે, જેને કારણે સમય અને ઊર્જાની ભારે માત્રમાં હાનિ થઈ શકે છે, આપણું મનોબળ નષ્ટ થઈ શકે છે અને આપણી ઉત્પાદકતા અને શાંતિ પ્રભાવિત થઈ શકે છે.

આ વિશ્વાસ ડેલ કારનેગી પ્રશિક્ષણ કેન્દ્રમાં છે કે કોઈ સ્થિતિ કે સંબંધમાં આપણે જે એકાકી વસ્તુને નિયંત્રિત કરી શકીએ છીએ, એ આપણે પોતે કે સ્વયં છીએ. કપરા કે અઘરા લોકો સાથે વ્યવહાર કરવાથી ઉત્તમ પરિણામો પ્રાપ્ત થઈ શકે છે.

ઓળખવું મહત્ત્વપૂર્ણ છે કે, આપણી અનુભૂતિઓ, પૂર્વાગ્રહ, દૃષ્ટિકોણ, વ્યવહાર, ભાવનાઓ અને સંવાદશૈલી અથવા તો મદદ કરી શકે છે અથવા તો એને બાધિત કરી શકે છે.

આપણાં નિયંત્રણમાં જે બાબતો છે, તેની યાદી

જો આપણે કપરા કે અઘરા (મુશ્કેલ) લોકોનું પ્રબંધન કરતા, સહયોગ પ્રાપ્ત કરવા અને સંઘર્ષ ઓછો કરવા ઈચ્છીએ છીએ, તો આપણે કયાં કાર્યો કરવા જોઈએ? ડેલ કારનેગી એક સૂચન આપે છે, તેમની યાદીની સમીક્ષા કરવી એક સારો વિચાર હોઈ શકે છે. આપણે એકથી દસ ક્રમાંકમાં ગોઠવી શકીએ છીએ, જેમાં પ્રથમ ક્રમ ઉપર એ કાર્ય હોય જે આપણે સારી રીતે કરી શકીએ છીએ અને દસમા ક્રમે એ કાર્ય હોય, જેમાં આપણી પાસે અધિક સારાની તક હોય.

- બીજાને શંકાનો લાભ આપો.
- પોતાનાં હૉટ બટનોને ઓળખો.

- રક્ષાત્મક બનવા અને બાબતોને વ્યક્તિગત રૂપે લેવાથી બચો.
- સમજવા માટે સાંભળો અને બૉડી લેન્ગવેજને સમજવાનો પ્રયાસ કરો.
- સકારાત્મક દૃષ્ટિકોણ રાખો.
- સ્થિતિને સામેવાળાના દૃષ્ટિકોણથી જોવાનો પ્રયત્ન કરો.
- સોદાબાજી કરો અને ઉચિત હોવાથી સમજૂતી કરો.
- માન્યતાઓ સ્થાપિત કરવાથી બચો.
- સર્જનાત્મક ફીડબેક આપતાં અને સ્વીકારતાં શીખો.

અહીંયા સુધારણાની આપણાં માટે સૌથી મોટી તક શું છે?

જુદા જુદા પ્રકારના અઘરા કે કપરા લોકો સાથે કામ પાર પાડવું.

જ્યાં સુધી તેઓ પરિવારનો હિસ્સો ન હોય, ત્યાં સુધી આપણે આપણાં જીવનના સૌથી મુશ્કેલ લોકોથી બચી શકીએ છીએ... સિવાય ઑફિસના. જ્યારે તેઓ આગલા ક્યૂબિકલમાં બેઠા હોય, ત્યારે તેમનાથી બચી શકાય નહિ, પરંતુ તેમની સાથે ચોક્કસ પણે કામ પાર પાડી શકાય છે. અહીં દુષ્કર લોકોના કેટલાક પ્રકારો જણાવવામાં આવી રહ્યા છે અને એ પણ જણાવવામાં આવી રહ્યું છે કે તેમની પાસે શું અપેક્ષા રાખવાની છે :-

ના કહેનારા : આ લોકો નકારાત્મક હોય છે અને સંસાર વિશેનો તેમનો દૃષ્ટિકોણ પણ નકારાત્મક હોય છે. તેમને ચીડિયલ ના નામે પણ ઓળખવામાં આવે છે. તેઓ ક્રોધી, ઘમંડી, ખિન્ન અને હતાશ હોય શકે છે. તેઓ હંમેશાં બીજાની આલોચના અને ફરિયાદ કરે છે. ના - ના કહેનારા કહે છે : "આ ક્યારેય કામ નહિ કરે," "તમે મજાક કરી રહ્યા છો," "શરત મારીએ ?"

સ્થિર : જેઓને દબંગ પણ કહેવામાં આવે છે. એવા લોકો છે જેઓ પરિવર્તનનો વિરોધ કરે છે, તેઓ કાં તો લડાયક બની બાહ્ય રૂપે પ્રતિરોધ કરે છે, અથવા તો પછી નિષ્ક્રિય - આક્રામક અંદાજમાં પ્રતિરોધ કરે છે. તેઓ પરિવર્તન સાથે સહમત જણાય છે, પરંતુ તેઓ તેના અમલને ધરાશાયી કરી દે છે. તેઓ કહે છે, " આ તો અમે પહેલાં અજમાવી લીધું હતું. " અથવા તો કોઈ કામકાજી સ્થિતિમાં, " પ્રબંધનને ખબર જ નથી કે સ્થિતિ કેવી છે."

નવ-થી- પાંચવાળા : સવારના નવથી સાંજના પાંચ સુધી કામ કરે છે, ન તો એનાથી વધારે કે ઓછું. તેઓ તમને તત્કાળ જણાવી દે છે કે આ તેમનું કામ નથી. તેઓ સમય પસાર કરવા તથા વેતન મેળવવા માટે જ ન્યૂનતમ કામ કરે છે. તેઓ કહે છે, "આ મારું કામ નથી." "મારી પાસે આને કરવા

માટે સમય નથી. " "હવે મારો ઘેર જવાનો સમય થઈ ગયો છે."

આલોચના અથવા ગપસપ કરનારા : આવા લોકોને દરેકના મામલામાં ટાંટિયા ભેરવવામાં અને અફવાઓ ફેલાવીને મઝા માણવામાં આનંદ આવે છે. જે લોકો આપણાં મ્હોં પર એક વાત કહે છે અને આપણી પીઠ પાછળ બીજી વાત કરે છે, તેઓ આ શ્રેણીમાં આવે છે. તેમનું છીછરાપણું એ વાતનો સંકેત હોઈ શકે છે કે તેઓ એકાકી હોય છે અને કામકાજ તેમના વ્યવહારનો એકમાત્ર સ્રોત હોય છે.

વાયોલિન વાદકોમાં સામાન્ય રીતે "હું દુઃખી છું "નો દૃષ્ટિકોણ હોય છે. તેઓ મોડે સુધી રોકાઈ શકે છે અથવા તો અતિરિક્ત કામ કરી શકે છે, પરંતુ કામના બોજા વિશે ફરિયાદ પણ કરી શકે છે. તેઓ સતત રડતા રહેતા હોય છે કે તેઓ કેટલા વ્યસ્ત છે અને આપણે જે બાબતો ઉપર ધ્યાન કેન્દ્રિત કરવાનું છે, તેના ઉપર બીજી કઈ બાબતો પ્રાથમિકતા લઈ રહી છે. તેઓ કહી શકે છે, " મને જ અઘરા કામો મળે છે." કાલે રાત્રિના નવ વાગ્યા સુધી ઑફિસમાં હતો અને આ ઝમેલામાંથી નીકળવાની કોશિશ કરી રહ્યો હતો." "હું જાણતો નથી કે હું ક્યાં સુધી આને પહોંચી વળીશ ; મારા કૉમ્પ્યુટરમાં ત્રણ પ્રોજેક્ટ પહેલાથી પડેલા છે."

દોષ આપનારા : જ્યારે ક્ષતિઓ થાય છે, ત્યારે દોષ આપનારા પોતાના સિવાય ગમે તેની તરફ શીઘ્રતાથી આંગળી ચીંધી શકે છે. તેઓ આ ભૂલ માટે જવાબદાર શા માટે નથી, આ વિશે તેમની પાસે હંમેશાં કોઈને કોઈ ઉત્તર તૈયાર હોય છે. તેઓ બહાનાં કાઢવામાં અને ગાળિયો કાઢી નાંખવામાં પણ વિશેષજ્ઞ હોઈ શકે છે. તેઓ આમ કહી શકે છે, "મને આ આંકડા બીજા કોઈએ આપ્યા હતા." "મને કહેવામાં આવ્યું હતું કે આ ઉચ્ચ પ્રાથમિકતાનો મામલો નથી. "

દુષ્કર લોકો સાથે વાટાઘાટો અને સમજૂતી કરવાની ૧ ૨ સલાહ

વાટાઘાટો સમાધાન માટે સહમત થવાના પ્રયાસો કરનારી પ્રક્રિયા છે. સમજૂતી કરવી અને પરસ્પર સુખદ સમાધાન ઉપર પહોંચવું સફળ વાટાઘાટોનું પરિણામ છે. સમજૂતી વિનમ્રતાની નિશાની છે. આનો અર્થ છે કે જ્યારે આપણી સમક્ષ " દીવાલ " ઊભી હોય, ત્યારે વૈકલ્પિક સમાધાન ઉત્પન્ન કરવાની યોગ્યતા. વાટાઘાટો અને સમજૂતી કરતાં શીખવું આપણી સફળતા માટે અનિવાર્ય છે. ભલે આપણે કોઈ એવી વ્યક્તિ સાથે કરી રહ્યા હોઈએ, જેની સાથે આપણી ગાડી પાટા ઉપર ચડી શકતી નથી. અથવા તો બીજાની સમક્ષ

કોઈ વિચાર રાખી રહ્યા હોય, જેના વિશે આપણે જાણતા હોઈએ કે આ કારગર નીવડશે, પરંતુ બીજા તેને સ્વીકારવા તૈયાર હોતા નથી. ઘરમાં હોય કે ઑફિસમાં હોય કે કોઈ પણ તંત્રોમાં કોઈ પરિવર્તન હોય અથવા તો કોઈ મેદાનનું યુદ્ધ હોય, જેને સમાપ્ત કરવાની આવશ્યકતા હોય.

ડેલ કારનેગીનાં સૂચનો આ છે :-

સકારાત્મક દૃષ્ટિકોણ રાખો : આપણો દૃષ્ટિકોણ પરિણામ માટે અનિવાર્ય છે. પરસ્પર લાભ સુધી પહોંચવાની ક્યાંય બહેતર સંભાવના હોય છે, જો આપણે વાટાઘાટો કરતી વખતે આને શીખવાની તક માની લઈએ અને દ્વિપક્ષીય વિજયના પરિણામ પ્રાપ્ત કરવાનું લક્ષ્ય રાખીએ.

સહમતીવાળી જગ્યા પર મળો : મળવા માટે પરસ્પર સહમતી દ્વારા એક આરામદાયક જગ્યા શોધો, જે પ્રત્યેક સામેલ લોકો માટે આરામદાયક હોય. આ વાત ઉપર સહમતી કરો કે મુલાકાત ક્યારે કરવાની છે અને આ પ્રક્રિયામાં કેટલો સમય લાગી શકે છે. જ્યારે પણ સંભવ હોય, ત્યારે સામસામે બેસીને વાટાઘાટો કરો. ફોન અથવા ઈ-મેલનો ઉપયોગ યથાસંભવ ના કરો, કારણ કે મુખના ભાવો, શાબ્દિક સૂર અને અન્ય સંકેતોના અભાવમાં વાટાઘાટ વિફળ થઈ શકે છે.

સમસ્યાને સ્પષ્ટતાથી પરિભાષિત કરો : સરળ અને તથ્યાત્મક શબ્દોમાં સમસ્યાના કથન ઉપર સહમત બનો. જો સ્થિતિ ગૂંચવાડા ભરેલી છે, તો મોટી સમસ્યાને નાના નાના વિભાગોમાં વિભાજિત કરવાના ઉપાયો શોધો અને એક વારમાં એક સમસ્યાનો પાર લાવો.

પોતાનું હૉમવર્ક કરો : યોજના બનાવવા માટે સમય ફાળવો. આપણે માત્ર એટલું જ જાણવાની જરૂર હોતી નથી કે આપણું શું દાવ ઉપર મુકાયેલું છે, પરંતુ આપણે સામેવાળા પક્ષની ચિંતાઓ અને પ્રેરણાઓને પણ જાણવાની અગત્યતા છે. ભૂતકાળની કે ગત સમયની સ્થિતિઓ ઉપર વિચાર કરો, જેનાથી વાટાઘાટ ઉપર પ્રભાવ પડી શકે છે. અનિવાર્ય (જે બાબતો માં વાટાઘાટ થઈ શકતી નથી) અને પ્રાપ્તિ - માટે - સારી સ્થિતિના તફાવતને ઓળખો. એ નક્કી કરો કે સર્વશ્રેષ્ઠ સમાધાન શું હોઈ શકે, ન્યાયપૂર્ણ અને તાર્કિક વાટાઘાટ કેવી હશે અને ન્યૂનતમ સ્વીકૃત વાટાઘાટ કેવી હશે.

પ્રામાણિકતાથી પોતાની તપાસયાદી બનાવો : એ નક્કી કરો કે સામૅની વ્યક્તિ અને પ્રક્રિયામાં આપણને કેટલો વિશ્વાસ છે. પોતાના વ્યક્તિત્વના એ પાસાંઓ વિશે સચેત બનો, જે પ્રક્રિયામાં સહાયતા કરી શકે છે અથવા તેને બાધિત કરી શકે છે.

સહિયારી રુચિઓની શોધ કરો : સમાનતાઓ શોધીને અને સ્થાપિત કરીને એક સાથે આવો. કારણ કે સંઘર્ષમાં અનુભૂત ભિન્નતાઓને અધિકતમ અને સમાનતાઓને ન્યૂનતમ કરવાની પ્રવૃત્તિ હોય છે, એ માટે એ સહિયારા લક્ષ્યો, ઉદ્દેશ્યો અથવા ફરિયાદોને પણ શોધો, જે એ જણાવે છે કે આપણે આમાં એક સાથે છીએ. ભવિષ્ય ઉપર ધ્યાન કેન્દ્રિત કરો, શું કરવાનું છે એ અંગે વાત કરો અને સાથે મળીને સમસ્યાનો સામનો કરો.

ભાવનાઓથી નહિ, તથ્યોથી કામ પાર પાડો : વ્યક્તિત્વોને નહિ, સમસ્યાઓને સંબોધિત કરો. સામેની વ્યક્તિ ઉપર આક્રમણ કરવાની પ્રવૃત્તિથી બચો. તેમના વિચારો અને અભિપ્રાયોની આલોચનાથી બચો. ભૂતકાળ ઉપર ધ્યાન કેન્દ્રિત કરવા કે સામેની વ્યક્તિ ઉપર દોષારોપણથી પરહેજ કરો. તાર્કિક, લક્ષ્ય-કેન્દ્રિત માનસિકતા જાળવી રાખો. એનાથી વ્યક્તિત્વો વચ્ચે સંઘર્ષ થશે નહિ, સમસ્યા વ્યક્તિપરક રહેશે નહિ અને સામની વ્યક્તિ રક્ષાત્મક બનશે નહિ.

પ્રામાણિક બનો, ચાલાકી ન કરો: આપણાં માટે શું મહત્ત્વપૂર્ણ છે, એ અંગે પ્રામાણિક અને સ્પષ્ટ બનો. એટલું જ મહત્ત્વપૂર્ણ એ છે કે આપણે સ્પષ્ટતાપૂર્વક જણાવી દઈએ કે આપણાં લક્ષ્યો, મુદ્દાઓ અને ઉદ્દેશ્યો શા માટે આટલા બધા મહત્ત્વપૂર્ણ છે.

વિકલ્પ રજૂ કરો અને પ્રમાણ આપો : એવા વિકલ્પ આપો, જે સમજૂતીની ઈચ્છા દર્શાવતા હોય. એ ક્ષેત્રોમાં છૂટછાટ ઉપર વિચારણા કરો, જે સામની વ્યક્તિ માટે મૂલ્યવાન હોઈ શકે છે, પરંતુ આપણાં માટે એટલા મહત્ત્વપૂર્ણ નથી. સામની વ્યક્તિના હિતોના સંદર્ભમાં વિકલ્પ બનાવો અને પોતાના દૃષ્ટિકોણની પુષ્ટિ માટે પ્રમાણ રજૂ કરો.

વિશેષજ્ઞ સંવાદકર્તા બનો : કોઈ પણ બાબત સંઘર્ષના પારસ્પરિક સંતોષકારક સમાધાન શોધવાનો સંકલ્પ દર્શાવતી નથી, જેટલા ઉત્કૃષ્ટ સંવાદ યોગ્યતાઓને લાગુ કરતા દર્શાવે છે. પ્રશ્નો પૂછો અને સાંભળો. તમે કેટલું સમજ્યા છો, તેની ચકાસણી કરવા માટે પોતાના શબ્દોમાં તેમની વાતની પુનરૂક્તિ કરો. સામેની વ્યક્તિની ચિંતાઓમાં વાસ્તવિક રસ દર્શાવો. હાસ્યબોધ દ્વારા તણાવને ઓછો કરો, સામેવાળાના "ઊભરા"ને શાંત થઈ જવા દો અને તેમના વિચારોને માન્યતા આપો. પોતાની સ્થિતિ ઉપર ઓછું ધ્યાન કેન્દ્રિત કરો અને એવા ઉપાયો ઉપર વધારે ધ્યાન કેન્દ્રિત કરો, જેનાથી આપણે કોઈ સમાધાન અથવા સમજૂતીની દિશામાં આગળ વધી શકીએ છીએ.

૧૧. પોતાની અંદર છુપાયેલ નેતૃત્વની શોધ

ફ્રેડ વિલ્પૉન ન્યૂયૉર્ક મેટ્સ બેસબૉલ ટીમના પ્રેસિડેન્ટ છે. વિલ્પૉન શાળાનાં બાળકોના એક સમૂહને એક બપોરના શિયા સ્ટેડિયમની સહેલ કરાવી રહ્યા હતા. તેમણે તે બાળકોને હોમ પ્લેટની પાછળ ઊભા રહેવાની તક આપી. તેઓ તેમને ટીમોના ડગઆઉટ્સમાં તેમ જ તેમને ક્લબ હાઉસ સુધી જનારા ખાનગી માર્ગમાંથી લઈ ગયા. વિલ્પૉન વિદ્યાર્થીઓને સ્ટેડિયમના બુલ પેનમાં અંતિમ પડાવ રૂપે લઈ જવા ઇચ્છતા હતા, જ્યાં પિચર્સ વૉર્મ અપ કરે છે.

પરંતુ યૂનિફૉર્મવાળા એક સુરક્ષા પહેરેદારે બુલ પેનના ગેટ પાસે ટોળાને અટકાવી દીધું.

એ વિલ્પૉનને ઓળખતો નહોતો, એ માટે તે બોલ્યો, "બુલપેનમાં સામાન્ય પ્રજાને જવાની પરવાનગી નથી. મને અફસોસ છે, પણ આપ અંદર જઈ શકતા નથી."

જુઓ, ફ્રેડ વિલ્પૉનમાં ચોક્કસપણે ત્યાં જ પોતાની મનગમતી વસ્તુને પ્રાપ્ત કરવાની શક્તિ હતી. તેઓ તે સુરક્ષા પહેરેદારને જોરદાર ઠપકો આપી શક્યા હોત કે તે તેમના જેવા મહત્ત્વપૂર્ણ વ્યક્તિને કેવી રીતે ઓળખી શક્યો નહિ. તેઓ સિક્યુરિટી પાસે એક ઝટકામાં પોતાનું ટૉપ લેવલ દર્શાવી શક્યા હોત અને આંખો ફાડી ફાડીને જોઈ રહેલાં બાળકો સમક્ષ શિયા સ્ટેડિયમમાં તેમનું કેટલું ચલણ છે તે પ્રદર્શિત કરી શકયા હોત !

લોકો લીડરશિપના ખરા અર્થ વિશે, ભૂતકાળમાં વ્યાવસાયિક જગતમાં વધારે વિચારતા નથી. બૉસ જ તેમના ઈશ્વર હતા અને એ જ તેમની દુનિયાને ચલાવતા હતા. વાર્તા પૂરી.

પરંતુ વિલ્પૉને આમાનું કશું જ કર્યું નહિ. તેઓ વિદ્યાર્થીઓને સ્ટેડિયમની બાજુ પર લઈ ગયા અને તેમને બીજા ગેટ દ્વારા બુલપેનમાં લઈને ગયા.

તેમણે આમ કરવાની જહેમત શા માટે લીધી? કારણ સ્પષ્ટ હતું : વિલ્પૉન સુરક્ષા પહેરેદારને બધાની સમક્ષ શરમમાં મૂકવા

ઈચ્છતા નહોતા. છેવટે તો, તે પોતાનું કામ જ કરી રહ્યો હતો. વિલ્પૉનને તો તે સુરક્ષા પહેરેદારને એ જ બપોરે, હાથે લખેલી ચીઠ્ઠી પણ મોકલી, જેમાં તેમણે સુરક્ષાનું કામ સારી રીતે કરવા માટે ધન્યવાદ પણ આપ્યો હતો.

વિલ્પૉન જો આના બદલે, બૂમો પાડવા કે હંગામો મચાવવાનો વિકલ્પ પસંદ કરત, તો શું થાત? ત્યારે સુરક્ષા પહેરેદાર દ્વેષની ભાવનાને પોતાના મનમાં પ્રોત્સાહન આપત અને ચોક્કસપણે તેના કામ ઉપર પણ તેની માઠી અસરો પડત. વિલ્પૉનની શિષ્ટ નીતિ ખરેખર વધારે સમજદારીપૂર્વકની હતી. સુરક્ષા પહેરેદારને પોતાની પ્રશંસા ઘણી ગમી. હવે પછી જ્યારે વિલ્પૉન તેની સમક્ષ આવશે, ત્યારે હવે તે પળવારમાં ઓળખી જશે.

ફ્રેડ વિલ્પૉન લીડર છે. હોદ્દાને કારણે નહિ, ઉચ્ચ વેતનને કારણે પણ નહિ. લોક વ્યવહારમાં નિપુણતા પ્રાપ્ત કરનારી વિશિષ્ટતા તેમને લીડર બનાવે છે.

લોકો લીડરશિપના ખરા અર્થ વિશે, ભૂતકાળમાં વ્યાવસાયિક જગતમાં વધારે વિચારતા નથી. બૉસ જ તેમના ઈશ્વર હતા અને એ જ તેમની દુનિયાને ચલાવતા હતા. વાર્તા પૂરી.

સારી રીતે ચાલનારી કંપનીઓ - કોઈ પણ " સારા નેતૃત્વવાળી કંપનીઓ" અંગે વાત કરતા નથી - તેઓ હતી, જ્યાં સામાન્ય રીતે લશ્કરના અંદાજમાં કામ થતું હતું. ઉપરથી હુકમ આપવામાં આવતા હતા અને શ્રેણીબદ્ધ ઊતરતા નીચે પહોંચતા હતા.

તમને બ્લૉન્ડી કૉમિક સ્ટ્રિપના મિ. ડિદર્સ યાદ છે? તેઓ ચીસો પાડતા હતા, " બમ- સ્ટેડ ! " અને યુવાન ડેગવુડ હબકી ગયેલા ગલૂડિયાંની જેમ બૉસની ઑફિસ તરફ દોટ મૂકતો હતો. ઘણી કંપનીઓ અસલ સ્વરૂપમાં પણ વર્ષો સુધી આવા જ અંદાજમાં ચાલતી રહી. જે કંપનીઓ સૈન્યના પ્લાટૂનોની જેમ ચાલતી નહોતી, તેઓ મહાપરાણે આગળ વધતી હતી. તેઓ તો માત્ર મંદ ગતિએ કોઈ પણ રીતે ચાલતી રહેતી હતી અને કોઈ બજારમાં એક નાનકડી જગ્યામાં સુરક્ષિત પડી રહેતી હતી, જેને વર્ષો સુધી પડકાર આપવામાં આવ્યા નહોતા. ઉપર બેઠેલા અફસરોના સંદેશા આવા જ પ્રકારના રહેતા હતા, "જો સ્થિતિ ખરાબ નથી, તો પછી તેને બદલવાની શી જરૂર છે?"

જે લોકોની પાસે જવાબદારી હતી, તેઓ પોતાની ઑફિસોમાં બેસતા હતા અને જે બાબતોનું પ્રબંધન કરી શકતા હતા, કરતા હતા. તેમની પાસે એ જ અપેક્ષા રાખી શકાય તેમ હતી - "વહીવટ કરવો. " કદાચ તેઓ સંગઠનોને

થોડીક ડિગ્રી ડાબી અથવા જમણી બાજુએ લઈ જઈ શકતા હતા. સામાન્ય રીતે તેઓ પોતાની સમક્ષ આવનારી સ્પષ્ટ સમસ્યાઓને ઉકેલવાના પ્રયાસો કરતા હતા અને ત્યાર પછી દિવસનું કામ સમાપ્ત માની લેતા હતા.

ત્યારે દુનિયા અત્યંત સરળ જગ્યા હતી, એ માટે આવું પ્રબંધન સારું પણ હતું. જો કે આમાં કોઈ ભવિષ્ય-દૃષ્ટિ નહોતી, પરંતુ આ સારું હતું, કારણ કે આનાથી જીવન જાણીતા અંદાજમાં ચાલ્યા કરતી હતી.

લીડરશિપના કામ છે - નાનકડી કાર્યકારી ટીમ સંગઠિત કરવી, ઑફિસસ્ટાફને ઊર્જાવાન બનાવી રાખવા, ઘરનું વાતાવરણ સારું રાખવું. લીડરશિપ ક્યારેય સરળ હોતી નથી. પરંતુ એક એ બાબત પણ એટલી જ વાસ્તવિક છે જેને માટે ઈશ્વરનો આભાર : આપણામાંથી દરેકમાં લીડર બનવાની ક્ષમતા હોય છે.

પરંતુ હવે માત્ર પ્રબંધન જ પર્યાપ્ત નથી, આ પ્રકારની અપ્રેરિત નીતિ હવે ચાલી શકે તેમ નથી, કારણ કે દુનિયા વધારે ઊથલ-પાથલયુક્ત, અનિશ્ચિત અને વધુ ઝડપી બની ગઈ છે. આજે કોઈ એવી વસ્તુની જરૂર છે, જેમાં પુરાતનપંથી બિઝનેસ મૅનેજમૅન્ટ કરતાં વધારે ઊંડાણ હોય. જે બાબતની આવશ્યકતા છે, એ તો છે લિડરશિપ. જેથી આ સઘળું પ્રાપ્ત કરવા માટે લોકોની સહાયતા કરી શકાય, જેમાં તેઓ સક્ષમ છે. જેથી ભવિષ્ય માટે એક સ્વપ્ન ગુંથી શકાય. જેમાં લોકોને પ્રોત્સાહિત કરી શકાય, માર્ગદર્શન અને પ્રશિક્ષણ આપી શકાય અને સફળ સંબંધો સ્થાપિત કરી શકાય તેમ જ જાળવી શકાય.

હાવર્ડ બિઝનેસ સ્કૂલના પ્રોફેસર જૉન ક્વેલ્ચ કહે છે, "જ્યારે બિઝનેસ વધારે સ્થિર વાતાવરણમાં ચાલતો હતો, ત્યારે પ્રબંધનની યોગ્યતાઓ જ પર્યાપ્ત હતી, પરંતુ જ્યારે વ્યવસાયનું વાતાવરણ જ ડામાડોળ બની જાય છે, જ્યારે સમુદ્ર અજાણ્યો બની જાય છે, જ્યારે તમારા મિશનમાં તમારી કલ્પના કરતાં વિશેષ લવચિકતાની આવશ્યકતા હોય છે - ત્યારે લીડરશિપની યોગ્યતાઓ અનિવાર્ય બની જાય છે."

એક અગ્રગણ્ય સેમીકંડક્ટર નિર્માતા એસજીએસ-થૉમસન માઈક્રોઈલેક્ટ્રૉનિક્સના માનવીય સંસાધન સંચાલક બિલ મકાહિલાહિલા કહે છે, "આ પરિવર્તન આરંભાઈ ચૂક્યુ છે અને મને વિશ્વાસ છે કે પ્રત્યેક સંગઠનો

આના માટે તૈયાર છે.'' 'મૅનેજર' નું પદ કદાચ વધારે સમય સુધી કાયમ નહિ રહે અને 'લીડરશિપ 'ની માન્યતાને પુનઃ પારિભાષિત કરવી પડશે. આજે કંપનીઓ આજ સંઘર્ષના તબક્કામાંથી પસાર થઈ રહી છે. છટણી કરતી વખતે વધુ ઉત્પાદકતા તરફ વધી રહેલા સમયથી કંપનીઓને એ અહેસાસ થઈ રહ્યો છે કે ઉત્પ્રેરક યોગ્યતાઓ બુનિયાદી હોય છે. સારા સંવાદ, લોકવ્યવહારમાં નિપુણતા, ટીમો બનાવવી, પ્રશિક્ષણ આપવા અને મૉડલ બનવાની યોગ્યતા - આ કાર્યોમાં વધારે અને બહેતર લીડર્સની આવશ્યકતા છે.

'' હવે તમે માત્ર આદેશ આપીને પરિણામ પ્રાપ્ત કરી શકતા નથી. એને માટે તમારે અસરકારક બનવું જરૂરી છે. જેને માટે સાચી 'લોકવ્યવહારની યોગ્યતાઓ' ની આવશ્યકતા છે.''

કેટલાક લોકો લીડરશિપનો હજુ પણ સંકીર્ણ અર્થ સમજી રહ્યા છે. તમે જેવા જ '' લીડર'' કહો છો, તેઓ સેનાપતિ, રાષ્ટ્રપતિ, પ્રધાનમંત્રી અથવા બૉર્ડના ચૅરમૅન અંગે વિચાર કરવા લાગે છે. દેખીતી રીતે, ઉચ્ચ હોદ્દાઓ ઉપર બિરાજમાન આ લોકો પાસેથી નેતૃત્વની અપેક્ષા રાખી શકાય છે અને તેઓ આ અપેક્ષાને સફળતાનાં વિભિન્ન સ્તરો ઉપર પરિપૂર્ણ કરે છે. પરંતુ વાસ્તવિકતા તો એ છે કે લીડરશિપ ન તો શિખર ઉપરથી આરંભાય છે, ન તો ત્યાં જઈને સમાપ્ત થાય છે. આ એ જગ્યાઓ ઉપર એટલી જ મહત્ત્વપૂર્ણ છે, કદાચ એ કરતાં પણ અધિક મહત્ત્વપૂર્ણ છે, જ્યાં આપણામાંથી મોટાભાગના લોકો રહે છે અને કામ કરે છે.

લીડરશિપના કામ છે : નાનકડી કાર્યકારી ટીમ સંગઠિત કરવી, ઑફિસસ્ટાફને ઊર્જાવાન બનાવી રાખવો, ઘરનું વાતાવરણ સારું રાખવું. લીડરશિપ ક્યારેય સરળ હોતી નથી. પરંતુ એક એ બાબત પણ એટલી જ વાસ્તવિક છે જેને માટે ઈશ્વરનો આભાર : આપણામાંથી દરેકમાં લીડર બનવાની ક્ષમતા હોય છે.

ટીમ ફેસિલિલેટર, મધ્યમ મૅનેજર, ઍકાઉન્ટટ એક્ઝિક્યુટિવ, ગ્રાહક સેવા ઑપરેટર, ટપાલ કક્ષમાં કાર્ય કરનારા કર્મચારી - જે પણ વ્યક્તિ બીજાના સંપર્કમાં આવે છે, તેની પાસે નેતૃત્વ કરતા શીખવાનાં સારાં કારણો હોય છે.

તેમની લીડરશિપ યોગ્યતાઓથી જ મહદ્ અંશે એ નિર્ધારિત થશે કે તેઓ કેટલી સફળતા પ્રાપ્ત કરે છે અને કેટલા ખુશ રહે છે. માત્ર કંપનીઓમાં જ નહિ, પરિવારો, પરોપકારી, સમૂહો, રમત ટીમો, સામુદાયિક સંસ્થાઓ, સામાજિક ક્લબો ઈત્યાદિ પ્રત્યેક સંગઠનમાં

પ્રગતિશીલ લીડરશિપની વિશેષ આવશ્યકતા છે.

સ્ટીવન જૉબ્સ અને સ્ટીવન વોજ્નિયાક કેલિફૉર્નિયાના વાદળી જિન્સ પહેરનારા બે યુવક હતા. એ સમયે જૉબ્સની ઉંમર એકવીસ વર્ષની અને વોજ્નિયાકની ઉંમર છવ્વીસ વર્ષની હતી. તેઓ શ્રીમંત નહોતા, તેમની પાસે બિઝનેસનું કોઈ જ પ્રશિક્ષણ નહોતું અને તેઓ એક એવા ઉદ્યોગમાં કામ કરવાનું સ્વપ્ન નિહાળી રહ્યા હતા, જે એ સમયે મહાપરાણે શરૂ જ થયો હતો.

આ ૧૯૭૬ની વાત હતી, મોટાભાગના લોકોએ પોતાના ઘર માટે કૉમ્પ્યુટર ખરીદવાનું ક્યારેય વિચાર્યું પણ નહોતું. એ દિવસોમાં સમગ્ર હોમ - કૉમ્પ્યુટર બિઝનેસ કેટલા શોખીન લોકો સુધી જ સીમિત હતો, જેઓ મૌલિક "કૉમ્પ્યુટર નડ્ર્સ" હતા. જ્યારે જૉબ્સ અને વોજ્નિયાકે એક વાન અને કેલ્યુલેટર વેચીને તેર સો ડૉલર ભેગા કર્યા અને જૉબ્સના ગેરેજમાં એપ્પલ ઈન્ક. ની સ્થાપના કરી, ત્યારે તેમની સફળતાની સંભાવનાઓ અત્યંત ઝાંખી દેખાઈ રહી હતી.

પરંતુ આ યુવાન ઉદ્યમીઓની પાસે એક સ્વપ્ન હતું, એક સ્પષ્ટ વિચાર હતો કે તેઓ જે વસ્તુમાં વિશ્વાસ ધરાવે છે, તેને પ્રાપ્ત કરી શકે છે. તેઓએ ઘોષણા કરી, "કૉમ્પ્યુટર હવે માત્ર વિશેષજ્ઞોની જાગીર નથી. કૉમ્પ્યુટર તો મસ્તિષ્કની સાયકલ બનવાના છે. સસ્તા કૉમ્પ્યુટર પ્રત્યેક માટે છે."

પ્રથમ દિવસે જ એપ્પલના સંસ્થાપકોએ પોતાના સ્વપ્નનું વિસ્તૃતિકરણ આરંભી દીધું અને પ્રત્યેક તબક્કે તેમણે તેને બીજાઓ સુધી પહોંચાડ્યા. તેમણે એવા લોકોને નોકરી ઉપર રાખ્યા, જેઓ તેમના સ્વપ્નને સમજી શકતા હતા. તેઓએ એવા લોકોને આના બદલે સ્ટૉક અધ્યાત્મ સોંપ્યા. તેઓ પોતાનાં સ્વપ્નાઓને જીવતા હતા, તેમાં શ્વાસ લેતા હતા, અને તેના વિશે જ વિચારતા અને વાત કર્યા કરતા હતા. જ્યારે કંપનીના વિકાસના માર્ગે અવરોધો આવ્યા - જ્યારે રિટેલર્સે કહ્યું, "જી ના, ધન્યવાદ!" જ્યારે બૅન્કર્સે કહ્યું, " હવે વધારે નહિ ! " ત્યારે પણ એપ્પલના સ્વપ્નદર્શી પાછળ હઠવા તૈયાર થયા નહોતા.

અંતતઃ દુનિયાની દિશા પરિવર્તિત થઈ ગઈ. આ કંપની એપ્પલની સ્થાપનાનાં છ વર્ષો પશ્ચાત જ પ્રત્યેક વર્ષે ૬,૫૦,૦૦૦ કૉમ્પ્યુટરનું વેચાણ કરી રહી હતી. સ્ટીવન જૉબ્સ અને સ્ટીવન વોજ્નિયાક પ્રગતિશીલ લીડર્સ હતા, જેઓ પોતાના સમય કરતાં આગળ ચાલી રહ્યા હતા.

જો કે, માત્ર એક નવા સંગઠનને જ સ્વપ્નદર્શી લીડર્સની જરૂરિયાત નથી

હોતી. કૉર્નિંગ ઈન્ક. ૧૯૮૦ના દશકની શરૂઆતમાં, એક ભયાનક મુશ્કેલીમાં સપડાઈ ગઈ હતી. કૉર્નિંગનું નામ કિચનવેર ક્ષેત્રમાં મહત્ત્વ ધરાવતું હતું, પરંતુ તેની પ્રતિષ્ઠા ઉપર જોખમનાં વાદળો ઝળુંબવાં લાગ્યાં હતાં. કંપનીના મશીનો જુના જમાનાનાં હતાં. તેનો માર્કેટ શેર ઘટી રહ્યો હતો. કૉર્નિંગના હજારો ગ્રાહક વિદેશી કંપનીઓ તરફ આકર્ષિત થવા લાગ્યા હતા. અને કંપનીના પુરાતનપંથી પ્રબંધનને સહેજ પણ સમજ પડી રહી નહોતી કે આ સ્થિતિમાં બહાર આવવા માટે શું કરી શકાય.

ત્યારે કંપનીના ચૅરમૅન જેમ્સ આર. હાઉટન એ નિષ્કર્ષ ઉપર પહોંચ્યા કે કૉર્નિંગને એ તદ્દન નવા સ્વપ્નની જરૂર છે. તેમણે તેનો પ્રસ્તાવ રજૂ કર્યો. હાઉટન જણાવે છે, "અમારી સાથે એક પરામર્શદાતા હતા, જે મારી નવી ટીમ સાથે અમારા મનોવૈજ્ઞાનિક સહાયકના રૂપમાં કાર્ય કરી રહ્યા હતા. ખરેખર એ વ્યક્તિ એક અદ્ભુત ઉત્પ્રેરક હતા અને ગુણવત્તા ઉપર ધ્યાન કેન્દ્રિત કરવાના પોતાના વિચારને પોતાના હથોડા વડે વારંવાર ઠોકી રહ્યા હતા."

"અમે એક પીડાદાયક મિટિંગમાં હતા અને પ્રત્યેક વ્યક્તિ અત્યંત હતાશામાં આવી પડી હતી. મેં ઊભા થઈને એક ઘોષણા કરી કે અમે દસ મિલિયન ડૉલર ખર્ચ કરીશું, જે અમારી પાસે નહોતા. અમે પોતાનું ગુણવત્તા સંસ્થાન બનાવીશું. આપણે આના ઉપર કામ કરીશું."

"હું ઇચ્છત તો પોતાના નિર્ણયમાંથી પીછેહઠ કરવાની ઘણી બધી બાબતોનું બહાનું કાઢી શક્યો હોત. પરંતુ મને હૃદયમાં ખાતરી હતી કે આ ઉચિત નિર્ણય છે. મને તેનાં પરિણામોનું સહેજ પણ અનુમાન નહોતું, ન તો હું જાણતો હતો કે આ અમારા દરેક માટે કેટલું મહત્ત્વપૂર્ણ હશે."

હાઉટન જાણતા હતા કે કાર્નિંગે પોતાના સામાનની ગુણવત્તાને બહેતર બનાવવાની છે અને ડિલિવરીમાં લાગતા સમયમાં પણ ઘટાડો કરવાનો છે. ચૅરમૅને એક જોખમ ખેડ્યું. તેમણે દુનિયાના સૌથી શ્રેષ્ઠ વિશેષજ્ઞો - એટલે કે કર્મચારીઓ - પાસેથી સલાહ લીધી. તેમણે મૅનેજર, કંપની એન્જિનિયરો તથા એસેમ્બલી લાઇન ઉપર કામ કરનારા કર્મચારીઓ સાથે પણ આ બાબતે વાતચીત કરી. તેમણે એકસાથે મળીને એક ટીમ તૈયાર કરી. ત્યાર પછી કૉર્નિંગની સંપૂર્ણ નિર્માણ પ્રક્રિયાની પુનઃ ડિઝાઇન કરવા માટે કહ્યું - એ શરતે કે તે કંપનીના કાયાકલ્પ માટે અનિવાર્ય હોય.

છ મહિનાઓ સુધી ઝીણવટપૂર્વક વિશ્લેષણ કર્યા પછી ટીમ એ નિષ્કર્ષ ઉપર આવી કે એસેમ્બલી લાઇનની ક્ષતિઓને દૂર કરવા અને મશીનોને ઝડપી

ચલાવવા માટે કારખાનાની પણ પુનઃ ડિઝાઈન કરવી પડશે. કંપનીએ ઝડપથી માલની ખપત કરવા માટે ઈન્વેન્ટ્રીની પદ્ધતિઓને પણ બદલી નાખી. પરિણામ ખરેખર આશ્ચર્યજનક હતા. જ્યારે હાઉટને પરિવર્તનનો આરંભ કર્યો, ત્યારે નવા ફાઈબર-ઑપ્ટિક્સ કૉટિંગની પ્રક્રિયામાં ભૂલોની સંખ્યા સામાન્ય રીતે દશ લાખમાં આઠસોની હતી. ચાર વર્ષ પશ્ચાત આ આંકડા ઘટીને શૂન્ય થઈ ગયા. બે વર્ષ પશ્ચાત કંપનીનો ડિલિવરીનો સમય સપ્તાહોને બદલે દિવસોમાં આવી ગયો અને ચાર વર્ષોમાં જ કૉર્નિંગની રિટર્ન ઑન ઈક્વિટી લગભગ બમણી થઈ ગઈ. હાઉટનના સ્વપ્નાએ કંપનીને ખરેખર સંપૂર્ણપણે પરિવર્તિત કરીને નવો ઓપ આપી દીધો.

વ્યવસાય સિદ્ધાંતવાદી વોરેન વેનિસ અને બર્ટ નેનસે નાનાં-મોટાં સેંકડો સફળ સંગઠનોનું અધ્યયન કર્યું છે અને તેમની નેતૃત્વશૈલી ઉપર ધ્યાન કેન્દ્રિત કર્યું છે. લેખક-બેલડીનો અભિપ્રાય છે, “લીડરને સૌ પ્રથમ સંગઠનની સંભવિત અને મનગમતી ભાવિ વ્યવસ્થાની માનસિક છબિ વિકસિત કરવાની હોય છે. આ ચિત્ર, જેને આપણે ભવિષ્ય-દૃષ્ટિ કહે છે, કોઈ પણ સ્વપ્ના જેટલી અસ્પષ્ટ હોઈ શકે છે અથવા તો કોઈ પણ લક્ષ્ય કે મિશન સ્ટેટમૅન્ટ જેટલી સ્પષ્ટ પણ હોઈ શકે છે.” બેનિસ અને નૈનસ પ્રમાણે અનિવાર્ય કેન્દ્ર એ છે કે “ભવિષ્ય-દૃષ્ટિ સંગઠનના આવા યથાર્થવાદી, વિશ્વસનીય, આકર્ષક ભવિષ્યનું દૃશ્ય દેખાડે છે, જે વર્તમાન સંજોગોથી બહેતર હશે.”

લીડર્સ પૂછે છે : આ કાર્યકારી ટીમ કઈ દિશામાં વધી રહી છે? આ ડિવિઝનનો પાયો શું છે? આપણે કોની સેવા કરવાના પ્રયત્ન કરીએ છીએ? આપણે આપણાં કામની ગુણવત્તાને બહેતર કેવી રીતે બનાવી શકીએ છીએ? આ પ્રશ્નોના ઉત્તરો પ્રત્યેક કર્મચારી અથવા લીડર માટે ભિન્ન હશે. સૌથી મુખ્ય બાબત છે આ પ્રશ્નોને પૂછવા.

નેતૃત્વ કરવા માટેના કોઈ નિર્ધારિત ઉચિત ઉપાય નથી અને યોગ્ય લીડર્સનાં વ્યક્તિત્વ એક સરખા હોતાં નથી. તેમનું વ્યક્તિત્વ મહદ્અંશે એકબીજાથી વિપરીત હોય છે. તેઓ મ્હોંફાડ અથવા શાંત હોઈ શકે છે, રસપ્રદ અથવા ગંભીર, કઠોર અથવા નમ્ર, બહિર્મુખી અથવા શરમાળ. તેઓ પ્રત્યેક વય, પ્રત્યેક જાતિ, લિંગ અને પ્રત્યેક પ્રકારના, સમૂહના હોઈ શકે છે.

તો વિચારમાત્ર એ નથી કે તમે સૌથી સફળ લીડરને ઓળખી લો અને ત્યાર પછી તેની નકલ કરવા લાગી જાઓ. જો તમે આ રણનીતિ ઉપર ચાલો છો, તો તમારું નિષ્ફળ બનવું નિશ્ચિત છે. તમે એ વ્યક્તિની નબળી નકલ

કરીને વિકાસ કરી શકશો, જેવું તમે હોવાનો ડોળ કરી રહ્યા છો, આ વાતની સહેજ પણ શક્યતા નથી. તમારા માટે લીડરશિપની એ જ તકનિકો સારી રીતે કામ કરશે, જેને તમે અંદરથી પોષણ આપી રહ્યા છો.

ગીતકાર ફ્રેડ એબને ટોની પુરસ્કાર જીત્યો છે અને તેના હિટ બ્રોડવે શોઝ માં કેબરે, કિસ ઑફ ધી સ્પાઇડર વુમન, શિકાગો અને જોરબા સામેલ છે. યુવાન ગીતકાર હંમેશાં એબની પાસે માર્ગદર્શન માટે આવે છે. એજ્ઞા જણાવે છે, “હું કાયમ તેઓને એ જ સલાહ ઉપર ચાલવા માટે જણાવું છું, જે ઇરવિંગ બર્લિને જ્યૉર્જ ગર્શવિનને આપી હતી.”

એવું કહેવાય છે કે જ્યારે બર્લિન અને ગર્શવિન પ્રથમ વખત મળ્યા, ત્યારે બર્લિન અગાઉથી પ્રખ્યાત હતા અને ગર્શવિન સંઘર્ષશીલ યુવાન ગીતકાર હતા, જે પાંત્રીસ ડૉલર પ્રતિ સપ્તાહ ઉપર ટિન પેન એલીમાં કામ કરતા હતા. બર્લિને ગર્શવિનને તેમની પ્રતિભાથી પ્રભાવિત થઈને પોતાના સંગીત સચિવ બનાવવાનો પ્રસ્તાવ આપ્યો અને તેમને એટલું જ વેતન આપવાનું વચન આપ્યું, જે ગીત લખવાથી થનારી ગર્શવિનની કમાણીથી ત્રણ ગણી હતી.

બર્લિને ગર્શવિનને કહ્યું, “ જો કે, મારી સલાહ છે કે તું આ પ્રસ્તાવનો સ્વીકાર કરીશ નહિ. જો તું એમ કરે છે, તો તું બીજા દરજ્જાનો બર્લિન બની શકીશ. પરંતુ, જો તું તારા પોતાના મૂળભૂત અસ્તિત્વને વળગી રહીશ તો તું પ્રથમ દરજ્જાનો ગર્શવિન ચોક્કસ બની જઈશ. ”

દેખીતી રીતે, ગર્શવિને પોતાના મૂળભૂત અસ્તિત્વને જ વળગી રહેવાનો નિર્ણય કર્યો. પરિણામ એ આવ્યું કે અમેરિકન પૉપ મ્યુઝિક નવીન ઊંચાઈઓને આંબવા લાગ્યું. એબ પોતાના અનુયાયીઓને કહે છે, “ક્યારેય બીજાની નકલ કરવાનો પ્રયત્ન ન કરો. ક્યારેય પોતાના મૂળ વ્યક્તિત્વને ગુમાવશો નહિ.”

હંમેશાં આના માટે એ જાણવાની આવશ્યકતા હોય છે કે તમે ખરેખર શું છો. ત્યાર બાદ તમારે તમારા જ્ઞાન પ્રમાણે પરિશ્રમ કરવાની જરૂરિયાત હોય છે. આપણે આ મહત્ત્વપૂર્ણ બાત ઉપર શાંતિથી ચિંતન કરવું જોઈએ. સ્વયંને પ્રામાણિકતાથી આ પ્રશ્ન પૂછવો : મારામાં એવા કયાં ગુણ છે, જેને લીડરશિપમાં પરિવર્તિત કરી શકાય છે?

રૉબર્ટ એલ ક્રેનડેલ માટે મહત્ત્વપૂર્ણ ગુણ છે, પરિવર્તનને પારખી લેવાની તીક્ષ્ણ યોગ્યતા. એમએમઆર કૉર્પોરેશનના ચેરમૅન ક્રેનડેલે અમેરિકન એરલાઇન્સનું કુશળતાપૂર્વક નેતૃત્વ કર્યું અને તેને તે સમયના હવાઈયાત્રાના અત્યંત ઉથલપાથલભર્યા તબક્કામાંથી પાર લઈ જવામાં સફળ બન્યા છે.

ઑલમ્પિક જિમ્નાસ્ટ મેરી લાઉ રેટનના નૈસર્ગિક ઉત્સાહે તેમને અત્યંત બળ પૂરું પાડ્યું. તેમણે વેસ્ટ વર્જિનિયાના એક નાનકડા નગરમાંથી જે છલાંગ લગાવી, તે પ્રત્યેક જગ્યાના લોકોના હૃદય સોંસરવી ઊતરી ગઈ.

વરિષ્ઠ એબીસી ન્યૂઝમૅન હ્યૂ ડાઉન્સની બાબતમાં આ લીડરશિપ ગુણ હતો, તેમની જમીન સાથે જોડાયેલી વિનમ્રતા. ડાઉન્સે પ્રસારણના અત્યંત હરિફાઈવાળા વ્યવસાયને પોતાની સર્વશ્રેષ્ઠ કારકિર્દી બનાવી છે, તેમ છતાં તે શિષ્ટાચારી વ્યક્તિની છાપને અંકિત કરવામાં સફળ રહ્યા છે.

તમારી બાબતમાં જો આ ગુણ જે પણ હોય - ખંત, કઠોર માનસિકતા, ઉચ્ચ કલ્પના, સકારાત્મક દૃષ્ટિકોણ, જીવનમૂલ્યોની પ્રબળ અનુભૂતિ - તેમને લીડરશિપમાં ખીલવા દો. માત્ર એટલું જ યાદ રાખો, કાર્ય હંમેશાં શબ્દો કરતાં અધિક શક્તિશાળી હોય છે.

આર્થર એશ વિશ્વસ્તરીય ટેનિસ ખેલાડી હતા અને વિશ્વસ્તરીય પિતા પણ - તેઓ અનેક ક્ષેત્રોમાં વાસ્તવિક લીડર હતા. તેઓ નમૂનો આપીને નેતૃત્વ કરવામાં વિશ્વાસ ધરાવતા હતા.

એશએ પોતાના મૃત્યુના થોડા સમય અગાઉ આપેલા ઈન્ટરવ્યૂમાં કહ્યું હતું, "મારાં પત્ની અને હું અમારી છ વર્ષની દીકરી સાથે આ વિશે વાત કરીએ છીએ. બાળકો ઉપર તમે કહેલી વાતોનો ખૂબ વ્યાપક પ્રભાવ પડતો હોય છે, પરંતુ એ કરતાં પણ વધારે પ્રભાવ એ બાબતોથી પડે છે, જે પ્રમાણે કરતાં તેઓ તમને નિહાળે છે. આ વયનાં બાળકો નિશ્ચિત રૂપે તમને પ્રામાણિક રાખે છે. જો તમે કોઈ બાબત અંગે શિખામણ આપો, પરંતુ તેથી વિપરીત કામ કરો તો તેઓ તત્કાળ તમને ટોકશે."

હું તેને કહું છું કે "ટેબલ ઉપર કોણીઓ મૂકવી એ શિષ્ટાચારની વિરુદ્ધ છે." પછી જ્યારે હું મારી કોણીઓ ઉપર રાખું છું ત્યારે તે કહે છે, "ડૅડિ, તમારી કોણીઓ ટેબલ ઉપર છે." ત્યારે તમારામાં એ સાહસ હોવું જોઈએ કે આમ કહી શકો, "તેં બરાબર કહ્યું." અને પછી પોતાની કોણીઓ નીચે મૂકી દો. "હકીકતમાં શીખવાનો આ અનુભવ સાંભળવા કરતાં અધિક પ્રબળ હોય છે. આનો અર્થ છે કે તેણે ભૂતકાળમાં તમારી વાત સાંભળી હતી. એ તેને સારી રીતે સમજી શકે છે અને એને જોવાથી તત્કાળ ઓળખી લે છે. પરંતુ આવું કરવા માટે માત્ર શબ્દોની નહિ, પરંતુ કાર્યોની પણ આવશ્યકતા હોય છે."

લીડર પોતાના માપદંડો નિર્ધારિત કરે છે અને ત્યાર બાદ તે ઉપર ખરા ઊતરે છે. દાખલા તરીકે, ડગ્લાસ એ. વૉર્નર તૃતીયે હંમેશાં "પૂર્ણ

પારદર્શિતા" ઉપર ભાર મૂક્યો છે.

જે. પી. મોર્ગન એન્ડ કંપની, ઇન્ક.ના પ્રેસિડેન્ટ વૉર્નરે કહ્યું છે, "જ્યારે તમે મારી પાસે કોઈ પ્રસ્તાવ લઈને આવો, ત્યારે કલ્પના કરો કે તમે હાલમાં જ મને જે જણાવ્યું છે, એ આવતી કાલે વૉલ સ્ટ્રીટ જર્નલના પ્રથમ પૃષ્ઠ ઉપર પ્રકાશિત થવાનું છે. જ્યારે તમે એ માની લો છો કે એમાં સંપૂર્ણપણે પારદર્શિતા હશે, તો શું તમે એ સોદો કરવા કે સ્થિતિને એ પ્રકારે ઉકેલવા માટે ગૌરવ અનુભવશો, જેની ભલામણ તમે હાલમાં હમણાં જ કરી છે. જો આ પ્રશ્નનો ઉત્તર નથી, તો પછી આપણે અહીં થોભીને ચકાસી લઈએ કે સમસ્યા શું છે." આજ લીડરશિપની ઓળખ છે.

આ જ પ્રમાણેની સારી રીતે કેન્દ્રિત, આત્મવિશ્વાસી લીડરશિપ સ્વપ્નાઓને વાસ્તવિકતામાં પરિવર્તિત કરે છે. જો ભરોસો ન હોય, તો મધર ટૅરેસા પૂછી લો, તેઓ એક યુવાન કેથોલિક નન હતાં, જે કોલકાતાના ઉચ્ચમધ્યમવર્ગીય વિસ્તારની હાઈસ્કૂલમાં ભણાવતાં હતાં. પરંતુ જ્યારે તેઓ બારીની બહાર નિહાળતા, તેમને સડક ઉપર બેઠલા કોઢીઓ નજરે પડતા હતા. તેમણે કહ્યું, "મને તેમની આંખોમાં ભય દૃષ્ટિગોચર થયો, એવો ભય કે કોઈ તેમને ક્યારેય પ્રેમ નહિ કરે. આ ભયનો કોઈ જ ઉપાય નથી."

તેઓ કોઢીઓના આ ભયને પોતાના મસ્તિષ્કમાંથી બહાર કાઢી શક્યા નહિ. તેઓ જાણતા હતા કે તેમણે કૉન્વેન્ટનું સુરક્ષિત કાર્ય છોડવું પડશે અને ભારતના કોઢીઓ માટે શાંતિગૃહ બનાવવા પડશે. ત્યાર પછીના વર્ષોમાં મધર ટૅરેસા અને તેમની સંસ્થા મિશનરીઝ ઑફ ચૅરિટિએ ૧,૪૯,૦૦૦ કોઢીઓની સારસંભાળ લીધી, દવાઓ આપી શુદ્ધ પ્રેમ પણ આપ્યો.

મધર ટૅરેસા ડિસેમ્બરમાં એક દિવસ યુનાઇટેડ નેશન્સને સંબોધિત કર્યા પશ્ચાત ન્યૂયૉર્કની એક મહત્તમ સુરક્ષા યુક્ત એક જેલમાં પહોંચ્યાં. ત્યાં તેમણે એઇડ્સથી પીડિત ચાર કેદીઓ સાથે વાતચીત કરી. તેઓ તત્કાળ સમજી ગયા કે તેઓ આધુનિક જમાનાના કોઢીઓ છે.

તેઓ ક્રિસમસના પ્રથમ સોમવારે ન્યૂયૉર્ક સિટી પહોંચ્યાં અને સીધા સિટી હૉલ મેયર એડવર્ડ કોચને મળવા ગયાં. તેમણે મેયરને કહ્યું કે શું તેઓ ગર્વનર મારિયો ક્યૂઓમોને ફોન કરશે? જ્યારે કોચે તેમને ફોન આપ્યો, ત્યારે તેઓ બોલ્યાં, "ગવર્નર, હું હમણાં હાલમાં જ સિંગ સિંગથી આવી રહી છું અને ત્યાંના ચાર કેદીઓને એઇડ્સ છે. હું એક એઇડ્સ સેન્ટર શરૂ કરવા ઇચ્છું છું. શું આપ તે ચારેયને મુક્ત કરીને મારા સેન્ટર ઉપર મોકલી આપશો? હું મારા

એઈડ્સ સેન્ટરનો આરંભ તેમનાથી જ કરવા ઈચ્છું છું.

ક્યૂઓમોએ કહ્યું, "જુઓ મધર, અમારા સમગ્ર રાજ્યની જેલોમાં એઈડ્સથી પીડિત કુલ તેંતાળીસ કેદીઓ છે. હું તે પ્રત્યેકને મુક્ત કરીને આપના સેન્ટરમાં મોકલી આપીશ."

મધર ટૅરેસાએ કહ્યું, "ઠીક છે." " પરંતુ હું હમણાં એ ચારથી જ આરંભ કરવા ચાહીશ. હવે હું આપને એ ઈમારત વિશે જણાવી દઉં છું, જે મારા મસ્તિષ્કમાં છે. શું આપ તેને માટે ચુકવણું કરવાનું પસંદ કરશો? "

ક્યૂઓમોએ કહ્યું, "ઠીક છે. " તેઓ તે મહિલાની ગહન પ્રબળતાથી આશ્ચર્યચકિત થઈ ગયા હતા.

તત્પશ્ચાત્ મધર ટૅરેસા મેટર કોચ તરફ વળ્યાં અને બોલ્યાં, "આજે સોમવાર છે. હું આ સેન્ટર બુધવારે ખોલવા ઈચ્છું છું. અમને તેને માટે કેટલી પરમિટ્સની આવશ્યકતા પડશે. શું આપ મહેરબાની કરીને આ કામ કરી શકો છો? "

કોચ પોતાની ઑફિસમાં ઊભેલા આ ઠીંગણી મહિલાને નિહાળતા રહી ગયા. પોતાનું માથું આગળ-પાછળ હલાવ્યા પછી મેયરે તેમને કહ્યું, "જ્યાં સુધી આપ મારી પાસે ફર્શ સાફ નહિ કરાવો, ત્યાં સુધી કોઈ મુશ્કેલી નથી."

પોતાની નેતૃત્વ શક્તિઓને પારખવી સફળતાની દિશામાં પ્રથમ ડગલું છે.

જે બાબત કરવાનો તમને ભય લાગે છે, તેને પ્રથમ કરો અને તેને કરતા રહો... આ ભયને જીતવાનો અત્યાર સુધી શોધવામાં આવેલ સૌથી તીવ્ર અને અચૂક ઉપાય છે.

-ડેલ કારનેગી

૧૨. બીજા પાસેથી સાંભળીને શીખો

બીજાની વાત સાંભળવાના બે લાભ છે. એક તો તે દ્વારા આપણે નવી બાબતો શીખી શકીએ છીએ અને બીજું એ કે લોકો સાંભળનાર લોકોથી ખુશ થાય છે.

આ વાત એટલી સ્પષ્ટ છે કે એને અહીંયા લખવું મૂર્ખતાપૂર્ણ લાગી શકે છે. પરંતુ આપણામાંથી મોટા ભાગના લોકો આ બોધપાઠની જીવનપર્યંત અવગણના કર્યા કરે છે.

હ્યૂ ડાઉન્સ ઘણા લાંબા સમય સુધી એબીસી ના ૨૦/૨૦ કાર્યક્રમના હોસ્ટ હતા. તેમને સારા શ્રોતાનું મહત્ત્વ ત્યારે સમજાયું જ્યારે તેમણે લાઈવ ઈન્ટરવ્યૂ લેવાનું શરૂ કર્યું. તેમણે જોયું કે તેમના એક અનુભવી સહકર્મીનું બરાબર ન સાંભળવાનું પરિણામ કેટલું ગંભીર આવ્યું.

ડાઉન્સે જણાવ્યું, "તેઓ એક વ્યક્તિનું ઈન્ટરવ્યૂ લઈ રહ્યા હતા, જે ત્રીસના દાયકામાં ક્રેમલિનની જેલમાંથી ફરાર થયા હતા. તે માણસ જણાવી રહ્યો હતો કે કેદીઓએ જેલમાંથી ભાગવા માટે મહિનાઓ સુધી સુરંગ બનાવી. તેઓ ખોદતા ગયા, સતત ખોદતા ગયા. ખોદતી વખતે જે માટી નીકળતી હતી તેને તેઓ ખાઈ જતા હતા. તેમણે આરી સંતાડીને જેલની અંદર લાવવાની વ્યવસ્થા કરી લીધી અને જ્યારે તેમને લાગ્યું કે સુરંગ જેલની બહાર પહોંચી ગઈ છે, ત્યારે તેઓ ઉપરની બાજુએ ખોદવા લાગ્યા. આ અત્યંત નાટકીય કથા હતી."

"અંતતઃ, એક દિવસે અર્ધી રાત્રે તેઓ નાસી છૂટવા માટે તૈયાર હતા. તેમણે પહેલેથી જ પોતાના માથા ઉપરના લાકડાના મંચને આરીથી કાપી નાંખ્યો હતો. પરંતુ જેવું પહેલા કેદીએ પોતાનું માથું બહાર કાઢ્યું, તેણે એવું દૃશ્ય જોયું, જેનાથી તે આઘાતમાં સરી પડ્યો. એ કેદીએ ઈન્ટરવ્યૂ લેનારને જણાવ્યું, જ્યારે હું ઉઠીને ઊભો થયો, ત્યારે મેં પોતાને જોસેફ સ્ટાલિનની ઑફિસની વચ્ચોવચ ઊભેલો જોયો."

"અને તમે જાણો છો, ત્યાર પછી ઈન્ટરવ્યૂ લેનારે શું પૂછ્યું? તેમણે એ ભાગેડુ કેદીને પૂછ્યું, શું આપનો કોઈ વિશેષ શોખ છે? "

તેમણે એવું ન કહ્યું, "શું ખરેખર જોસેફ સ્ટાલિનની ઑફિસમાં?" અથવા "શું તે દિવસે સ્ટાલિન મોડી રાત સુધી તો કામ નહોતા કરી રહ્યા ને?" અથવા "આપ મને જણાવો કે આપના મનમાં તેમની ખુરશી ઉપર બેસીને સિગાર પીવાની લાલચ તો જાગ્રત થઈ નહોતી ને?" જો ઇન્ટરવ્યૂ લેનારે એ ભાગેડુ કેદીની વાતને બરાબર સાંભળી હોત તો, તો એમાંથી અથવા તો આ સિવાયના પણ કોઈ સવાલો પૂછી શક્યા હોત, જે શ્રોતાઓના મનમાં ચોક્કસ પણે ઘુમરાઈ રહ્યા હતા. પરંતુ ઇન્ટરવ્યૂ લેનારનું ધ્યાન બીજે ક્યાંક હતું અને એટલા માટે એ અગાઉથી નક્કી આવો મૂર્ખતાપૂર્ણ પ્રશ્ન પૂછી લીધો અને તેમના શ્રોતાઓ એક રસપ્રદ વાર્તાના અત્યંત રોમાંચથી વંચિત રહી ગયા.

ડાઉન્સે જણાવ્યું, આ એક ખરી ઘટના છે અને મેં આ જ પ્રમાણેના બીજા ઇન્ટરવ્યૂ પણ સાંભળ્યા છે, જેમાં ઇન્ટરવ્યૂ લેનારે વક્તાની વાતને ધ્યાનથી સાંભળી જ નહોતી. આશ્ચર્ય એ બાબતનું થાય છે કે સાંભળતી વખતે લોકો કેટલી મહત્ત્વપૂર્ણ વાતોને ચૂકી જાય છે. આ બિઝનેસનો એક એવો ભાગ છે, જેને હું - હા, સારો ઇન્ટરવ્યૂ કહું છું.

દેખીતી રીતે, સાંભળવું માત્ર પ્રોફેશનલ ઇન્ટરવ્યૂ લેનાર માટે જ મહત્ત્વપૂર્ણ નથી હોતું. આ વાર્તાલાપ કરનાર પ્રત્યેક વ્યક્તિ માટે, પ્રત્યેક જગ્યા, પ્રત્યેક સમયે મહત્ત્વપૂર્ણ હોય છે.

સાંભળવું સૌથી મહત્ત્વપૂર્ણ સંવાદ કૌશલ્ય છે. પ્રેરક સંભાષણ કળા કરતાં વધારે મહત્ત્વપૂર્ણ. બુલંદ અવાજ કરતાં પણ વધારે મહત્ત્વપૂર્ણ. અનેક ભાષાઓ બોલવાની યોગ્યતા કરતાં પણ વધારે મહત્ત્વપૂર્ણ. લખવાની પ્રતિભા કરતાં પણ વધારે મહત્ત્વપૂર્ણ અને સાંભળવું જ એક એવો વળાંક છે, જ્યાંથી અસરકારક સંવાદનો આરંભ થાય છે. નવાઈની વાત એ છે કે ખૂબ થોડા લોકો ન ખરેખર સારી રીતે સાંભળે છે, પરંતુ સફળ લીડર્સ હંમેશાં એ જ હોય છે, જેઓ સાંભળવાનું મહત્ત્વ સમજી લે છે.

મોટોરોલા ઇન્ક.ના ગુણવત્તા નિયામક રિચર્ડ સી. બ્યૂટોએ કહ્યું છે, "હું ટોચ ઉપર બેસીને એવાં સ્વપ્નો નથી જોતો કે આપણે શું કરવું જોઈએ. આ વાતની જાણકારી તો મારે બીજા પાસેથી મેળવવી પડે છે. જેને માટે મારે તેમની ઘણી બધી વાતો સાંભળવાની હોય છે."

બ્યૂટો વાર્તાલાપની કળામાં નિષ્ણાત છે. તેઓ જ્યાં પણ જાય છે, તેમની પાસે મોટોરોલાના સ્વપ્નો કે ભવિષ્ય - દૃષ્ટિને વ્યકત કરવા અને સંપ્રેષિત કરવા માટેની અપેક્ષા રાખવામાં આવે છે.પરંતુ તેમને એ પણ ખબર છે કે

તેમણે ક્યારે બોલવાનું છે, તેમના જ શબ્દોમાં, "તમારે તમારા મુખનું ટ્રાન્સમિટર બંધ કરવા અને સાંભળવામાં સમર્થ બનવું જોઈએ - રિસીવર ચાલુ રાખો, બીજાઓને તેમના વિચારો વ્યક્ત કરવાની તક આપો અને તેને માટે તેમને પ્રોત્સાહિત કરો."

બ્યૂટો એક બિઝનેસ લીડરના રૂપમાં કહેવા કરતાં સાંભળવામાં વધારે વિશ્વાસ ધરાવે છે. ઉદાહરણરૂપે, તેઓ ક્યારેય પોતાના વિશે એવી રીતે બોલતા નથી કે જાણે તેઓ કોઈ મહાન રણનીતિજ્ઞ અથવા આધુનિક કૉર્પોરેટ જ્ઞાતા હોય. તેઓ તો પોતાની સરખમાણી એક સંદેશવાહક કબૂતરના રૂપમાં કરે છે.

તેઓ સ્પષ્ટ જણાવે છે, "હું મોટોરોલાની ગુણવત્તાની એક પણ સમસ્યા સ્વયં ઉકેલતો નથી. જો તમે મને હાર્ડવેર અંગે પૂછશો, તો હું તમને હાર્ડવેર પ્રભારીનો નંબર આપી દઈશ. હું તો માત્ર સાંભળું છું, સારા વિચારોનું ચયન કરું છું અને તેને એક જગ્યાએથી બીજી જગ્યાએ પહોંચાડું છું."

આપણે કર્મચારીઓની વાતો સાંભળીને, ગ્રાહકોની વાતો સાંભળીને અને પોતાના મિત્રો તથા પરિવારજનોની વાતો સાંભળીને - સૌથી મહાન આલોચકોની વાતો સાંભળીને ઘણું બધું શીખી શકીએ છીએ, જે શીખવા માટેનો એક ઘણો સારો ઉપાય છે. આ એક વાસ્તવિકતા છે. જો કે આનો અર્થ એવો સહેજે થતો નથી કે તમે બીજાના અભિપ્રાયોના ગુલામ બની જાઓ. આનો અર્થ તો માત્ર એટલો જ છે કે તમે તેમની વાતો સાંભળો.

વિશ્વાસ રાખો, તમે ઘણા વિચારો માટે તેમના આભારી રહેશો.

પૅકેલ્ડ ગુડ્સ કંપની લીવર ચિલી, એસ. એ.ના મૅનેજિંગ ડાયરેક્ટર જૉર્જિયો મેશિએટો દક્ષિણ અમેરિકામાં અનેક ફેક્ટરીઓના પ્રભારી હતા, જેમાં એક પેપ્સોડેન્ટ ટૂથપેસ્ટ પ્લાન્ટ પણ હતો. ટૂથપેસ્ટના સ્ટીલના ટૅન્કને વારંવાર ધોવા પડતા હતા, જેને કારણે ફેક્ટરીના ઉત્પાદન કાર્યમાં અવરોધ ઊભો થતો હતો. એક દિવસ એક લાઇન ઑપરેટરે એક સૂચન કર્યું અને મેશિએટોએ સમજદારીપૂર્વક તેના ઉપર ત્વરિત અમલ કર્યો.

તેઓ યાદ કરતાં કહે છે, "અમે માત્ર એક જ ટૅન્કનો ઉપયોગ કરતા હતા. ઍસેમ્બલી લાઇનના એ ઑપરેટરે એવું સૂચન કર્યું કે આપણે એક બીજી ટૅન્ક પણ રાખી લેવી જોઈએ. પહેલી ટૅન્કને ધોતી વખતે એ બીજી ટૅન્કનો ઉપયોગ કરી શકીએ છીએ. આ પ્રમાણે કરવાથી ઉત્પાદન અટકશે નહિ. એક કેસમાં એક બોલ્ટ લગાવવા અને બીજા કેસમાં એક નાની ટૅન્ક લગાવવાથી અમે ચેન્જઓવર ટાઇમને સિતેર ટકા સુધી ઓછો કરી દીધો છે અને અમારી

ઉત્પાદકતાને ઘણી વધારી દીધી છે.''

આ જ સ્રોતમાંથી એટલે કે ફેક્ટરીના ફરસમાંથી મેશિએટોને ટૂથપેસ્ટ ઉત્પાદનનો બીજો વિચાર પણ મળ્યો. આ વિચાર પણ પહેલાં વિચાર જેટલો જ મહત્ત્વપૂર્ણ હતો. વર્ષો સુધી ફેક્ટરી ટૂથપેસ્ટ કન્વેયર બેલ્ટની નીચે એક અત્યંત નાજુક અને મોંઘા ત્રાજવાનો ઉપયોગ કરી રહેલ હતી. તેનો હેતુ એ સુનિશ્ચિત કરવાનો હતો કે ટૂથપેસ્ટના પ્રત્યેક પૅક (carton)માં ટ્યૂબ હોય અને કોઈ પણ પૅક ખાલી ન રહી જાય. પરંતુ હાઈ-ટૅક ત્રાજવા પણ અસરકારક સાબિત થયા નહિ. મેશિએટો જણાવે છે, ''અનેક ખાલી પૅક પણ સીલ થઈ જતા હતા.''

ઍસેમ્બલી લાઇન પર કામ કરનાર એક ઑપરેટરે એવું સૂચન કર્યું, ''આપણે આ બધી મોંઘી મશીનરી હટાવી દઈએ અને કન્વેયર બેલ્ટની સામે તેજ હવા ફેંકતો પંખો ગોઠવી દઈએ. આ સૂચન ઉપર પણ અમલ કરવામાં આવ્યો. હવાની ગતિ ખૂબ તેજ હોવાને કારણે ખાલી પૅક બેલ્ટ ઉપરથી ઉડી જતાં હતાં, અને બધાને સ્થિતિની ખબર પડી જતી હતી.''

અનેક લોકો ભૂલથી સાંભળનારને નિષ્ક્રિય (passive) અને બોલનારને (active) માની બેસે છે. લોકો હંમેશાં વાતચીતમાં ''પાછળ ટેકો દઈને સાંભળવું'' જેવા વાક્યપ્રયોગોનો ઉપયોગ કરે છે. જેનાથી એ ખબર પડે છે સાંભળવા માટે લોકોમાં રહેલી ગેરસમજણ કેટલી બધી વ્યાપક છે. કોઈની પણ કહેલી વાત સાંભળવી તુલનાત્મક રૂપે નિષ્ક્રિય ગતિવિધિ છે. પરંતુ અસરકારક રીતે અને દિલચસ્પી રાખીને સાંભળવુ એ ઘણું સક્રિય કામ છે.

દક્ષિણ અમેરિકાના કૉમ્પ્યુટર સિસ્ટમ કંપની સોંડા, એસ. એ.ના પ્રેસિડેન્ટ આન્દ્રે નેવારો પોતાની સ્પેનિશ ભાષા દ્વારા આ બન્ને બાબતોનો તફાવત જણાવે છે. તેમણે જણાવ્યું, ''સ્પેનિશમાં અમારે ત્યાં બે શબ્દ હોય છે, ઑઇર અને એસ્ક્યૂકર (જેનો ક્રમશઃ અર્થ થાય છે કાનમાં જવું અને સાંભળવું) ખરેખર સાંભળવું, એ કાનમાં જવા દેવા કરતાં ક્યાંય વધારે છે. અનેક લોકો જ્યારે કોઈની વાતોને માત્ર પોતાના કાનમાં જવા દે છે, ત્યારે તેઓ મનોમન એવું વિચારી રહ્યા હોય છે, 'હું શું જવાબ આપીશ?'

તેઓ એ સાંભળવાનો પ્રયત્ન કરતા નથી કે સામેવાળી વ્યક્તિ ખરેખર શું કહી રહી છે.

કોઈ બીજાની વાતને વગર કહ્યે સાંભળવી એ સરળ કાર્ય નથી. એમાં એકાગ્રતાની જરૂર પડે છે. ખરી સંલગ્નતાની જરૂર હોય છે. પ્રશ્નો પૂછવા અને ખોતરવાની જરૂર હોય છે. અને કોઈ પણ પ્રકારની પ્રતિક્રિયા આપવાની

જરૂર હોય છે - તત્કાળ વિચારપૂર્ણ, લક્ષ્ય અને સંક્ષિપ્ત.

વાતચીતમાં સક્રિય સંલગ્નતા દેખાડવા માટેની અનેક રીતો છે, જેમાંથી પ્રત્યેક સાત શબ્દોની વચ્ચે કૂદવું અને સામેની વ્યક્તિની વાતને કાપી નાંખવી સામેલ નથી. અસલ મુદ્દો આ બધી તકનિકોમાં કાબેલ બનવું એ નથી. સારા શ્રોતા આરામદેહ અને સહજ અનુભવનારી કેટલીક તકનિકો શીખી લે છે અને તેના ઉપર અમલ કરે છે.

આ ક્યારેક માથું નમાવવું, ઓહ, અથવા હું સમજી શકું છું, હોઈ શકે છે. કેટલાક લોકો પોતાની મુદ્રા બદલવા કે ખુરશીમાં આગળ ઝૂકવાનું પસંદ કરે છે. અમુક લોકો યોગ્ય જગ્યાએ સ્મિત આપે છે અથવા પોતાનું માથું હલાવે છે. દૃષ્ટિ મિલાવીને સામેની વ્યક્તિને એ જણાવવાની એક બીજી રીત છે, "હા, હું તમારી વાત ધ્યાનથી સાંભળી રહેલ છું."

અને જો સામેની વ્યક્તિ પોતાની વાત કરતી વખતે અટકી જાય કે થોભી જાય, ત્યારે આગળ વધીને એક પ્રશ્ન પૂછી લો, જે તેમની હમણાં જ કહેવામાં આવેલી વાતના સંદર્ભને અનુરૂપ હોય.

મહત્ત્વપૂર્ણ એ નથી કે સાંભળવાની કઈ તકનિકનો ઉપયોગ કરવામાં આવી રહ્યો છે. કોઈ પણ રીતનો ઉપયોગ ઉપરછલ્લો કે કરવા ખાતર કરવો જોઈએ નહિ. આ તો અમુક નીતિઓ છે, જે મનમાં રાખી મૂકવાને લાયક છે. તમારે યોગ્ય ક્ષણ આવે ત્યારે તેનો ઉપયોગ કરવો જોઈએ. જેનાની સામેની વ્યક્તિ પણ તમારી સાથે વાત કરીને ખુશ થશે.

એલ્મર વ્હીલર બે પેઢીઓ પહેલાં જ આ વિચાર દરેક સુધી પહોંચાડવા ઈચ્છતા હતા, જ્યારે તેમણે સેલ્સમૅનશિપ ઉપર પોતાનું આરંભિક પુસ્તક લખ્યું, 'સેલ ધી સિજલ નૉટ ધી સ્ટીક' : "સારા શ્રોતા શારીરિક રૂપે તમારી તરફ ઝૂકે છે. એ માનસિક રૂપે તમારા કહેલા પ્રત્યેક શબ્દો તરફ ઝૂકે છે. એ પ્રત્યેક ક્ષણે 'તમારી સાથે ' રહે છે, યોગ્ય સમયે મસ્તક હલાવે છે અને હાસ્ય વેરે છે. એ વધારે નજીકથી સાંભળે છે." આ વાત માત્ર સેલ્સમૅનો માટેની જ સારી સલાહ નથી. વ્હીલરની વાત યાદ રાખો, "આ સામાજિક અને વેપાર વિશ્વમાં સફળતા પ્રાપ્ત કરવા માટેનો સર્વોત્તમ નિયમ છે."

એસ .જી. એસ.-થૉમસન માઇક્રો ઈલેકટ્રોનિક્સ ઈન્ક. ના માનવસંસાધન નિયામક બિલ મકાહિલાહિલા કહે છે, "સક્રિયતાથી સાંભળનાર વ્યક્તિ સામાન્ય રીતે પ્રશ્ન પૂછે છે અને પછી ઉત્તરની પ્રતીક્ષા કરે છે. એ તત્કાળ ઉકેલ આપી દેતા નથી. સક્રિય રૂપે સાંભળવું તો ત્યારે જ શક્ય બને છે, જ્યારે કર્મચારી

કોઈ પણ શંકા સિવાય એ અનુભવી શકે છે કે તમે પરિણામો ઉપર કૂદી રહ્યા નથી.''

મકાહિલાહિલા આ માન્યતાને એટલી બધી મહત્ત્વપૂર્ણ માને છે કે તેમણે એસજીએસ - થૉમસનના સુપરવાઈઝર્સ માટે ઍક્ટિવ લિસનિંગ ઍવૉર્ડ સ્થાપિત કરી દીધો. કોઈ સક્રિયતાથી સાંભળી રહેલ છે કે નહિ, એ નક્કી કરવા તેઓ ત્રણ પ્રશ્નોની કસોટીનો ઉપયોગ કરે છે :

- શું તમે પ્રશ્ન પૂછો છો અને પછી જવાબની પ્રતીક્ષા કરો છો?
- શું તમે પૂછવામાં આવેલા પ્રશ્નો ઉપર તત્કાળ પ્રતિક્રિયા આપો છો?
- શું સામેની વ્યક્તિ એ અનુભવ કરે છે કે તમે તેમની વાતો સક્રિયતાથી સાંભળી રહ્યા છો?

ઓમાહા, નેબ્રાસ્કામાં રહેતા કીનવે એક વીમા કંપનીમાં માર્કેટિંગ વિશેષજ્ઞ હતા. તેઓ એકલા વાલી હતા જે પોતાના બે નાના પુત્રોને ઉછેરી રહ્યા હતા. તેઓ સક્રિયતાથી ખરેખર સાંભળવાનું રહસ્ય પોતાના મોટા પુત્ર ડેન પાસેથી શીખ્યા હતા.

કીનવે જણાવે છે, ''ડેન પંદર કિશોરોના એક સમૂહ સાથે પ્રત્યેક સપ્તાહે એક વૃદ્ધ દંપતીના ઘેર જાય છે. તેઓ તાજેતરના મુદ્દાઓ તથા તેના ઉપર યુવાનોની પરિસ્થિતિ વિશે વાત કરે છે. એ વૃદ્ધ દંપતી તેમની વાતચીતમાં સંયોજકની ભૂમિકા નિભાવે છે. મેં ડેનને પૂછ્યું કે, તેને આ સમૂહમાં કેવું લાગે છે?''

તેના જવાબમાં અસામાન્ય ઉત્સાહ છલકાઈ રહ્યો હતો. તેણે કહ્યું કે તેને પૂરેપૂરી ખાતરી છે કે એ વૃદ્ધ દંપતીની તેમના સમૂહમાં ખરી દિલચસ્પી છે, કારણ કે તેઓ યુવાનોની વાતોને ખૂબ જ ધ્યાનથી સાંભળે છે.

કીનવે એ કહ્યું, ''ડેન, હું પણ તારી વાત સાંભળું છું.''

ડેને જવાબ આપ્યો, ''મને ખબર છે, ડૅડિ. પરંતુ તમે મારી વાત સાંભળતી વખતે કાયમ ખાવાનું બનાવતા હો છો અથવા તો વાસણ સાફ કરતા હો છો અથવા તો કોઈક બીજું કામ કર્યા કરો છો. તમે કાયમ જવાબમાં 'હા' કે 'ના' અથવા 'હું એ વિશે વિચારીશ' કહો છો. તમે મારી વાત ધ્યાનથી સાંભળતા પણ નથી, જ્યારે આ લોકો તો મારી તરફ તેમનું મુખ ફેરવે છે, નજરમાં નજર મેળવીને વાત કરે છે અને પોતાની ચિબુક પકડીને ખરેખર મારી પ્રત્યેક વાતોને સાંભળે છે.''

ક્રિસ કીનવેએ આજ નીતિ ઉપર અમલ કરવાનો નિર્ણય કરી લીધો. આગામી પાંચ સપ્તાહ સુધી તેમણે પોતાના બન્ને દીકરાઓની વાતોને સાંભળવા ઉપર સંપૂર્ણ ધ્યાન કેન્દ્રિત કર્યું. "હવેથી જ્યારે હું બાળકો સાથે જમવાના સમયે ભોજન પીરસું છું, ત્યારે પોતાની પ્લેટમાં માત્ર બે શાકભાજીને લઉં છું. બાળકોના બોલતી વખતે હું મારો કાંટો નીચે મૂકી દઈને તેમની તરફ મારું મુખ ફેરવું છું અને તેમની વાત હું સંપૂર્ણપણે સાંભળું છું. પરિણામ એ આવ્યું કે મારું વજન પંદર પાઉન્ડ ઓછું થયું છે. આ અગાઉ તો અમે આશરે આઠ મિનિટમાં અમારું રાત્રિનું ભોજન આટોપી લેતા હતા, પરંતુ હવે લગભગ બેંતાળીસ મિનિટ લાગવા માંડી છે."

સારું સાંભળવાનું વાતાવરણ - સાંભળવું અહીંથી શરૂ થાય છે. જ્યારે મનમાં બીક, ચિંતા કે ગભરાટ હોય, ત્યારે અસરકારક રીતે સાંભળવું અશક્ય છે. એ માટે હંમેશાં સારા ટીચર્સ એ બાબતનું ધ્યાન રાખે છે કે તેમના ક્લાસરૂમનું વાતાવરણ વિદ્યાર્થીઓ માટે આરામદાયક હોય.

કિન્ડરગાર્ટન ટીચર બારબરા હેમરમૅન જણાવે છે, "જ્યારે હું કોઈ બાબતને લઈને ચિંતામાં હોઉં છું, ત્યારે હું સારી રીતે સાંભળી શકતી નથી. હું મારી પોતાની જ ચિંતાઓથી ઘેરાયેલી રહું છું. જો બાળકો કોઈ ક્લાસરૂમમાં તણાવપૂર્ણ અથવા તો ગભરાયેલાં હોય, ત્યારે તેઓ સાંભળવા માટે પોતાને સ્વતંત્ર અનુભવશે નહિ."

વિશ્વવ્યાપી આઇસક્રીમ અને યોગર્ટ રિટેલર બાસ્કિન - રૉબિન્સ ના રિટાયર્ડ ચૅરમૅન વિલિયમ સેવેલને એક વખતે નેસ્લે કંપનીએ માર્કેટિંગ અને સેલ્સના પ્રભારી બનાવીને જાપાન મોકલ્યા.

વિલિયમ સેવેલ કહે છે, "આની તૈયારી માટે હું સૌ પ્રથમ અમેરિકન કંપનીઓમાં ગયો, જેમની જાપાની સબસિડિયરીઝ હતી." તેમણે જાપાની ભાષા શીખી લીધી. તેઓ જાપાની હોટલોમાં રોકાયા. તેમણે જાપાની ભોજન લીધું. પોતાને જાપાની વસ્તુઓઓથી ઘેરી રાખવાનું પ્રત્યેક સંભવિત કાર્ય તેમણે કર્યું.

સેવેલ કહે છે, "મહત્ત્વપૂર્ણ વાત છે સાંભળવું, ખરેખર સાંભળવું. એ પહેલાં કે તમે તમારું મોં ખોલીને નાહકનો બકવાટ કરવા લાગો અને દરેક જણને એવું કહેવા લાગો કે હું નવો છું, સાંભળો. તમારે પહેલાં એ શીખવું પડશે કે તમે કેટલા નાદાન છો. તમારે ઊંડાણ સુધી જવું પડશે અને લોકોને જાણવા - સમજવા પડશે, તેમની સાથે વાતચીત કરવી પડશે. પોતાને કોઈની ઉપર ન સમજો. ચારેય બાજુ ફરો, દરેક સાથે વાત કરો, ખૂબ ધ્યાનથી સાંભળો

અને ક્યારેય પણ જરૂર કરતાં વધારે ઝડપી નિર્ણયો ઉપર ન પહોંચી જાઓ.''

સરળ ભાષામાં કહીએ, તો પ્રત્યેક જગ્યાના લોકોને એ સારું લાગતું હોય છે બીજા લોકો તેમની વાતને ધ્યાનથી સાંભળી રહ્યા છે. તેઓ સારું સાંભળનાર લોકોથી કાયમ ખુશ થાય છે અને બહેતર પ્રતિક્રિયા આપે છે. કોઈની પણ વાતો સાંભળવી તેમના પ્રત્યે સન્માન દર્શાવવાની સૌથી શ્રેષ્ઠ રીતોમાંની એક છે. આ એ વાતનો સંકેત છે કે આપણે તેમને મહત્ત્વપૂર્ણ માનીએ છીએ. આ એ વાતનું સૂચક છે, ''તમે જે વિચારો છો, કરો છો અને જેના ઉપર વિશ્વાસ મૂકો છો, તે મારા માટે મહત્ત્વપૂર્ણ છે.''

વિચિત્ર વાત એ છે, સામેની વ્યક્તિનો અભિપ્રાય સાંભળવા કાયમ તેમને તમારાં સૂચનો સાથે સંમત કરાવવાનો સૌથી ઉત્તમ ઉપાય છે. રાષ્ટ્રપતિ જૉનસનના સેક્રેટરી ઑફ સ્ટેટ ડીન રસ્ક આ વાત ખૂબ સારી રીતે જાણતા હતા, કારણ કે તેમણે વિશ્વના કેટલાક સૌથી હઠીલા નેતાઓ સાથે દાયકાઓ સુધી સોદાબાજી કરી છે. તેઓ કહે છે, ''સાંભળવું, પોતાના કાનોના માધ્યમથી બીજાને રાજી કરવાનો ઉપાય છે.'' ખરેખર આ વાસ્તવિકતા છે. સાંભળવું પોતાના દૃષ્ટિકોણથી દુનિયાને જોવા માટે રાજી કરવાનું ખૂબ સશક્ત હથિયાર છે.

સૉન્ડર્સ કાર્પ એન્ડ કંપનીના મર્ચેન્ટ બૅંકર ટીમ સૉન્ડર્સે કહ્યું છે, ''ખરી ચાવી સામેની વ્યક્તિને સમજવી છે. આપણે એ સમજવું જોઈએ કે એ કોને મહત્ત્વ આપે છે. રોકાણોને કેવી રીતે જુએ છે. એ સિવાય તમે પ્રામાણિકતાથી કહી શકો છો કે અમારી નીતિ યોગ્ય છે અને તેમના માટે ફાયદાકારક છે.''

સૉન્ડર્સ મોટા કૉર્પરેશન્સને ધનરાશિ રોકાણ કરવાની સલાહ આપે છે. તેઓ બીજાની વાતને સાંભળવાને સૌથી વધારે માન્યતા આપે છે.

તેમના મગજમાં શું ચાલી રહ્યું છે ? તેમણે શા માટે કહ્યું નહિ? તેની પાછળનું વાસ્તવિક કારણ કયું છે?

તેમનું કહેવું છે, '' એટીએન્ડટીની સાથે પચ્ચીસ વર્ષો સુધી જોડાઈ રહેવાનું મૂળ કારણ બીજાઓને સારી રીતે સાંભળવાનું જ છે. ''

સૉન્ડર્સ આગળ પણ જણાવે છે, ''હું તમને સર્વોત્તમ બ્રોશર આપી શકું છું. હું તમને ઢગલાબંધ સ્લાઇડ્સ દેખાડી શકું છું. પરંતુ એ પહેલાં મારે એ જાણકારી મેળવવી જોઈએ કે સામેની વ્યક્તિને કઈ બાબત વધારે રસપ્રદ લાગે છે? એ માણસના મગજમાં શું ચાલી રહ્યું છે? તે કઈ બાબત વિશે વિચારે છે?'' તે બધી બાબતોને કેવા દૃષ્ટિકોણથી નિહાળે છે?

સશક્ત, સક્રિય શ્રોતા બનવાની દિશામાં પ્રથમ ડગલું એ સમજવું છે કે સારી રીતે સાંભળવું અત્યંત મહત્ત્વપૂર્ણ હોય છે. બીજું ડગલું છે શીખવાની ઇચ્છા હોવી. અંતમાં, તમારે સાંભળવાની યોગ્યતાઓનો અભ્યાસ કરવાનો હોય છે.

હૉમ પ્રોડક્ટ્સના દિગ્ગજ રબરમેડ ઇન્ક.ના સીઈઓ વૉલ્ફગેંગ આર. સ્મિથ જણાવે છે, "મેં આ બોધપાઠ સુખદ રીતે નહોતો શીખ્યો. હું તો આ બાબત યુવાવસ્થામાં છૂટાછેડાની પ્રક્રિયામાંથી પસાર થઈને શીખ્યો. હું સ્વભાવે ખૂબ જ કારકિર્દી - કેન્દ્રિત હતો. છૂટાછેડાથી બચવાના પ્રયાસોમાં હું અને મારાં પત્ની એક પરામર્શદાતાની પાસે ગયાં. ત્યારે ખરેખર હું પ્રથમ વખત સમજી શક્યો કે સારી રીતે સાંભળવું કેટલું અનિવાર્ય છે. મારું વૈવાહિક જીવન મારા માટે મહત્ત્વપૂર્ણ હતું અને હું તેને બચાવવાના પ્રયાસો કરવા ઇચ્છતો હતો. ત્યારે પ્રથમ વાર કોઈએ મને ચોખ્ખે ચોખ્ખી વાતો કહી."

સાંભળવા વિશે? "સ્મિથે કહ્યું, માત્ર સાંભળવા વિશે જ નહિ, પરંતુ બીજાઓની ભાવનાઓને અનુભવવા અને તે વિશે વિચાર કરવાનું પણ. ત્યાર પછી સામેની વ્યક્તિની ભાવનાઓને સારી રીતે વ્યક્ત કરવું પણ હોય છે, જેથી તમે એ જણાવી શકો કે તેઓ તમારા માટે કેટલા મહત્ત્વપૂર્ણ છે."

મોટોરોલામાં કર્મચારીઓને કાયમ પોતાના વિચારો જણાવવા માટે પ્રોત્સાહિત કરવામાં આવે છે. કંપનીના મુખ્ય અધિકારીઓ ચુપચાપ તેમના વિચારો સાંભળે છે. મોટોરોલા ઇન્ક.ના ગુણવત્તા નિયામક રિચર્ડ સી. બ્યૂટો કહે છે, "મેં બેસીને સેંકડો ટીમોની વાતો સાંભળી છે, જેમણે મને ઘણા બધાં મુદ્દાઓ અને સમાધાન વિશે જણાવ્યું છે." અને આ સેંકડો વાતચીતોને કારણે જ મોટોરોલાનું ભવિષ્ય બન્યું છે.

નાનાં જૂથોની આવી ચર્ચાઓ - જેને આયોજિત કરનાર અધિકારી મોટા ભાગે પોતાના મોં બંધ રાખે છે - કંપનીમાં સાંભળવાની શૈલીને લોકપ્રિય બનાવવા માટેનો બહુમૂલ્ય ઉપાય છે. એનાલૉગ ડિવાઇસીસના ચૅરમૅન રે સ્ટેટાએ એક નવી રીત વિકસિત કરેલી છે, જેને તેઓ સીએનએ રાઉન્ડ ટેબલ કહે છે. એની મિટિંગ્સ નિયમિત રૂપે આયોજિત કરવામાં આવે છે. કર્મચારીઓના નાના સમૂહોને સ્ટેટા અને એનાલૉગના અન્ય મુખ્ય અધિકારીઓની સાથે સ્પષ્ટ ચર્ચા-વાર્તાલાપ માટે આમંત્રિત કરવામાં આવે છે. સામાન્ય વિષય હોય છે - '૯૦ ના દશકા માટે એનાલૉગને નવેસરથી તૈયાર કરવું.' જેને સંક્ષેપમાં સીએનએ (Creating A New Analogue) કહેવામાં આવે છે.

સ્ટેટા જણાવે છે, "આ મિટિંગ્સ માત્ર કર્મચારીઓના પ્રશ્નોના ઉત્તરો આપવા સુધી જ સીમિત રહેતી નથી. થોડી વાતચીત કર્યા પછી હું કહું છું, 'હવે હું ઇચ્છીશ કે ટેબલ ઉપર બેઠેલા તમામ કર્મચારીઓ મને જણાવે, આ સમયે તમારી મુખ્ય ચિંતાઓ શું છે? તમારાં સૂચનો શું છે? તમે ક્યાંથી આવી રહ્યા છો?' અને ત્યાર પછી હું બેસીને તેમની વાતોની ઢગલાબંધ નોટ્સ લખું છું." તેઓ કહે છે, "આને સાંભળવું કહે છે. ત્યાર પછી હું એક મેમો લખું છું, જેમાં સાંભળેલી તમામ બાબતોનો સાર હોય છે."

જો બુકરે સ્ટીલ વ્યવસાયની આયાત - નિકાસની કંપની અલેઘેની લુડલમ કૉર્પોરેશનમાં ગુણવત્તા સુધારણા કાર્યક્રમના લીડરના રૂપમાં પદભાર સંભાળ્યો. ખૂબ જલ્દી તેમનો બધો જ ઉત્સાહ એક ભયમાં પરિવર્તિત થઈ ગયો. આ કાર્યક્રમ કંપનીના સૌથી મોટા પ્લાન્ટમાં લગભગ દોઢ વર્ષ સુધી ચાલી રહ્યો હતો, પરંતુ પ્લાન્ટના લગભગ બે હજાર કર્મચારીઓએ ગુણવત્તા સુધારણા કાર્યક્રમમાં સામેલ થવાની ઘોર અનિચ્છા દર્શાવી હતી. સમસ્યા એ હતી કે આ ઐચ્છિક હતો, એ માટે કોઈને તેને માટે વિવશ કરી શકાય નહિ. મારી સમક્ષ એ પ્રશ્ન હતો, હું વિભાગોને ગુણવત્તા સુધારણાની જરૂરિયાતની અનુભૂતિ કેવી રીતે કરાવી શકું? અનેક બાબતોમાં આ દિશામાં તેઓ પોતાની તકનિકોનો ઉપયોગ કરીને પહેલાં સફળતા મેળવી ચૂક્યા હતા.

બુકરે કર્મચારીઓને એ અનુભૂતિ કરાવી કે તેઓ એક સક્ષમ ખેલાડી બનીને તેમના માટે લાભકર્તા બની શકશે, પરંતુ તેના માટે તેમણે તેમને સાંભળવાનો અભ્યાસ કરવો પડશે.

તેઓ કહે છે, "હું પ્લાન્ટના દરેક છ વિભાગોમાં નિયમિત રૂપે જવા લાગ્યો. મારું લક્ષ્ય એ સમજવાનું હતું કે કર્મચારીઓ પોતાના પ્રોડક્ટની ગુણવત્તા અંગે શું અનુભવે છે. આ કાર્યક્રમ માટે હું કોઈની સાથે વાદવિવાદ કરતો નહોતો. હું તો માત્ર વાતચીતની દિશા એ બાજુ વાળતો હતો, જેથી હું એ સાંભળી શકું કે કેવી રીતે વ્યક્તિ ગુણવત્તા સુધારણાની પ્રક્રિયાની ચાવી છે. હું પ્રત્યેક વિભાગમાં મારા મિત્રો બનાવવામાં સફળ બની ગયો અને તેમની સહાયતાથી મેં બીજાઓને પણ પ્રોત્સાહિત કર્યા કે તેઓ વિશ્વસ્તરીય ગુણવત્તા સુધી પહોંચવાના અમારા પડકારમાં સામેલ થઈ જાય."

"આજે અમારા પ્લાન્ટમાં યુનિયન સૌથી વધારે સહયોગ આપે છે અને તેમના સહયોગનું સ્તર કંપનીમાં સૌથી ઊંચુ છે. કર્મચારીઓને ખબર હોય છે કે તેમની આગલી પ્રોડક્ટ અથવા વિભાગ તેમના ગ્રાહક ઉપર કેવી રીતે અસર

કરી રહ્યા છે. આ બધું કર્મચારીઓની વચ્ચે સારી રીતે સાંભળવાના તથા ખુલ્લા વાર્તાલાપની પરંપરાઓનું સીધેસીધું પરિણામ હતું."

કૉર્નિંગના ડેવિડ લૂથરે પણ બરાબર આવો જ નિયમ શોધ્યો. "કોઈ પણ વાર્તાલાપ યોજના (communication plan) ઉપર દૃષ્ટિપાત કરતી વખતે હું સૌથી પહેલાં એ માહિતી મેળવું છું કે સાંભળવું શબ્દ પ્રથમ વખત કેટલી વાર પછી આવે છે? એમાંની મોટાભાગની યોજનાઓમાં આ જ પ્રકારની વાતો ભરેલી હોય છે, "આવો, હું આપને જણાવું છું" અથવા "હું આપને એ અથવા આ જણાવવા ઈચ્છું છું."

કૉર્નિંગમાં ડેવિડ લૂથરે સાંભળવાની વ્યાવહારિક સુધારણા સઘન બનાવવાની પ્રક્રિયાને વિકસિત કરી છે. તેઓ જણાવે છે કે આ પ્રક્રિયા આ કેવી રીતે કાર્ય કરે છે, "અમે એક ફેક્ટરીમાં જઈએ છીએ. હું પંદર કર્મચારીઓના એક સમૂહ સાથે પાંચ કલાક ચર્ચા કરવાનો સમય ચાહું છું. અમે અંદર જઈએ છીએ સામાન્ય રીતે મારા સિવાય મારા એક સહયોગી પણ સાથે હોય છે. તેમની સાથે, યુનિયનનો એક મુખ્ય માણસ અને પંદર લોકોના એક સમૂહને પસંદ કરી લઈએ છીએ. મારા સહયોગી અને યુનિયનના એક માણસ પંદર લોકોના બીજા સમૂહને સાથે લઈ લઈએ છીએ આ રીતે પ્રત્યેક સમૂહની સમક્ષ બે લોકો હોય છે."

"અમે તેમને એક પ્રક્રિયામાંથી પસાર કરીએ છીએ. અમારી પ્રથમ વાત આ હોય છે, 'ગુણવત્તા અંગે સારું અને યોગ્ય શું છે? યાદ છે, દશ વર્ષો પહેલાં અહીં ગુણવત્તા કેટલી ખરાબ રહેતી હતી? હવે ગુણવત્તા કેવી રીતે બહેતર બની ગઈ છે?' ઠીક છે, અમે આ વાત બ્લેકબોર્ડ ઉપર લખી લઈ દઈએ છીએ."

"બીજો ભાગ : 'ગુણવત્તા વિશે શું યોગ્ય નથી? તમે એક જ બાબત વિશે ફરિયાદ કરી શકતા નથી અને એ છે તમારા બૉસ. બાકીની બધી જ બાબતો વાજબી છે.' અને અમે આને બીજી યાદીમાં લખી લઈએ છીએ."

"ત્યાર પછી અમે બીજી યાદીને દશ-બાર મુદ્દાઓ સુધી સંક્ષિપ્ત બનાવીએ છીએ. કારણ કે ઘણી બાબતો એક સરખી હોય છે, એ માટે અમે તેને શ્રેણીબદ્ધ કરી લઈએ છીએ. ત્યાર પછી અમે કહીએ છીએ, 'હવે તમે વૉટિંગ કરશો. આપણી સમક્ષ બાર મુદ્દા છે અને તમારા પ્રત્યેકની પાસે ત્રણ વૉટ છે. હું આ બાર મુદ્દાઓની તરફ વારા ફરતી સંકેત કરીશ. જેને તમે ગુણવત્તાના સંબંધમાં સૌથી મહત્ત્વપૂર્ણ ત્રણ મુદ્દાઓમાંના એક માનો છો, તેને માટે તમારો હાથ ઊંચો કરી દેજો.'."

"બાર મુદ્દાઓ ઉપર વૉટિંગનું પરિણામ રસપ્રદ હોય છે? કાયમ એમાંથી છ ને તો એક પણ વૉટ મળતો નથી, બે ને થોડા વૉટ મળે છે અને કદાચ બે ને તો એટલા બધા વૉટ મળે છે કે તે ચાર્ટની ઉપરની સીમાને પણ ઓળંગી જાય છે. તો આવો, હવે અમે એ ફરિયાદો વિશે વાત કરીએ છીએ."

"પછી અમે બે સમૂહોને એક સાથે બેસાડી દઈએ છીએ. અમે પ્લાન્ટના મૅનેજમૅન્ટને પણ બોલાવી લઈએ છીએ. અમે પ્રત્યેક સમૂહના એક પ્રવક્તા પાસે ઊભા થઈને પોતાના સમૂહની વાત રજૂ કરવાનો આગ્રહ કરીએ છીએ. એ પ્રવક્તા પોતાના સમૂહની વાતને દરેકની સમક્ષ રજૂ કરે છે, 'અમે એ સમજી શકતા નથી કે પ્લાન્ટ મૅનેજર શું વિચારે છે.' અને બીજા સમૂહના પ્રવક્તા ઊભા થઈને કહે છે, 'પ્લાન્ટ મૅનેજર ક્યારે પણ અમારી સાથે વાતચીત કરતા નથી.' મંદબુદ્ધિ વાળો કોઈપણ પ્લાન્ટ મૅનેજર પણ સમજી જશે કે તેની સામે ગંભીર સમસ્યા છે. એ આ સંપૂર્ણપણે પારદર્શક હોય છે. તમે પ્રત્યેક બાબતોને જાહેરમાં જોઈ શકો છો આ અહીંયા જ કર્મચારીઓના વિચારો દ્વારા ઉપસ્થિત થઈ છે. એ માટે પ્રશ્નાવલી મોકલવાની અને તેને રેટિંગ કે ગ્રેડિંગ આપવાની પણ કોઈ જરૂરિયાત નથી. મારો આશય છે કે આંખોની સમક્ષ જ બને છે અને તમે જે જોયું છે એ માત્ર એક સંયોગ નથી. તમે જાણો છો કે બન્ને ટીમોને એ ખબર નહોતી કે બીજી ટીમ શું કરી રહી છે. અત્યાર સુધી અમે આ પ્રક્રિયા પચાસ વાર કરી ચૂક્યા છીએ."

આ દરેક તકનિકો અદ્ભૂત છે. સારા નેતૃત્વ વાળી કંપનીઓમાં અનેક તકનિકોને વિકસિત કરવામાં આવી છે. યાદ રાખો, એ દરેકના આધારમાં આજ બે સિદ્ધાંત હોય છે :

- શીખવાનો સૌથી સારો ઉપાય છે, સાંભળવું.
- લોકો પોતાની વાત સાંભળનાર વ્યક્તિને પસંદ કરે છે.

જીવનના દરેક ક્ષેત્રમાં બીજાની વાતોને સાંભળવી જરૂરી હોય છે કારણ કે જ્યારે આપણે બીજા લોકોની વાતને ધ્યાનથી સાંભળીએ છીએ ત્યારે તેમને સારું લાગે છે. આપણાં જીવન સાથે સંકળાયેલ પ્રત્યેક વ્યક્તિના સંદર્ભમાં આ વાત તદ્દન ખરી છે.

ડેલ કારનેગીએ લખ્યું હતું, "લોકોને પ્રભાવિત કરવાનું સૌથી મોટું રહસ્ય સારા વક્તા નહિ, સારા શ્રોતા બનવાનું છે. બીજાઓને પોતાના દષ્ટિકોણ સુધી લઈ આવવાના પ્રયાસ કરનાર મોટાભાગના લોકો બહુ વધારે બોલતા હોય છે. બીજાને બોલવાની તક આપો. તેઓ પોતાના બિઝનેસ કે સમસ્યાઓ વિશે

તમારાથી વધારે જાણે છે. એ માટે તેમને પ્રશ્નો પૂછો. તેમને પોતાના હૃદયની વાત જણાવવા દો."

"જો તમે તેમની સાથે સંમત નથી, તો તમારા મનમાં અવરોધ ઊભો કરવાની કે વાતને કાપવાની લાલચ ઉદ્ભવી શકે છે. પરંતુ એવું ક્યારેય કરશો નહિ. આ ખતરનાક સાબિત થઈ શકે છે. તેઓ તમારી વાતો ઉપર ધ્યાન નહિ આપે, કારણ કે તેમના મનમાં અનેકગણા વિચારો ઘુમરાતા હશે, જે બહાર આવવા માટે તરફડતા હશે. એ માટે ધીરજથી સાંભળો : ખુલ્લા મસ્તિષ્ક સાથે સાંભળો. એને માટે ગંભીર બનો. સામેની વ્યક્તિને સંપૂર્ણપણે પોતાના વિચારોને વ્યકત કરવા માટે પ્રોત્સાહિત કરો."

એ વાત તેઓ ક્યારેય ભૂલી શકશે નહિ અને આ પ્રમાણે કરવાથી તમે એક - બે નવી બાબત ચોક્કસ શીખી જશો.

સારા શ્રોતા જેટલી સારી રીતે પોતાની વાત બીજાઓ પાસે મનાવી શકે છે, એવું બીજું કોઈ કરી શકતું નથી.

૧૩. સકારાત્મક દૃષ્ટિકોણ વિકસિત કરો

મેડિસન સ્ક્વેયર ગાર્ડનના દર્શક ડેનિસ પોટવિનને જેટલી ઘૃણા કરતા હતા, તેટલી કોઈની નહિ કરતા હોય. એ રાત્રે તેઓ જે ક્ષણે બરફ ઉપર સ્કેટિંગ કરવા માટે આવ્યા, ન્યૂયૉર્ક આઈસલેન્ડર્સ આ કેપ્ટન ઉપર અપશબ્દો દ્વારા હુમલો કરવામાં આવ્યો. અને તેમના ઉપર માત્ર અપશબ્દોનો જ હુમલો નહોતો કરાયો.

મેડિસન સ્ક્વેયર ગાર્ડન આઈસલેન્ડર્સની પ્રબળ પ્રતિદ્વંદ્વી ન્યૂયૉર્ક રેન્જર્સ હૉકી ટીમનું ગૃહમેદાન હતું. બરફ ઉપર પોટવિનની શક્તિ, તેમનું બોલકણું વ્યક્તિત્વ અને તેમની પાઈરોટેક્વિક સ્કેટિંગ શૈલીએ તેમને એવા ખેલાડી બનાવી દીધા હતા, જેનાથી રેન્જર્સના સમર્થકો તેમનો સૌથી વધારે તિરસ્કાર કરતા હતા.

પોટવિન કહે છે, “વાતાવરણ એટલું ખરાબ હતું કે મારી ટીમના સાથીદારોને કશું સૂઝતું જ નહોતું કે શું કરવું. બહાર જતા પહેલાં ડ્રેસિંગરૂમમાં એમાંથી કોઈકે આ પ્રકારની વાત કરવાનો પ્રયાસ કર્યો, ‘ચાલો, બહાર નીકળીને આજે રાત્રે તેમને બરાબર મઝા ચખાડી દઈએ.’ હું જોઈ શકતો હતો કે મારા સાથીદારો કશું કહેવાનો પ્રયત્ન કરતા અને પછી મૌન થઈ જતા હતા. તમે એ વ્યક્તિને શું કહી શકો છો, જે આગલા અઢી કલાક સુધી સમગ્ર સ્ટેડિયમમાં સૌથી અપ્રિય બનનાર છે, દર્શકો જેની સૌથી વધારે ઘૃણા કરતા હોય? ” પોટવિનના મોટાભાગના સાથીદારો ચૂપ હતા.

તેઓ કહે છે, “મને એક રાત્રિ વિશેષ રીતે યાદ છે, જ્યારે મેચ શરૂ થયા પહેલાં ભૂરી લાઇન ઉપર હું ઊભો હતો. એ દિવસોમાં રાષ્ટ્રગીત વાગે તે સમયે પ્રકાશ મંદ કરી દેવામાં આવતો હતો. તેઓ એક ગાયકને લાવતા હતા અને ગાયક અને ધ્વજ ઉપર સ્પૉટલાઇટને કેન્દ્રિત કરવામાં આવતી હતી. આજકાલ મેડિસન સ્ક્વેયર ગાર્ડનમાં હૉકી મૅચોમાં આ પહેલાં આ પ્રમાણે કરવામાં આવતું નહોતું. અને તેનું કારણ એ રાત્રે બનેલી એ ઘટના છે.”

પોટવિન કહે છે, "હું ત્યાં ઊભો હતો. જેમ હું હંમેશાં કરતો હતો, તે પ્રમાણે મેં મારું હેલમેટ ઉતારી દીધું હતું. દર્શકો વસ્તુઓ ફેંકવા લાગ્યા. મેં મારી કાનની પાસેથી સનસનાટ કરીને જતી કોઈ વસ્તુનો અવાજ સાંભળ્યો. મારા રૂંવાડાં ઊભાં થઈ ગયાં. હું નહોતો જાણતો કે એ શું વસ્તુ હતી, પરંતુ હું ભયભીત થઈ ગયો હતો. હું ખરેખર, ખરેખર ખૂબ જ ભયભીત બની ગયો હતો. જ્યારે ફરી અજવાળું થયું ત્યારે હું સ્કેટ કરીને તે વસ્તુની પાસે પહોંચ્યો. એ નવ વૉલ્ટની બેટરી હતી, મોટી બેટરી જેને કોઈ દર્શકે ઉપરથી ફેંકી હતી. જે ખૂબ સરળતાથી મારી ખોપરીને ફાડી શકતી હતી."

તે સમયે આ મહાન ખેલાડી પાસે અનેક વિકલ્પ હતા. તેઓ આ શત્રુતાને પોતાની ઉપર હાવી થવા દઈ શકતા હતા. હજારો લોકો તેમનો તિરસ્કાર પ્રદર્શિત કરવામાં લાગ્યા હતા. તેઓ બીક અને ગુસ્સાને કારણે બરફથી દૂર પણ જઈ શકતા હતા અથવા તો આ ક્રોધિત અને સંભવતઃ ખતરનાક ભીડની સામે રમી શકતા હતા.

પોટવિને રમવાનો વિકલ્પ પસંદ કર્યો. તેઆએ ઘૃણા કરનારા દર્શકોથી ભરેલા એ મેદાનમાં ઊભા રહીને તે ધમકીઓને વ્યક્તિગત પડકારમાં ફેરવી નાંખી. તેમણે બધી જ નકારાત્મક શક્તિને ઈંધણના રૂપમાં વાપરવાનું નક્કી કર્યું. આ બધું ડેનિસ પોટવિનના મગજમાં બન્યું.

એ શત્રુતાભરેલી રાત્રિને યાદ કરતા તેઓ જણાવે છે, " મારા માટે આ બાબત એક વરદાન સિદ્ધ થઈ. હું તે રાત્રે ગાર્ડનમાં ખૂબ સારું રમ્યો. અને ત્યાર પછી હું ગાર્ડનમાં કાયમ ખૂબ સરસ રમું છું. ત્યારે મને એક અવિશ્વસનીય પ્રેરણાનો અનુભવ થયો, કારણ કે એ લોકોને પ્રત્યુત્તર વાળવાનો મારી પાસે માત્ર એક જ ઉપાય હતો કે ગાર્ડનમાં જીતવું."

"જ્યારે પક (આઈસહૉકીમાં દડાને બદલે ઉપયોગમાં લેવતી રબર ડિસ્ક) મારી પાસે રહેતી હતી, ત્યારે તેઓ હાય હાય કરવા લાગતા હતા. જ્યારે હું પકને નેટમાં મારતો હતો ત્યારે પણ તેઓ હાય હાય કરવા લાગતા હતા. જ્યારે કોઈ ખેલાડી મારી સાથે અથડાઈ જતો, ત્યારે પણ તેઓ હાય - હાય કરવા લાગતા હતા. મને આ પસંદ પડવા લાગ્યું હતું. ખરેખર પસંદ પડવા લાગ્યું. અચાનક લક્ષ્ય મારા કરતાં વધારે મોટું બની ગયું. સમગ્ર નેશનલ હૉકી લીગમાં મેડિસન સ્ક્વેયર ગાર્ડન જ એવી એકમાત્ર જગ્યા છે કે હું જ્યાં સ્ટેડિયમમાં પ્રવેશતાં વેંત રમવા માટે તૈયાર થઈ જતો હતો.

"સામે ગોલ્યાથ હતો અને હું નાના ડેવિડની જેમ બરફની વચ્ચે બેઠો

હતો. પરંતુ એ સમગ્ર સ્ટેડિયમનું નિયંત્રણ જેટલું મારી પાસે હતું, તેટલું બીજા કોઈ પાસે નહોતું. હું એ નિયંત્રણનો ઉપયોગ કરતો હતો. હું ગાર્ડનમાં પ્રત્યેક સમયે સંપૂર્ણ મનથી રમું છું."

માનસિક દૃષ્ટિકોણ. એ શક્તિ, જે આપણાં મસ્તિષ્કમાં હાજર રહેતી હોય છે. આ ઉપાય, જેનાથી કોઈ પણ વિચાર વાસ્તવિકતામાં નાટકીય રીતે પરિવર્તિત કરી શકાય છે.

આના ઉપર વિશ્વાસ કરવો થોડી અઘરી બાબત છે. "ખુશી ભરેલા વિચાર કરશો તો ખુશ રહેશો. સફળતાના વિચાર કરશો અને તમે સફળ થઈ જશો. " અથવા "મેડિસન સ્ક્વેયર ગાર્ડનના બરફથી શત્રુતાની વિશાળ દીવાલને સકારાત્મક શક્તિના સ્રોતમાં પરિવર્તિત કરી દેવી." શું ડેલ કારનેગી અને ડેનિસ પોટવિન કોઈ ઊંડાણ ભરેલ ખૂણામાં જઈને આ ખાલી જ વાતો કરી રહ્યા છે? જરા પણ નહિ. બન્ને જણે દૃષ્ટિકોણની આ શક્તિને સારી રીતે પારખી લીધી હતી. એ જૂની કહેવત ખોટી છે. વાસ્તવિકતા તો એ છે : તમે જેવું ખાવ છો તેવા બનો છો એનાથી નક્કી થતું નથી, પરંતુ તમે જેવું વિચારો છો તેવા તમે બનો છો.

મહત્તમ લોકો આ બાબત ઉપર વિશ્વાસ કરે છે કે આપણી ખુશી બાહ્ય પરિબળોના પ્રભાવોથી નક્કી થાય છે. પરંતુ એવું નથી. તફાવત તો એ બાબતને કારણે આવે છે કે આપણે એ સારા-નરસા પ્રભાવો ઉપર કેવા પ્રતિભાવ આપીએ છીએ.

માર્શલ અને મૉરીન કોગને ખૂબ જ આર્થિક અને વ્યાવસાયિક સફળતા મેળવી હતી. માર્શલ ન્યૂયૉર્કની એક મોટી ઇન્વેસ્ટમેન્ટ બૅંકિંગ ફર્મમાં પાર્ટનર હતા અને મૉરીન પ્રકાશન વ્યવસાયનો ઊગતો સૂર્ય હતી, જે પાછળથી આર્ટ ઍન્ડ ઑક્શન પત્રિકાની પ્રમુખ સંપાદક બની. તેમના ત્રણ પુત્રો ખાનગી સ્કૂલમાં સારી રીતે અભ્યાસ કરી રહ્યા હતા. શહેરમાં કૉગન દંપતીનું એક ખુબ સુંદર અપાર્ટમૅન્ટ હતું અને હમણાં જ તેમણે ઈસ્ટ હેમ્પટનમાં એક સમરહોમ બનાવડાવ્યું હતું. આ સમુદ્રતટે આવેલી એક વિશાળ, શાનદાર જગ્યા હતી અને આ અજોડ ઘરને જોવા માટે દુનિયાભરમાંથી લોકો આવતાં હતાં. આ ઘરને આર્કિટેક્ચર અને ડિઝાઇનના અનેક પુરસ્કારો મળેલા હતા. એક કરતાં પણ વધારે રાષ્ટ્રીય પત્રિકાઓમાં ફીચર કરવામાં આવ્યા હતા અને પરિવારનાં બાળકો પણ આ ઘરને પોતાના માતા-પિતા જેટલો જ પ્રેમ કરતાં હતાં.

પછી તકલીફોના દોરનો આરંભ થયો. માર્શલ પોતાની ઇન્વેસ્ટમૅન્ટ બૅંકિંગ

ફર્મથી કંટાળી ગયા હતા અને તેમણે પોતાના વ્યવસાયને સ્થાપિત કરવાનો નિર્ણય લીધો. તેમની ઉચ્ચ અપેક્ષાઓ અને સહકર્મીઓ તથા મિત્રોના પ્રોત્સાહન છતાંય ઇન્વેસ્ટમૅન્ટ બૅંકિંગ ફર્મનો નવો બિઝનેસ જમીન ઉપરથી ઊંચકાઈ શક્યો નહિ. તેમનું ટાઇમિંગ ખોટું હતું.મંદીની બરાબર પહેલાંનું. એ બિઝનેસ રાતોરાત ઠપ થઈ ગયો. માર્શલની સમગ્ર જમા પૂંજી જોતજોતામાં આંખના પલકારામાં જ ડૂબી ગઈ. આ કમનસીબી સિવાય બીજો પણ ફટકો તેમને વાગ્યો: કંપનીને ચાલુ રાખવાના સંઘર્ષના સૌથી મહત્ત્વપૂર્ણ સમયે જ માર્શલને હેપેટાઈટિસનો રોગ થયો, જેને કારણે તેમણે એક મહિના સુધી ઘેર બિછાના ઉપર સૂઈ રહેવું પડ્યું.

માર્શલના બૅંકર્સને તેમનં પ્રત્યે સહાનુભૂતિ હતી, પરંતુ તેઓ ટસના મસ થયા નહિ : "તમારે તમારું નવું મકાન વેચવું પડશે." માર્શલ આ વાતને સહન કરી શક્યા નહિ. પત્નીને આની જાણ કરવી તેમને ખૂબ કઠણ લાગી રહી હતી. માર્શલને સહેજ પણ અંદાજ નહોતો કે મૉરીન અથવા બાળકો કેવી પ્રતિક્રિયા આપશે.

તેમણે ચિંતા કરવાની જરૂર નહોતી. મૉરીને કહ્યું, "તેમાં શું? તો આપણે મકાન વેચી દઈશું."

કૉયન દંપતીએ પોતાનું મકાન વેચી દીધું અને બધું જ ફર્નિચર પણ. તેમણે તો માત્ર હવે પોતાનાં કપડાં પૅક કરવાનાં હતાં, બાળકોનાં રમકડાં ભેગાં કરવાનાં હતાં, બત્તીઓ બંધ કરવાની હતી અને પછી દરવાજા ઉપર તાળું લગાવવાનું હતું.

જે દિવસે નવા માલિક આવવાના હતા તેના એક દિવસ પહેલાં મૉરીને કહ્યું, "જુઓ, આપણે બાળકોને મકાનમાં લઈ જવા જોઈએ. આપણે ત્રણેય બાળકોને એક-એક થેલો આપી દઈએ છીએ, જેમાં તેઓ પોતાનાં બધાં રમકડાં મૂકી શકે અને આપણે એ બધો સામાન શહેર લઈ આવીશું."

માર્શલ એ વાતે સહમત નહોતા. તેમણે કહ્યું, "હું નથી ઇચ્છતો કે બાળકો તેને જુએ. હું નથી ઇચ્છતો કે તેઓ આમાં સામેલ થાય. આ કામ આપણે બન્ને જ કરી લઈએ."

મૉરીને કહ્યું, "સહેજ પણ નહિ. તેઓ પણ સાથે જ આવશે. તેમણે જોવું જોઈએ કે નિષ્ફળ થવાથી કેવું લાગે છે. તેઓ આ વાતને સમજી જશે, કારણ કે થોડા સમય પછી તેઓ એ પણ જોશે કે તમે ફરીથી કેવી રીતે સફળ બનો છો. તેનાથી તેમને બોધપાઠ શીખવાનો મળશે કે જો તેમની સાથે પણ આવી કોઈ

દુર્ઘટના થઈ જાય તો, તો તેઓ પણ ફરીથી સફળ બની શકે છે.''

છેવટે, તે બન્ને આ બાબતે સહમત થઈ ગયાં. બધા કારમાં બેસીને ઈસ્ટ હેમ્પટન તરફ રવાના થઈ ગયાં. બાળકોએ પોતાનાં ઓરડાઓમાંથી રમકડાં ભેગાં કર્યાં, જ્યારે માર્શલ અને મૉરીને પોતાનાં કપડાં અને બાકીનો જરૂરી સામાન એકઠો કર્યો. જ્યારે તેઓનો પાછા ફરવાનો સમય આવ્યો, ત્યારે તેઓ ઘરની સામેની સીડીઓ ઉપર એક ક્ષણ માટે ઊભા રહ્યાં અને માર્શલે તાળું મારી દીધું.

ત્યાર પછી પાંચેય જણા કારમાં બેસીને શહેર પાછાં આવતાં હતાં, ત્યારે મૉરીને માર્શલને કહ્યું, ''આપણે આ વખતે રજાઓમાં કેરેબિયન જઈ શકીશું નહિ, તો શું થયું? આપણે ઈસ્ટ હેમ્પટનના આપણાં મકાનમાં રહી શકીશું નહિ, તો શું થયું? પણ જીવન તો ચાલ્યા જ કરશે.''

અને ત્યાર પછી મૉરીને બાળકોને કહ્યું, ''ના, આપણી પાસે હવે આપણું મકાન નથી. પરંતુ આપણી પાસે સારું અપાર્ટમૅન્ટ તો છે. આપણે બધાં એક સાથે છીએ. ડૅડિ સ્વસ્થ છે અને હવે તેઓ એક નવો બિઝનેસ શરૂ કરવા જઈ રહ્યા છે. ખૂબ જલ્દી દરેક વસ્તુ સારી થઈ જશે.''

દરેક બાબત સારી થઈ પણ ખરી. બાળકોને પોતાની સ્કૂલ બદલવી પડી નહિ. તે વર્ષે તેઓ સમર કૅમ્પમાં ગયા. માર્શલ ફરીથી ખૂબ ઝડપથી બિઝનેસના મહાસાગરમાં કૂદી પણ પડ્યા અને ખૂબ સારું પ્રદર્શન પણ કરવા લાગ્યા. સૌથી અગત્યની વાત તો એ બની કે બાળકો એક બોધપાઠ શીખ્યા, જે આશરે વીસ વર્ષ પછી ફરીથી તેમના કામમાં આવ્યો.

મૉરીન જણાવે છે, ''મારા સૌથી મોટા પુત્રએ એક વાર નિષ્ફળતાને સહન કરવી પડી. તેણે એક બિઝનેસ શરૂ કર્યો, જેને તેણે બંધ કરી દેવો પડ્યો, જેથી એ દેવાળિયો ન થઈ જાય. તેને માટે આ ઘણી અઘરી સાર્વજનિક નિષ્ફળતા હતી અને તે યુવાન હતો - માત્ર પચ્ચીસ વર્ષનો. મને યાદ છે, મેં તેને પૂછ્યું હતું, 'કેવું ચાલી રહ્યું છે?' અને તેણે જવાબ આપ્યો હતો,'ખરેખર આ ખૂબ ખરાબ છે. થોડા જ મહિનાઓમાં જ મારે તે બંધ કરવો પડશે.' તે દેવાળિયો બનવા ઈચ્છતો નહોતો. તે પોતાનું દેવું ચૂકવી દેવા ઈચ્છતો હતો, કંપની બંધ કરવા ઈચ્છતો હતો અને છોડવા ઈચ્છતો હતો.''

પછી તેણે કહ્યું, ''મને ડૅડિ સાથે થયેલે એ દુર્ઘટના યાદ છે. હું પણ તેમાંથી બહાર આવી જઈશ. હું પણ સહી-સલામત પસાર થઈ જઈશ. હું જાણું છું કે હું આ કરી શકું છું, કારણ કે મેં તે બનતા જોયું છે અને મને તે યાદ છે.''

તમે તમારો દૃષ્ટિકોણ કેવી રીતે વિકસિત કરો છો? તમે બાહ્ય પરિબળો અંગે પોતાની પ્રતિક્રિયાને કેવી રીતે બદલી શકો છો?

આને ચેતનસ્તર ઉપર પ્રાથમિકતા આપો. તેના વિશે પ્રત્યેક દિવસે વિચાર કરો. વૂસ્ટર બ્રશ કંપનીના પ્રેસિડેન્ટ સ્ટેનલે આર. વેસ્ટી જુનિયર જણાવે છે, "સવારે તમે ઊઠીને ફરસ ઉપર પોતાના પગ રાખો છો, ત્યારે તમે તમારી વિચારધારા ઉપર નિયંત્રણ રાખીને તમારા દિવસને સારો કે ખરાબ બનાવી શકો છો. આપણે નક્કી કરીએ છીએ કે આપણે એ દિવસે જીવનનો આનંદ માણવા જઈ રહ્યા છીએ કે નહિ."

"આપણે દરરોજ જીવન અને બિઝનેસમાં જે બાહ્ય પરિબળોનો સામનો કરીએ છીએ, તેના પ્રત્યે સંપૂર્ણ સન્માનની સાથે, સૌથી હતાશાજનક પરિસ્થિતિઓમાં પણ, તમે મહદ્ અંશે એ નિર્ણય કરી શકો છો કે તમારો દિવસ કેવો રહેશે. આવશ્યકતા આવે તો તમારે સ્થિતિ ઉપર માત્ર હાસ્ય જ કરી લેવાનું છે. એવી ક્ષણો પણ હોય છે, જ્યારે તમારે માત્ર તમારો હાથ ઊંચો કરીને માત્ર હસી જ લેવાનું છે."

હાસ્યબોધ અત્યંત મહત્ત્વપૂર્ણ છે. એ ક્યારેય ભૂલી ન જાવ કે તે તમને યોગ્ય દૃષ્ટિકોણ જાળવી રાખવામાં તમારી મદદ કરે છે. વેલ્ટી એ વાત સાથે સંમત થતાં જણાવે છે, "તેને યોગ્ય દૃષ્ટિકોણથી નિહાળો. જ્યારે બધી બાબતો યોગ્ય ન દેખાઈ રહી હોય, ત્યારે માત્ર શાંત રહો, પોતાનો સમય લો. ઘટના તથા પોતાની પ્રતિક્રિયા વિશે વિચાર કરો. પોતાની જાતને કહો કે દસ ડગલાં પાછળ હટીને જુઓ કે આપણી આગળની રણનીતિ શું હોઈ શકે છે."

સેંકડો બાબતો તમારી ચિંતા કે મુશ્કેલીનું કારણ બની શકે છે. તેને બનવા ન દો. નાની નાની બાબતોને કારણે ચિંતિત ન બનો.

સેન ડિએગો બિઝનેસ જર્નલના પ્રકાશક ટેડ ઓવેન પણ દક્ષિણી કૅલિફૉર્નિયાના મોટાભાગના રહેવાસીઓની જેમ પોતાનો મોટાભાગનો સમય સ્ટિયરિંગની પાછળ વિતાવે છે. તેઓ કહે છે, "જ્યારે રસ્તામાં કોઈ તમને કટ મારી જાય છે, ત્યારે તમે બે જ બાબત કરી શકો છો. કાં તો તમે તેને ગાળ આપી શકો છો અને અપમાનજનક ઈશારો કરી શકો છો અથવા તો પોતાની જાતને કહી શકો છો, ''આ માણસ કેટલી વાર સુધી ભિડાવ્યા વગર ગાડી ચલાવી શકશે? આ જે રીતે ગાડી ચલાવે છે, તેની સાથે અકસ્માત થવો એ ચોક્કસ છે."

કોઈ પણ નીતિથી આ વાત ઉપર કોઈ જ અસર નહિ પડે કે તમે કેટલી જલ્દી ઑફિસે પહોંચો છો. પરંતુ આ નાની ચીડવનારી વાત ઉપર ખભા ઉછાળી

લેવાથી તમે વધારે ખુશ અને સકારાત્મક માનસિક અવસ્થાની સાથે ત્યાં પહોંચશો. કદાચ એનાથી તમારા જીવનના બે વર્ષ વધી જશે.

ઓવેન જીવન પ્રત્યે સકારાત્મક દૃષ્ટિકોણ સાથે જનમ્યા નહોતા. પહેલાં તો એ ખૂબ જ તણાવમાં રહેતા હતા, ત્યાર પછી તેઓ સમજી ગયા કે આ કેટલું આત્મઘાતી બની શકે છે. જ્યારે તેમને બિઝનેસ જર્નલમાં કામ સંભાળવાનું કહેવામાં આવ્યું, જ્યાં તેઓ હંમેશાં બીજા ઍક્ઝિક્યુટિવના પ્રદર્શન ઉપર ટિપ્પણીઓ કરતા હતા, ત્યારે તેમણે પોતાના એ દૃષ્ટિકોણની સમસ્યામાંથી બહાર આવવાનો નિર્ણય કર્યો.

તેઓ કહે છે, “આપણામાંથી અનેક લોકોમાં પ્રતિક્રિયાશીલ અને અતિ પ્રતિક્રિયાશીલ હોવાની પ્રવૃત્તિ હોય છે. આ કામ શરૂ કર્યા પછી હું ક્યારેય ઑફિસમાં નાખુશ થયો નથી. હું બીજી જગ્યાઓમાં નાખુશ થયો છું, પરંતુ અહીં ક્યારેય નહિ.” લોકો એવી પ્રતિક્રિયા કરી રહ્યા છે, જેવી તેમણે ક્યારેય કરી નહોતી.

વર્ષોના સંઘર્ષ પછી મેરી કે. એશની પરિસ્થિતિ હવે બરાબર થતી દેખાઈ રહી હતી. તેણીએ ફરીથી લગ્ન કરી લીધાં હતાં. બાળકો હવે મોટાં થઈ ગયાં હતાં. તેમણે અને તેમના નવા પતિએ એટલાં નાણાંની બચત કરી લીધી હતી કે તેઓ એક નાનકડી કૉસ્મેટિક્સ કંપની શરૂ કરી શકે, જેનું સ્વપ્ન તેમણે વર્ષોથી જોયું હતું.

... પરંતુ તેમનું સ્વપ્ન વિખેરાઈ જવાને આરે પહોંચી ગયું હતું. એશ એ યાદ કરે છે, “જે દિવસે અમે કંપની ખોલવાનાં હતાં, તેના બરાબર એક જ દિવસ પહેલાં મારા પતિને નાસ્તાના ટેબલ ઉપર હાર્ટઍટૅક આવી ગયો અને તેમનું મૃત્યુ થઈ ગયું. મારા પતિ કંપનીના પ્રશાસનિક બાબતોને સંભાળવાના હતા. હું પ્રશાસન વિશે કશું જ જાણતી નહોતી, આજે પણ જાણતી નથી. આમાં અમારી એક એક પાઈ રોકાઈ ગઈ હતી. અમારી પાસે માત્ર પાંચ હજાર - ડૉલર જ હતા, જે મારી વ્યક્તિગત બચત હતી. આજે આ ધનરાશિ ખૂબ ઓછી લાગે છે, પરંતુ આજે તેનું મૂલ્ય પચાસ હજાર ડૉલર હશે.”

“અંત્યેષ્ટિના દિવસે પણ અમે અમારો સમય બરબાદ કરી શકતાં નહોતાં. હું મારા બન્ને દીકરાઓ અને એક દીકરી સાથે એ નિર્ણય કરવા બેઠી કે હવે શું કરી શકાય. હું બધું અટકાવી દઉં કે આગળ વધું? મારા તમામ સ્વપ્નો ધડામ કરીને નીચે પછડાયા હતા.”

પરંતુ મેરી કે. એશ પોતાની જાત ઉપર એટલો બધો વિશ્વાસ ધરાવતી હતી

કે તે સરળતાથી હાર સ્વીકારી લે તેવો પ્રશ્ન ઉપસ્થિત થતો નહોતો. તેનો પુત્ર રિચાર્ડ એ સમયે વીસ વર્ષનો હતો અને તેણે મદદ માટેનો પ્રસ્તાવ રજૂ કર્યો. તેણે કહ્યું, "મા, હું તમારી મદદ કરવા માટે ડલાસ આવી જાઉં છું."

મેરી કે એશના મનમાં અનેક શંકાઓ હતી. "મેં વિચાર્યું કોઈ કેવી રીતે પોતાના જીવનભરની બચત એક વીસ વર્ષના છોકરાના હાથમાં મૂકી દે? મેં અંદાજ માંડ્યો કે તે કદાચ બૉક્સિસ ઉપાડી શકે છે, જેને હું નથી ઉપાડી શકતી. હું નહોતી જાણતી કે તે ઑર્ડર પૂરા કરી શકશે કે નહિ. મારો આશય છે, એ માત્ર એક છોકરો જ છે, જેને મેં જાતે ઉછેર્યો છે."

પરંતુ એશ એવી પ્રકૃતિ ધરાવતી નહોતી, જે શંકાઓને પોતાની જાત ઉપર હાવી થઈ જવા દે. તે હાર સ્વીકારી લેનારાઓમાંની નહોતી. એટલે તે તો આગળ વધી ગઈ. "આ કંપનીની શરૂઆત હતી. પોતાના વાયદા પ્રમાણે રિચાર્ડ આગલા જ દિવસે પોતાની બે મહિના જૂની નવવધૂને લઈને ડલાસ રહેવા માટે આવી ગયો. વકીલ કહી રહ્યા હતા, 'તમે જઈને આ નાણાં કચરાના ડબ્બામાં શા માટે નથી નાખી દેતા, કારણ કે તમે ક્યારેય સફળ થઈ શકતા નથી?' અને વૉશિંગ્ટનના પૈમ્ફલેટ જણાવી રહ્યા હતા કે કેટલી બધી કૉસ્મેટિક્સ કંપનીઓના દેવાળા ફૂંકાઈ રહ્યા હતાં."

તેના સકારાત્મક દૃષ્ટિકોણે જ તેણીને એમાંથી ઉગારી લીધી. તેણી પોતાની જાતને કહેતી રહેતી હતી, "મને લાગે છે કે હું જ શરૂ કરવા જઈ રહી છું, લોકો તેનું સમર્થન કરશે. મને લાગે છે કે આ કરી શકાય છે અને હું પ્રયત્ન કરવા જઈ રહી છું." જ્યારે આટલો બધો સકારાત્મક દૃષ્ટિકોણ હોય, ત્યારે તેમની સફળતા માટે આશ્ચર્યની શું વાત હોઈ શકે?

આ સકારાત્મક, આત્મવિશ્વાસી ભાવનાઓ માત્ર તમને વધુ ને વધુ પ્રાપ્ત કરવામાં સહાયતા જ કરતી નથી. તે તો બીજાના મનમાં તમારી સાથે જોડાવાની ઈચ્છાને પણ જાગ્રત કરે છે. આપણે બીજાના દૃષ્ટિકોણ માટે પ્રભાવિત થઈએ છીએ. એ જ માટે તો લોકો ઉત્સાહી દૃષ્ટિકોણવાળા લોકો પ્રત્યે આકર્ષાય છે. આપણે એવા મિત્રો કે સહકર્મીઓ સાથે રહેવું જોઈએ, જેઓ હંમેશાં આનંદિત અને ઉત્સાહી હોય, જેની પાસે કરી-શકું-છું , કોઈ - વાંધો- નહિ વાળો દૃષ્ટિકોણ હોવો જોઈએ. સતત ફરિયાદ કરનારાઓની સાથે રહેવું જોઈએ નહિ.

આવું શા માટે? દૃષ્ટિકોણ સારો હોય કે ખરાબ, તેનો પ્રભાવ બીજા ઉપર પણ પડે છે. આ મહત્ત્વપૂર્ણ ભાવ તે પ્રત્યેક વ્યક્તિએ યાદ રાખવો જોઈએ, જેઓ સફળ લીડર બનવા ઇચ્છે છે. સકારાત્મક દૃષ્ટિકોણ કરતાં વધારે

શક્તિશાળી પ્રેરક બળ ભાગ્યે જ બીજુ કંઈ હોઈ શકે.

આપણે એવાં સંગઠનો વિશે જાણીએ છીએ, જેમાં ઘણા કર્મચારીઓ નાખુશ રહેતા હોય છે. તેઓ આવા શા માટે બન્યા? ધીમે ધીમે એક પછી એક કરીને. લીડરે આવું બનતા રોકવું જોઈએ અને નકારાત્મક ભાવનાઓને બદલે સકારાત્મક ભાવનાઓ અને દષ્ટિકોણને સતત પ્રસારિત કરવા જોઈશે.

કાર્નિંગ ઈંકના ગુણવત્તા પ્રમુખ ડેવિડ લૂથર સકારાત્મકતા ઉપર ધ્યાન કેન્દ્રિત કરવા અને નકારાત્મકતાની અવગણના કરવાનું મહત્ત્વ ડેટ્રૉઇટના એક ચતુર યુનિયન લીડર પાસેથી શીખ્યા, જે લિંકન અને થંડરબોલ્ટ બનાવનારી એક ફેક્ટરીના કર્મચારીઓનું પ્રતિનિધત્વ કરી રહ્યા હતા.

લૂથર કહે છે, “ખૂબ વિશાળ જગ્યા હતી. ત્યાં ગુણવત્તા પણ અદ્વિતીય હતી. એક માણસે ઊભા થઈને કહ્યું, ‘મેં ત્યારે પરિવર્તન કર્યું, જ્યારે મેં હા કરનારા નેવું ટકા લોકોને બદલે દસ ટકા ના કહેનારા લોકોની ચિંતા કરવાનું શરૂ કર્યું.’ આ આંખો ઉઘાડી દેનાર કથન છે, કારણ કે ઘણા બધા શ્રમ સોદાઓ આ દસ ટકા લોકોની આસપાસ જ ફરતા હોય છે, જેઓ હંમેશાં વિરોધ કર્યા કરતા હોય છે. લોકો હંમેશાં કહે છે, ‘આવો તેમની માનસિકતા બદલવાનો પ્રયત્ન કરીએ.’ આ માણસ તે કરતાં વધારે શ્રેષ્ઠ નીતિ જાણતા હતા. તેમણે કહ્યું, ‘આ ખોટી રીત છે. એ નેવું ટકા લોકોની સાથે હું કામ કરવા જઈ રહ્યો છું, જેઓ આગળ વધવા ઈચ્છે છે.’ અને તેમણે તેજ કર્યું - એક અત્યંત જ્ઞાનવર્ધક નીતિ.”

આ જ દર્શન લૂથરે પણ વિકસિત કર્યું, તેઓ કહે છે, “અંતતઃ હું ના કહેનારા દશ ટકા લોકોને જીતીને તેમને પોતાની માનસિકતાવાળા બનાવી શકું છું. પરંતુ નેવું ટકા લોકો તો પહેલાથી જ સાથે આવવા માટે તૈયાર છે. તેઓ ત્યાં બેઠા છે અને પાવર ડોર ખોલીને બેઠા છે. તેઓ રાહ જોઈ રહ્યા છે અને એન્જિન ચાલુ છે. તમે અહીંયા તમે અહીં તાળામાં બંધ રહીને આ છેલ્લા લોકોને વિશ્વાસ અપાવવવાનો પ્રયત્ન કરવા નથી ઈચ્છતા, જ્યારે બહુમત બહાર તમારી રાહ જોઈ રહેલ છે અને હોડીમાં બેસવા માટે તૈયાર છે.”

તો લીડરનું એક અત્યંત મહત્ત્વપૂર્ણ કામ સકારાત્મક, આત્મવિશ્વાસી દષ્ટિકોણ દર્શાવવાનું છે બીજાને બતાવવાનું છે કે નિષ્ફળતાની આશંકા પણ નથી.

જ્યારે જુલિયસ સીઝર ગૉલથી ચેનલની પાર પહોંચ્યા અને પોતાના સૈન્યની સાથે ત્યાં ઊતર્યા, જ્યાં ઈંગ્લેન્ડ છે, ત્યારે તેમણે પોતાના સૈન્યની સફળતા

સુનિશ્ચિત કરવા માટે શું કર્યું? એક અત્યંત ચતુરાઈ ભરેલું કામ : તેમણે પોતાના સૈનિકોને ડોવરના ખડકો ઉપર રોકી દીધા. બસો ફૂટ નીચે સમુદ્ર જોયા પછી સૈનિકોને ખબર પડી કે જે વહાણો દ્વારા તેઓ ચેનલને પસાર કરીને આવ્યા હતા, તે તો ભડ ભડ કરતાં સળગી રહ્યાં હતાં.

હવે સૈનિકો શત્રુઓના દેશમાં ફસાઈ ગયા હતા અને મહાદ્વીપની સાથે છેલ્લી કડી પણ સંપૂર્ણપણે તૂટી ગઈ હતી. પલાયન કરવા માટેનું તેમનું છેલ્લું સાધન પણ સળગી ગયું હતું. હવે આગળ વધ્યા સિવાય તેઓ બીજું શું કરી શકતા હતા? તેઓ જીતવા સિવાય બીજું શું કરી શકતા હતા? હવે તેઓ પોતાના આત્માની પૂરેપૂરી તાકાત સાથે લડવા સિવાય બીજું શું કરી શકતા હતા? અને તેમણે બરાબર એ જ પ્રમાણે કર્યું.

સકારાત્મક દૃષ્ટિકોણ આ પ્રકારના જીવન-મરણવાળા સંઘર્ષોમાં જ મહત્ત્વપૂર્ણ નથી હોતો, જ્યાં સૈનિકોનો દૃષ્ટિકોણ હતાશાથી ભરેલો હતો. આ તો સુખદ જીવન અને કારકિર્દી બનાવવાનું રહસ્ય પણ છે. આ લીડરશિપનો પાયો છે.

હ્યૂ ડાઉન્સની પણ આજ વિચારધારા છે. અનુભવી એબીસી ન્યૂઝમૅન અને પ્રોગ્રામ હોસ્ટ ડાઉન્સ કહે છે, "તમારે ખરેખર ભાવહીન થવાની આવશ્યકતા જ નથી." ડાઉન્સ એક માણસને યાદ કરે છે, જેની સાથે તેમણે ટી.વી. પર સાથે કામ કર્યું હતું - તે આક્રામક અને અત્યંત મહત્ત્વાકાંક્ષી વ્યક્તિ. "એ લગભગ મનોરોગી હતો. એ બીજાનો ફાયદો લઈને વિકાસની સીડીઓ ચડવા ચાહતો હતો અને એ 'દરવાજાઓને લાત મારીને' ખોલતો હતો."

એ માણસે કારકિર્દીની શરૂઆતમાં પ્રગતિ કરી, પરંતુ જે લોકો એ તેનાથી પોતાને દૂર કરી લીધા હતા, જેમનો તેણે ફાયદો ઉઠાવ્યો હતો, જેમનું અપમાન તેણે પોતાની એકલ માનસિકતાવાળી ચડાઈ દરમિયાન કર્યું હતું, તેઓ આ વાત ક્યારેય ભૂલ્યા નહિ. તેઓ તેનો પ્રબળ દ્વેષ કરવા લાગ્યા. અને જ્યારે તે પછડાયો, જેમ આપણે બધા વખતોવખત પડી જઈએ છીએ, ત્યારે તેઓ બસ, એક બાજુએ ખસી ગયા અને તેને પડવા દીધો.

ડાઉન્સ કહે છે, "મેં તકનો કોઈ પણ દરવાજો લાત મારીને ખોલ્યો નથી." તો તેઓ આટલી બધી દૂર સુધી કેવી રીતે પહોંચી શક્યા? આક્રામક મહત્ત્વાકાંક્ષાને બદલે તેમણે ધૈર્ય અને તીવ્ર ધ્યાનનો ઉપયોગ કર્યો. તેઓ કહે છે, "તમારે સાવધ રહેવાની જરૂર છે, જેથી જો કોઈ દરવાજો ખૂલે ત્યારે તમે તરત જ સીધા તેમાં દાખલ થઈ શકો. જો તમે લાત મારીને દરવાજો ખોલી શકો

છો, તો તે પાછો વળીને તમારી ઉપર પણ આવી શકે છે અને તમારા મોંને વાગી પણ શકે છે. એ માણસ સાથે આવું બે-ત્રણ વખત બન્યું, જે વિશે હું વાત કરી રહ્યો હતો. મારું કાયમ એ માનવું છે કે તમારે આ પ્રમાણે ન કરવું જોઈએ, તમારે પ્રત્યેક હાજર તકનો લાભ લેવા માટે ચોક્કસપણે સાવધ રહેવાની જરૂર હોય છે.''

ડાઉન્સની લાંબી કારકિર્દીમાં તેમને તેમનો આ દૃષ્ટિકોણ ખૂબ જ ઉપયોગી બન્યો અને તેમના સહકર્મીઓને પણ પ્રેરિત કર્યા કે તેઓ ડાઉન્સને સફળ બનાવવાના પ્રયત્નોમાં પોતાનું યોગદાન આપે. ડાઉન્સ કહે છે, ''હું જે બાબતોને વધારે મહત્ત્વ આપું છું, તેમાંની તે છે, જે ટીમ મર્ફીએ મને આપી.'' મર્ફી કેપિટલ સિટીઝ એબીસીના ચૅરમૅન હતા. ''મને યાદ નથી કે એ કઈ તક હતી. મને લાગે છે કે એ પ્રસારણના ક્ષેત્રમાં મારી પચાસમી વર્ષગાંઠ હતી. તેમણે મને એક મોટી ઘડિયાળ આપી, જેના ઉપર અંકિત હતું - અને એ ખૂબ પ્રશંસનીય વાત લાગે છે - પરંતુ તેના ઉપર લખ્યું હતું, 'સારા લોકો છેલ્લા સ્થાન પર નથી આવતા'.''

''મેં વિચાર્યું કે અહીંના લોકોએ આ ખૂબ સારી વાત કહેલ છે. આ વાત તદ્દન ખરી છે અને મને એ લોકો માટે અફસોસ થાય છે, જેઓ આ તદ્દન વિપરીત વાત વિચારે છે કે સફળ બનવા માટે દુનિયા પ્રત્યે સભ્ય બનવાની નીતિને છોડવી પડશે. જો આ પ્રકારની તકનિક કોઈ સફળતા અપાવે પણ છે, તે તો સામાન્યપણે અલ્પકાલીન જ હોય છે. છેલ્લે તેનાથી ખૂબ કષ્ટ થાય છે અને ઉપર ચઢતી વખતે તમે અનેક લોકોને પોતાના શત્રુ બનાવી લો છો.''

આ સિવાય આ પ્રમાણે કરવાથી તમે તમારી સફળતાના ચઢાણનો આનંદ પણ માણી શકતા નથી.

સકારાત્મક દૃષ્ટિકોણથી શક્તિ પ્રાપ્ત કરો; અથવા તો નકારાત્મક દૃષ્ટિકોણને કારણે શક્તિ ગુમાવી દો.

• • •

ગુજરાતી બુક્સ

Samriddhshali Jivan
kaise Jiyen